മാർക്സിസവും മുതലാളിത്തവും

INSIGHT PUBLICA®

Nadakkavu, Kozhikode, Kerala, 673011
www. insightpublica. com
e-mail: "insightpublica@gmail. com
Title: **Marxisavum Muthalalithavum**
Author: **Aruvikkarakkonam Gopakumar**
(Malayalam)
Second Edition: November 2023
Printed and Published by
InsightinPublica Printers & Publishers Pvt. Ltd.
ISBN 978-93-90535-29-3

മാർക്സിസവും മുതലാളിത്തവും

അരുവിക്കരക്കോണം ഗോപകുമാർ

INSIGHT PUBLICA

ഉള്ളടക്കം

അവതാരിക

വട്ടക്കരിക്കകം കൃഷ്ണൻനായർ

"പ്രയോഗക്ഷമമല്ലാത്ത സിദ്ധാന്തവും, സിദ്ധാന്തത്തിന്റെ അടിത്തറയില്ലാത്ത പ്രയോഗവും വന്ധ്യമാണ്." ഈ പ്രസ്താവം മാർക്സിസ്സത്തിന്റെ അനിതരസാധാരണത്വത്തെയാണ് ഉദ്ഘോഷിക്കുന്നത്. മാർക്സിസത്തെ അധികരിച്ച് ബൃഹത്തും ലഘുവും ആയ അസംഖ്യം രചനകൾ ലോകഭാഷകളിലെല്ലാം കഴിഞ്ഞ നൂറ്റാണ്ടിൽ തന്നെ രചിക്കപ്പെട്ടിട്ടുണ്ട്. റഷ്യൻ വിപ്ലവം നടക്കുന്ന കാലഘട്ടത്തിലാണ് ഇൻഡ്യൻ ഭാഷകളിൽ ആദ്യമായി കാറൽ മാർക്സിന്റെ ജീവചരിത്രം സ്വദേശാഭിമാനി മലയാളത്തിൽ അവതരിപ്പിച്ചത്. മാർക്സിസ്റ്റ് ആചാര്യന്മാരായ ഇ.എം.എസ്സ്, കെ. ദാമോദരൻ, സി. ഉണ്ണിരാജാ, എൻ.ഇ ബാലറാം തുടങ്ങിയവർ എഴുതി പ്രസിദ്ധപ്പെടുത്തിയ മാർക്സിയൻ ഗ്രന്ഥങ്ങൾ മലയാളഭാഷയ്ക്ക് അമൂല്യമായ മുതൽക്കൂട്ടാണ്. മാർക്സിയൻ വൈജ്ഞാനിക സാഹിത്യപരമ്പരയിൽ ഇതാ ഒരു നവാഗതൻ കൂടി-അരുവിക്കരക്കോണം ഗോപകുമാർ. ഈ വിജ്ഞാനകുതുകിയുടെ 'കമ്യൂണിസം, ശാസ്ത്രം, ആത്മീയത'എന്ന ഗ്രന്ഥത്തിന്റെ തുടർച്ചയായി 'മാർക്സിസ്സവും മുതലാളിത്തവും'എന്ന ഈ രചന വായനക്കാരിലെത്തുന്നു.

സാമ്പത്തികശാസ്ത്രം, രാഷ്ട്രതന്ത്രം, ചരിത്രം, നരവംശശാസ്ത്രം, ഭൗതികശാസ്ത്രങ്ങൾ തുടങ്ങിയ സകല വിജ്ഞാനശാഖകളും ഉൾച്ചേർന്നതാണ് മാർക്സിസം-ലെനിനിസം. തത്സംബന്ധമായി രചിക്കപ്പെട്ടിട്ടുള്ള പഠനങ്ങൾക്കും, വ്യാഖ്യാനങ്ങൾക്കും, വിമർശനങ്ങൾക്കും

കൈയും കണക്കുമില്ല. മഹാസാഗരത്തോടുമാത്രം ഉപമിക്കാവുന്ന ഈ വിഷയത്തെ ഒരു ചിമിഴിലൊതുക്കി അവതരിപ്പിക്കുകയാണ് ഗ്രന്ഥകാരൻ ഈ കൃതിയിലൂടെ. 32 (മുപ്പത്തിരണ്ട്) അദ്ധ്യായങ്ങളിലായി മുതലാളിത്തം, കമ്യൂണിസം എന്നീ വിരുദ്ധ വ്യവസ്ഥിതികളുടെ സ്വഭാവവും, മനുഷ്യരാശിക്ക് ഈ വ്യവസ്ഥിതികളിൽനിന്നും ലഭ്യമാകുന്ന നന്മതിന്മകളും ഗ്രന്ഥകാരൻ ചൂണ്ടിക്കാട്ടുന്നു. മറ്റെല്ലാത്തരം സാമൂഹിക വ്യവസ്ഥകളിൽ നിന്നും കമ്യൂണിസ്റ്റ് സമൂഹഘടനയുടെ ഔൽകൃഷ്ട്യം എടുത്തുകാട്ടുന്നതോടൊപ്പം വിപ്ലവപ്രക്രിയയുടെ വിവിധ വശങ്ങളെ ലളിതമായും, വസ്തുതകൾ ചോർന്നുപോകാതെയും അതീവസംക്ഷിപ്തമായി ഗ്രന്ഥകാരൻ വിശദമാക്കുന്നു.

നിരന്തരവും, നിസ്തന്ദ്രവും ആയ വിപ്ലവപ്രർത്തനത്തിന്റെ ഓരോ പരിണാമഘട്ടവും സാധാരണവായനക്കാരന് സുഗ്രഹമാംവിധം ഈ കൃതിയിൽ പ്രതിപാദിച്ചിട്ടുണ്ട്. വൈരുദ്ധ്യാധിഷ്ഠിതഭൗതികവാദം, ചരിത്രത്തിന്റെ ഭൗതിക വ്യാഖ്യാനം, മിച്ചമൂല്യസിദ്ധാന്തം തുടങ്ങിയ ദുർഗ്രഹമായ വിഷയങ്ങൾ ആവുന്നത്ര ലളിതമായി വിശകലനം ചെയ്തിരിക്കുന്നു. വ്യവസായ വിപ്ലവത്തിന്റെ ഫലമായി തൊഴിലാളിവർഗ്ഗം എന്ന പുതിയശക്തിക്ക് സംഘടിതരൂപം കൈവരുന്നതും, മുതലാളിത്തവുമായുള്ള ഏറ്റുമുട്ടലിൽ ആത്യന്തികമായി വിജയം കൈവരുന്നതും തുടർന്ന് ഭരണാധികാരശക്തിയായി മാറുന്ന തൊഴിലാളിവർഗ്ഗം സോഷ്യലിസ്റ്റുസമൂഹം സൃഷ്ടിക്കുന്നതും, ആ വ്യവസ്ഥിതിയുടെ പരമകാഷ്ഠയിൽ ഭരണകൂടം സ്വയമേവ കൊഴിഞ്ഞുപോകുന്നതും ആർക്കും മനസ്സിലാകുന്ന വിധത്തിൽ ഗ്രന്ഥകാൻ വിവരിക്കുന്നു.

സുദീർഘമായ പോരാട്ടങ്ങളിലൂടെ കമ്യൂണിസ്റ്റുപാർട്ടി അധികാരം പിടിച്ചെടുത്ത് സ്ഥാപിതമായ സോവിയറ്റ് യൂണിയൻ ഏഴുപതിറ്റാണ്ടുകൾ പിന്നിട്ടപ്പോൾ തകർന്നടിയാനുള്ളകാരണങ്ങളും സൈദ്ധാന്തികമായി ഗ്രന്ഥകാരൻ പരിശോധിക്കുന്നു. ലെനിനുശേഷം സ്റ്റാലിൻമുതലിങ്ങോട്ട് അധികാരം കൈയാളിയ രാഷ്ട്രത്തലവന്മാർ നടത്തിയ കിടമത്സരങ്ങളും, വ്യക്തിപൂജപോലുള്ള സ്വാർത്ഥതാത്പര്യങ്ങൾക്കായി നടത്തിയ ക്രൂരതകളും ചരിത്രത്തിൽ നിന്നും മായ്ച്ചുകളയാനാവില്ല. ഈ യാഥാർത്ഥ്യം ആനുഷാംഗികമായി ഗ്രന്ഥകർത്താവ് സൂചിപ്പിക്കുന്നുണ്ട്. എങ്കിലും മാനവരാശിയുടെ നിതാന്തസൗഖ്യത്തിന് കമ്യൂണിസമല്ലാതെ മറ്റൊരു പോംവഴിയില്ലെന്ന് അർത്ഥശങ്കക്കിടയില്ലാത്തവിധം ഗോപകുമാർ വാദിക്കുന്നുമുണ്ട്.

മാർക്സിസം ലെനിനിസത്തെ ആസ്പദമാക്കിയുള്ള ഗ്രന്ഥകാരന്റെ പരന്ന വായനയുടേയും സ്വതന്ത്രചിന്തയുടേയും പരിസ്ഫുരണങ്ങൾ ഈ

പുസ്തകത്തിൽ തെളിഞ്ഞുകാണാം. രാഷ്ട്രീയപ്രവർത്തകർ. വിശിഷ്യാ ഇടതുപക്ഷരാഷ്ട്രീയക്കാർ അവശ്യം വായിച്ചിരിക്കേണ്ട ഒരു പുസ്തകമാണ് ഈ കൃതിയെന്നുപറയാം. തികച്ചും പാരായണക്ഷമമാണിതിന്റെ രചനാശില്പം. പുസ്തകപ്രേമികൾ ഈ പുസ്തകം വായിക്കുകയും ഗൗരവമായ ചർച്ചക്ക് വിധേയമാക്കുകയും ചെയ്യുമെന്ന് പ്രതീക്ഷിക്കട്ടെ. ഇത്തരം വൈജ്ഞാനികഗ്രന്ഥങ്ങൾ ഇനിയും രചിക്കുവാൻ ഗ്രന്ഥകാരന് അവസരം സിദ്ധിക്കട്ടെ എന്നാശംസിച്ചുകൊണ്ട് ഈ ഗ്രന്ഥം ബഹുജനസമക്ഷം അവതരിപ്പിക്കുന്നു.

കമ്യൂണിസവും സാമൂഹിക ജീവിതവും

മനുഷ്യർ സാമൂഹികജീവി ആയതിനാൽ വർത്തമാനകാല സാമൂഹികവ്യവസ്ഥ അവരുടെ ജീവിതത്തെ സാരമായി സ്വാധീനിക്കുന്നതാണ്. നാളിതുവരെയുണ്ടായിട്ടുള്ള സാമൂഹികവ്യവസ്ഥകളിൽ പലതും ബഹുഭൂരിപക്ഷം വരുന്ന ജനവിഭാഗങ്ങളുടെ മേൽ പലതരത്തിലുള്ള ദുരിതങ്ങളെ അടിച്ചേൽപ്പിക്കുന്നവയാണ്. അതേസമയം മനുഷ്യൻ നേടിയിട്ടുള്ള ശാസ്ത്ര-സാങ്കേതിക പുരോഗതി ഇത്തരം ദുരിതങ്ങളെ ഇല്ലായ്മ ചെയ്യാൻ മനുഷ്യനെ കഴിവുറ്റവനാക്കിയിട്ടുണ്ടെന്നുള്ളതും ഇന്ന് ബോധ്യപ്പെട്ടിട്ടുള്ള വസ്തുതയാണ്. അതിനാൽ ലോകത്തെ എല്ലാവിഭാഗം ജനതയേയും പ്രായോഗികമായി എത്രകണ്ട് സ്വാതന്ത്ര്യം, സമത്വം, സാഹോദര്യം, സമാധാനം, സഹിഷ്ണുത, സഹവർത്തിത്വം, സുരക്ഷിതത്വം, കരുണ, മാനവികത, നന്മ, സത്യം, ധർമ്മം, ദയ, സ്നേഹം തുടങ്ങിയ ഉത്കൃഷ്ട ഗുണങ്ങങ്ങൾ പുലരുന്നതും, ശാസ്ത്രീയവും ജനാധിപത്യപരവും ആസൂത്രിതവും ലക്ഷ്യബോധമുള്ളതും സംസ്കാരസമ്പന്നവുമായ ഒരു സാമൂഹ്യ സൃഷ്ടി നടത്താമെന്നതും സംസംബന്ധിച്ച് ആശയങ്ങൾ മെനയാനും സ്വപ്നം കാണാനും അവയെ ആവിഷ്കരിക്കാനുമുള്ള അവകാശവും കടമയും മനുഷ്യനുണ്ട്. അത്തരത്തിൽ ഒരു സാമൂഹികവ്യവസ്ഥ സൃഷ്ടിക്കുകയെന്നത് സാധാരണജനങ്ങളുടെ പ്രധാന ആഗ്രഹവും ആവശ്യവും ചിന്തകരും മനുഷ്യസ്നേഹികളും കർമ്മയോഗികളുമായവ്യക്തികളുടെ ലക്ഷ്യവുമായിരുന്നു. തത്ഫലമായി വ്യക്തിജീവിതം നന്നാക്കുന്നതു സംബന്ധിച്ച ധർമ്മശാസ്ത്രങ്ങളും അതോടൊപ്പം നീതിനിഷ്ഠമായ ഒരു

സാമൂഹികജീവിതം സംജാതമാക്കുന്നതു സംബന്ധിച്ച ആശയങ്ങളും പ്രസ്ഥാനങ്ങളും വളർന്നുവന്നിട്ടുണ്ട്. മതപരമായ ഉദ്ബോധനങ്ങൾ, നവോത്ഥാനപ്രസ്ഥാനങ്ങൾ, ജനാധിപത്യവിപ്ലവങ്ങൾ തുടങ്ങിയവ ഇവയിൽ എടുത്തുപറയത്തക്കതാണ്. എന്നാൽ ഇവക്കെല്ലാം കാലാനുസൃതമായ ചില പരിമിതികളുണ്ടായിരുന്നു. അതിനാൽ അത്തരം ഒരാദർശസാമൂഹികവ്യവസ്ഥയിലേക്ക് മനുഷ്യനെ കൈപിടിച്ചുയർത്താനായില്ല. ആധുനികകാലത്ത് ഒരു നല്ല സമൂഹസൃഷ്ടിയെ സംബന്ധിച്ച് ഏറെക്കുറെ പ്രായോഗിക തത്ത്വസംഹിതയ്ക്ക് മൂർത്തരൂപം നല്കിയിട്ടുള്ളത് കമ്യൂണിസ്റ്റാചാര്യന്മാരായ കാറൽ മാർക്സും (1818-1883) ഫ്രഡറിക് എംഗൽസു (1820-1895)മാണെന്നു കാണാം. അവർ ആശയസമ്പുഷ്ടമാക്കിയ സാമൂഹിക പുനഃസൃഷ്ടിക്കായുള്ള തത്വസംഹിത പൊതുവേ കമ്യൂണിസം എന്ന പേരിലറിയപ്പെടുന്നു.

കമ്യൂണിസത്തെക്കുറിച്ചുള്ള വിവിധ നിർവചനങ്ങൾ ഈ സാമൂഹികവ്യവസ്ഥയുടെ മേന്മ വെളിവാക്കുന്നതാണ്. "ഓരോരുത്തരുടേയും സ്വതന്ത്രവികാസം എല്ലാവരുടേയും സ്വതന്ത്രവികാസം ഉറപ്പുവരുത്തുന്ന ഒരു കൂട്ടായ്മ"—-കാൾമാർക്സ്.

"എന്താണ് കമ്യൂണിസ്റ്റുകളുടെ ലക്ഷ്യം?സമൂഹത്തിൽ അതിലെ ഓരോ അംഗത്തിനും തന്റെ കഴിവുകൾ പൂർണ്ണമായി വികസിപ്പിക്കാനും പ്രയോഗിക്കാനും സ്വാതന്ത്ര്യം നൽകുന്ന, അതേസമയം സമൂഹത്തിന്റെ അടിസ്ഥാനപ്രവർത്തനങ്ങൾക്ക് ഭംഗം വരുത്താതെ ഇത് സാദ്ധ്യമാക്കുന്ന ഒന്നായി സംഘടിപ്പിക്കുക"-എംഗൽസ്.

"എല്ലാ നന്മകളുടെയും കൂട്ടായ്മ-അതാണ് കമ്യൂണിസം"(ലെനിൻ)

"ഓരോരുത്തരും അവരവരുടെ കഴിവനുസരിച്ച് അദ്ധ്വാനിക്കുകയും ആവശ്യത്തിനുമാത്രം സ്വീകരിക്കുകയും ചെയ്യുന്നതിന് മനോഭാവമുള്ള വ്യക്തികളെ വാർത്തെടുക്കുന്ന, അങ്ങനെയുള്ള ആളുകൾ മാത്രം ഉൾക്കൊള്ളുന്ന സാമൂഹികക്രമം." (ലൂയി ബ്ലാങ്ക്).

'കമ്യൂണിസ്റ്റ്' എന്നാൽ എന്താണ്? അതൊരു ലത്തീൻ പദമാണ്. കമ്യൂണിസ്റ്റ് എന്ന ലത്തീൻ പദത്തിന്'പൊതുവായ' എന്നാണർത്ഥം. ഭൂമിയും ഫാക്ടറികളുമെല്ലാം പൊതുസ്വത്തായിരിക്കുകയും ജനങ്ങൾ പൊതുവായി അദ്ധ്വാനിക്കുകയും ചെയ്യുന്ന ഒരു സമുദായമാണ് കമ്യൂണിസ്റ്റ് സമുദായം"(യൂത്തുലീഗുകളുടെ കടമകൾ, സമാഹൃതകൃതികൾ, വാള്യം-31, പേജ് 295, വി.ഐ. ലെനിൻ)

"നിർബന്ധം ചെലുത്താനുള്ള യാതൊരു പ്രത്യേകസംവിധാനവുമില്ലാതെ തങ്ങളുടെ സാമൂഹികകർത്തവ്യങ്ങൾ സ്വമേധയാ നിർവ്വഹിക്കുന്ന ശീലം ജനങ്ങളിലുണ്ടാവുകയും പൊതുനന്മയ്ക്കുവേണ്ടി

പ്രതിഫലം കൂടാതെ പ്രവർത്തിക്കുകയെന്നത് ഒരു സാമാന്യ പ്രതിഭാസമായിത്തീരുകയും ചെയ്യുന്ന വ്യവസ്ഥിതിയെ ഞങ്ങൾ കമ്യൂണിസമെന്നു വിളിക്കുന്നു" (സമാഹൃതകൃതികൾ, വാല്യം-30, പേജ് 284, വി.ഐ. ലെനിൻ)

ഒരാളിന്റെ ന്യായമായ ആവശ്യങ്ങൾ മറ്റുള്ളവർ സംഗീതംപോലെ ആസ്വദിക്കുകയും അതിന് കഴിയുന്നത്ര പരിഹാരം ഉണ്ടാക്കുകയും ചെയ്യുന്ന സാമൂഹികവ്യവസ്ഥ, പട്ടിണിയും ചൂഷണവും ഇല്ലാത്ത, പാവപ്പെട്ടവനെന്നും സമ്പന്നനെന്നും ഉള്ള അന്തരമില്ലാത്ത, വിവേചനങ്ങളില്ലാത്ത, സ്വകാര്യസ്വത്തില്ലാത്ത, വർഗ്ഗരഹിതവും സമത്വസുന്ദരവും സമ്പദ്സമൃദ്ധവും ഐശ്വര്യപൂർണ്ണവുമായ സമൂഹം, ഓരോരുത്തരും മറ്റുള്ളവർക്കുവേണ്ടിയും തനിക്കുവേണ്ടിയും ജീവിക്കുന്ന, 'നിന്നെപ്പോലെ നിന്റെ അയൽക്കാരനേയും സ്നേഹിക്കുക' എന്ന സന്ദേശം പ്രയോഗികമാക്കപ്പെടുന്ന, ഭരണകൂടങ്ങളും മർദ്ദനോപകരണങ്ങളും നിയമങ്ങളും കൂടാതെതന്നെ സ്വയം നീതി അനുഷ്ഠിക്കപ്പെടുന്ന അക്രമരാഹിത്യത്തിൽ അധിഷ്ഠിതമായ സാർവ്വദേശീയതയിൽ ഊന്നിയ രാഷ്ട്രീയ വ്യവസ്ഥ, ഓരോ വ്യക്തിയും സ്വയം ഉന്നത പൗരത്വബോധമുള്ളവനായിത്തീരുകയും മാന്യമായി ജീവിക്കുകയും മറ്റുള്ളവരെ അങ്ങനെ ജീവിക്കാൻ അനുവദിക്കുകയും സമൂഹത്തിൽ തനിക്കുള്ള അവകാശങ്ങളോടൊപ്പം കടമകളും സ്വയം പ്രേരിതമായി നിർവ്വഹിക്കാൻ മുന്നോട്ടുവരികയും ചെയ്യപ്പെടുന്ന സാഹചര്യമൊരുക്കുന്ന സാമൂഹികവ്യവസ്ഥ, മനുഷ്യസംസ്കാരങ്ങളുടെ വൈവിധ്യത്തെക്കുറിച്ച് ബോധവാനാകുകയും മറ്റുള്ളവരുടെ വിശ്വാസത്തെ തന്റെ വിശ്വാസത്തെപ്പോലെതന്നെ വിലമതിക്കുകയും ചെയ്യുന്ന, നാനാത്വത്തിൽ ഏകത്വം എന്ന മാനവികയാഥാർത്ഥ്യം അംഗീകരിക്കുകയും ചെയ്യുന്ന ജനങ്ങളുടെ കൂട്ടായ്മ, മനുഷ്യകണ്ടുപിടുത്തങ്ങളിലൂടെ സൃഷ്ടിക്കാൻ കഴിയുന്ന സുഖസൗകര്യങ്ങളെല്ലാം എല്ലാവർക്കും വേണ്ടി നിലവിൽ വരുത്തുകയും പ്രകൃതിദത്തങ്ങളായ ദുരിതങ്ങൾ ഒഴികെ, മനുഷ്യസൃഷ്ടികളായ എല്ലാദുരിതങ്ങളും ഒഴിവാക്കുന്നതിന് ജാഗരൂകരായ മനുഷ്യരുടെ കൂട്ടായ ജീവിതക്രമം- അതാണ് കമ്യൂണിസ്റ്റ് വ്യവസ്ഥ.

മനുഷ്യനിർമ്മിതമായ വേർതിരിവുകളില്ലാതെ, യുക്തിയും ശാസ്ത്രീയവീക്ഷണവും പാരിസ്ഥിതിക സൗഹൃദവും ജീവിതചര്യയാക്കിയ സാമൂഹിക വ്യവസ്ഥ, ഇതിനുപരിയായി കമ്യൂണിസ്റ്റാചാര്യന്മാരുടെ ആശയത്തോടൊപ്പം ഭാരതത്തിന് പൈതൃകമായി ലഭിച്ചിട്ടുള്ള ഈ വാചകങ്ങൾകൂടി കൂട്ടിച്ചേർക്കാം. മെച്ചപ്പെട്ട ഒരു

ജീവിതരീതി ഉൾക്കൊള്ളുന്ന രാഷ്ട്രീയമായ അതിർവരമ്പുകളില്ലാതെ 'ലോകമേ തറവാട്'', 'ലോകം ഒരു കുടുംബം', 'വസുധൈവകുടുംബകം', 'അവനവനാത്മസുഖത്തിനാചരിക്കുന്നവ അപരന്റെ സുഖത്തിനായ് വരേണം'എന്നെല്ലാം വിശ്വസിക്കുകയും പ്രാവർത്തികമാക്കപ്പെടുകയും ചെയ്യുന്ന സ്വർഗ്ഗരാജ്യം ഭൂമിയിൽത്തന്നെ സൃഷ്ടിക്കപ്പെടുന്ന ഒരു ലോക സാമ്പത്തിക, സാമൂഹിക വ്യവസ്ഥയാണത്, ഭൂമിയിൽ മനുഷ്യന് സൃഷ്ടിക്കാൻ കഴിയുന്നതിൽ വച്ച് ഏറ്റവും മനോഹരമായ സാമൂഹിക-സാമ്പത്തിക വ്യവസ്ഥ. മനുഷ്യനുമാത്രമല്ല, പ്രപഞ്ചത്തിലെ ജീവജാലങ്ങൾക്കാകെ കുളിർമ പകരുന്ന 'ലോകാ സമസ്താ സുഖിനോ ഭവന്തു', 'കൃണ്വന്തോ വിശ്വമാര്യം'(വിശ്വത്തെ മുഴുവൻശ്രേഷ്ഠമയമാക്കുക-ഋഗ്വേദം9. 63. 5), തുടങ്ങിയ ആശയങ്ങൾ ഏതു പശ്ചാത്തലത്തിൽ ഉണ്ടായാലും അവ ഏറ്റവും വിശാലമായ അർത്ഥത്തിൽ പ്രാവർത്തികമാക്കപ്പെടുയാണ് കമ്യൂണിസത്തിന്റെ അന്തിമമായ സ്വപ്നം.

കമ്യൂണിസത്തിന്റെ അനിവാര്യത

മനുഷ്യജീവിതം 'ക്ഷണഭംഗുരം' ആണ്. ഒരു നീർപ്പോളയുടെ ആയുസ്സിന് സമാനമാണ് ഓരോ മനുഷ്യന്റെയും ലൗകികജീവിത കാലദൈർഘ്യം എന്നത് ആചാര്യ മതം മാത്രമല്ല, യാഥാർത്ഥ്യവുമാണ്. എല്ലാ മനുഷ്യരും സന്തോഷത്തോടെ ജീവിക്കാൻ ന്യായമായും ആഗ്രഹിക്കുന്നു. എന്നാൽ ഈ കാലയളവിനുള്ളിൽ ബഹുഭൂരിപക്ഷം ജനങ്ങളും അനുഭവിക്കുന്നത് സുഖത്തെക്കാളേറെ ദുഃഖമാണ്. ജനിച്ചു വീഴുന്നതുമുതൽ മരണം വരെ കഷ്ടപ്പാടുകളും ദാരിദ്ര്യവും പീഡനവും ആണ് ലഭിക്കുന്നത്. ചെറിയൊരു ശതമാനം മനുഷ്യർക്കുമാത്രമാണ് സംതൃപ്തമായ ജീവിതം അനുഭവിക്കാൻ കഴിയുന്നത്. ഈ കഷ്ടപ്പാടുകളിൽ ഏറിയ പങ്കും സഹജീവികളായ മനുഷ്യരുടെതന്നെ കൊള്ളരുതായ്മകൾ കൊണ്ടാണ് സഹിക്കേണ്ടി വരുന്നത് എന്നതാണ് ദുഃഖകരമായ സത്യം.

ഇന്ന് ജീവിച്ചിരിക്കുന്ന മനുഷ്യർക്കാകെ സുഭിക്ഷമായി ഭക്ഷിക്കുന്നതിന് ആവശ്യമായ ഭക്ഷ്യവസ്തുക്കൾ ഉല്പാദിപ്പിക്കുന്നതിനും വസിക്കുന്നതിനനുയോജ്യമായ ഭവനം നിർമ്മിക്കുന്നതിനും തൊഴിലവസരമൊരുക്കുന്നതിനും വിദ്യാഭ്യാസം നൽകുന്നതിനും ചികിത്സ ലഭ്യമാക്കുന്നതിനും അതിലൂടെ വ്യക്തിയുടേയും സമൂഹത്തിന്റേയും സ്വതന്ത്രവികാസം സാധ്യമാകുന്നതിനും സന്തോഷകരമായി ജീവിക്കുന്നതിനുമുള്ള സാഹചര്യമൊരുക്കുന്നതിനുള്ള സാദ്ധ്യത മനുഷ്യൻ നേടിയിട്ടുള്ള ശാസ്ത്ര-സാങ്കേതിക പുരോഗതിയിലൂടെ സംജാതമായിട്ടുണ്ട്. അതിനാൽ മനുഷ്യനിർമ്മിതമായ കഷ്ടതകൾ ഒഴിവാക്കാൻ

മെച്ചപ്പെട്ട സാമൂഹികക്രമം കെട്ടിപ്പടുക്കുന്നതിലൂടെ മനുഷ്യനതന്നെ സാധിക്കുമെന്നതിനാൽ അത് പ്രാവർത്തികമാക്കപ്പെടുകയെന്നത് എല്ലാ ജനങ്ങളുടേയും അവകാശമാണ്. എന്നാൽ മനുഷ്യന്റെ തന്നെ അധാർമ്മികതകളാലും മതിയായ ആസൂത്രണമില്ലായ്മയാലും ദുരയാലും അത്തരം ഭൗതികസാഹചര്യം എല്ലാവർക്കും ലഭ്യമായിട്ടില്ല. അദ്ധ്വാനിക്കുന്ന മനുഷ്യൻ ചൂഷണത്തിനു വിധേയമാക്കപ്പെടുന്നതാണ് ദുരിതത്തിനു കാരണമെന്നും സ്വകാര്യസ്വത്തിലും വർഗ്ഗാധിഷ്ഠിതവുമായ തെറ്റായ സാമ്പത്തിക-രാഷ്ട്രീയ-സാമൂഹിക ഘടനയാണ് അതിനു വഴിതെളിക്കുന്നതെന്നും സാമ്പത്തിക-രാഷ്ട്രീയ-സാമൂഹിക ഘടന മാറിയാൽ ദുരിതം ഇല്ലാതാകുമെന്നും മാർക്സിസം ചൂണ്ടിക്കാട്ടുന്നു. സമൂഹത്തെ സൃഷ്ടിച്ചത് മനുഷ്യനാകയാൽ ഇത്തരം ദുരിതങ്ങളെ സൃഷ്ടിച്ചതും മനുഷ്യനാണ്. അതിനാൽ മനുഷ്യൻ വിചാരിച്ചാൽ ദുരിതങ്ങളെ ഇല്ലാതാക്കാനാകുമെന്ന് മാർക്സിസം ഉറക്കെ പ്രഖ്യാപിക്കുന്നു. അതിന് വിപ്ലവകരമായ പ്രവർത്തനം അനിവാര്യമാണെന്ന് ചൂണ്ടിക്കാട്ടുന്നു. കുറച്ചാളുകളുടെ ദുര സാധിതമാകുന്നതിനല്ല, എല്ലാവർക്കുമായി നീതി നടപ്പാകുന്നതിനാണ് സമൂഹം ശ്രമിക്കേണ്ടതെന്ന് മാർക്സിസം ഉദ്ബോധിപ്പിക്കുന്നു.

നല്ലൊരു സാമൂഹികക്രമം സ്ഥാപിതമാകുന്നതോടെ മനുഷ്യനിലെ സാത്വികഗുണത്തെ വളർത്തി, സമൂഹത്തിനും തനിക്കും വേണ്ടി ഉപയോഗിക്കപ്പെടുന്ന ഭൗതികമായ ഒരു ശാസ്ത്രീയമാർഗ്ഗമാണ് മാർക്സിസം. ഭൗതിക സുഖസൗകര്യങ്ങളെല്ലാം ഉപേക്ഷിച്ച് ആത്മീയജീവിതത്തിൽ അഭയം തേടണമെന്ന മതങ്ങളുടെ ഉദ്ബോധനം സ്വീകരിക്കാൻ ഏതാനും കുറച്ച്പേർക്കു കഴിഞ്ഞേക്കും. പൊതുസമൂഹത്തിൽ പ്രായോഗികമായ ഒന്നല്ല അതിനാൽ കമ്യൂണിസം നടപ്പിൽവരേണ്ടത് സാമൂഹ്യനന്മയ്ക്ക് അനിവാര്യമാണ്. വരദാനമായി ലഭിച്ച ഈ ലൗകിക ജീവിതത്തിൽ പരമാവധി സന്തോഷം അനുഭവിച്ചുകൊണ്ട് ഈ ലോകത്തോട് വിടപറയാനുള്ള ഓരോ മനുഷ്യന്റേയും അവകാശം സംരക്ഷിക്കുകയെന്ന കടമ നിർവഹിക്കപ്പെടുകയാണ് കമ്യൂണിസം നടപ്പാക്കുന്നതിലൂടെ ലക്ഷ്യമിടുന്നത്. മരണശേഷം സ്വർഗ്ഗത്തിൽ സുഖം നുകർന്ന് ജീവിക്കാമെന്ന മതങ്ങളുടെ അവകാശവാദങ്ങൾക്ക് ഉറപ്പൊന്നുമില്ല. അതിനാൽ ഇഹലോകത്തിൽത്തന്നെ സ്വർഗ്ഗം പണിയാനുള്ള സാഹചര്യം സൃഷ്ടിക്കപ്പെടണം. അതാണ് മാർക്സിസത്തിന്റെ ലക്ഷ്യം. മനുഷ്യാവകാശങ്ങൾ അതിന്റെ പരിപൂർണ്ണമായ അർത്ഥത്തിൽ യാഥാർത്ഥ്യമാക്കുകയാണ് കമ്യൂണിസ്റ്റ് സമൂഹത്തിൽ ലക്ഷ്യമാക്കപ്പെടുന്നത്. അതിനാൽ ഒരു

കമ്യൂണിസ്റ്റ് എന്നാൽ ഒരു മനുഷ്യസ്നേഹിയും ഒരു പ്രായോഗിക വാദിയും ആദർശവാദിയും എന്നാണർത്ഥമാക്കുന്നത്. കമ്യൂണിസത്തെ എതിർക്കുകയെന്നാൽ, നീതിനിഷ്ഠമായ സമൂഹം നിലവിൽ വരുന്നതിനെ എതിർക്കുന്നവർ എന്നാണ് മനസ്സിലാക്കേണ്ടത്.

കമ്യൂണിസ്റ്റ് ധർമ്മം

ലോകചരിത്രം നിരീക്ഷിക്കുന്ന ഏതൊരാൾക്കും പ്രത്യക്ഷത്തിൽത്തന്നെ ബോധ്യപ്പെടുന്ന ഒരു വസ്തുതയാണ് അധർമ്മം ധർമ്മത്തിന്മേൽ മേൽക്കൈ നേടിയിരുന്നുവെന്ന സത്യം. മനുഷ്യസംസ്കാരം 'സംസ്കാരം'എന്ന വാക്കിന്റെ ആന്തരികാർത്ഥത്തോട് ഒരിക്കലും നീതിപുലർത്തിയിരുന്നില്ല. ഇപ്പോഴും നീതിപുലർത്തുന്നില്ല. കാരണം മനുഷ്യസമൂഹത്തിന്റെ വളർച്ചയുടെ ചുവടുകൾ ഇപ്പോഴും പൂർത്തീകരിക്കപ്പെട്ടിട്ടില്ല എന്നതുകൊണ്ടാണ്. ഈ ലോകത്തിലേക്ക് ജനിച്ചുവീഴുന്ന ഓരോ മനുഷ്യനും അവനവന്റെ സ്വാഭാവികമരണം വരെ ജീവിക്കാനുള്ള അവകാശമുണ്ട്. എന്നാൽ പരസ്പരമുള്ള കിടമത്സരങ്ങളാലും യുദ്ധങ്ങളാലും ആയുസ്സ് തികയുന്നതിനുമുമ്പേ കോടിക്കണക്കിനുപേർ വധിക്കപ്പെടുന്നു. ശക്തിയാണ് ശരി എന്ന വനതത്വം നടപ്പാക്കപ്പെടുന്നു. പലവിധമുള്ള പീഢനങ്ങൾ അടിച്ചേൽപ്പിക്കപ്പെടുന്നു. ദുഷ്ടന്മാരുടെ വരുതിക്ക് ലോകം പലപ്പോഴും കീഴ്പ്പെടുന്നു. എല്ലാവർക്കും സ്വാതന്ത്ര്യത്തോടേയും സന്തോഷത്തോടേയും സമ്പദ്സമൃദ്ധിയോടേയും ജീവിക്കാനുള്ള അവകാശമുണ്ട്, മേൽ വിവരിക്കപ്പെട്ടപോലെ അത് നേടുന്നതിനുള്ള ശേഷി മനുഷ്യന് കൈവരികയും ചെയ്തിട്ടുണ്ട്. എന്നാൽ അതിനുള്ള സാമൂഹിക സാഹചര്യം സംജാതമാക്കാൻ കഴിഞ്ഞിട്ടില്ല. എംഗൽസ് സൂചിപ്പിച്ചിട്ടുള്ളതുപോലെ 'തിര്യക്കുകളുടെ' ലോകത്തുനിന്ന് ഉയർത്താനായില്ല. (പ്രകൃതിയുടെ വൈരുദ്ധ്യാത്മകത എന്ന കൃതിയുടെ മുഖവുര) എല്ലാവിധത്തിലുമുള്ള മനുഷ്യാവകാശങ്ങളോടും കൂടി

ജീവിക്കാനുള്ള സാഹചര്യം സൃഷ്ടിക്കപ്പെട്ടിട്ടില്ല. കാലാകാലങ്ങളിൽ ധാർമ്മികബോധം മനുഷ്യനെ പഠിപ്പിക്കുന്നതിന് മനുഷ്യസ്നേഹികളായ മഹാന്മാർ ശ്രമിച്ചിട്ടുണ്ട്. എന്നാൽ ധർമ്മസംസ്ഥാപനാർത്ഥം ഉത്ഭവിച്ചു എന്നു പറയപ്പെടുന്ന ആശയങ്ങളുടേയും പ്രസ്ഥാനങ്ങളുടേയും അവതാരങ്ങളുടേയും പേരിൽത്തന്നെ പിൽക്കാലത്ത് അധർമ്മം നടമാടാൻ വഴിയൊരുക്കപ്പെട്ടു. ആധുനിക സമൂഹം പലതരത്തിലുള്ള അധർമ്മങ്ങളാൽ ചൂഴ്ന്ന് നിൽക്കുകയാണ്. അതിനാൽ അവയെ കഴിയുന്നിടത്തോളം ലഘൂകരിച്ച് സമാധാനവും സമത്വവും പുലരുന്ന, ധർമ്മത്തിന് മേൽക്കൈയുള്ള സമൂഹം സൃഷ്ടിക്കാൻ ഇനിയെങ്കിലും മനുഷ്യന് കഴിയേണ്ടതല്ലേ? അതിനുവേണ്ടിയുള്ള ഗൗരവതരമായ പ്രയത്നം ആരംഭിക്കേണ്ടതല്ലേ? കമ്യൂണിസം കൊണ്ട് ഉദ്ദേശിക്കപ്പെടുന്നത് ഈ മഹത്തായ ലക്ഷ്യത്തിലേക്ക് സമൂഹത്തെ കൈപിടിച്ച് ഉയർത്തുക എന്നതാണ്.

കമ്യൂണിസം: വളർച്ചയുടെ പടവുകൾ

സമത്വസുന്ദരമായ ലോകം എന്ന ആശയത്തിന് നൂറ്റാണ്ടുകളുടെ പഴക്കമുണ്ട്. എല്ലാ സമൂഹത്തിലും ഇത്തരം ആശയങ്ങൾ നിലനിന്നിട്ടുണ്ട്. കേരളത്തിലെ ഓണത്തെക്കുറിച്ചുള്ള സങ്കല്പം നല്ല ഒരു നാളെയെക്കുറിച്ചുള്ള സ്വപ്നമാണ് ഉദ്ഘോഷിക്കുന്നത്. ക്രിസ്തുദേവന്റെ സ്വർഗ്ഗരാജ്യം എന്ന സങ്കല്പവും ഒരുപക്ഷേ ഈ സ്വപ്നത്തിന്റെ ബഹിർസ്ഫുരണമാകാം. മതപ്രവാചകന്മാരുടെ കാലം മുതൽക്കേ ഇതൊരു സ്വപ്നമായി അവശേഷിച്ചിരുന്നു. എന്നാൽ അതിനു മൂർത്തമായ ഒരു ആശയസ്ഫുടത ലഭിച്ചത് മാർക്സിസത്തിന്റെ ആവിർഭാവത്തോടെ ആണെന്നു കാണാം. മാർക്സിസം അടിച്ചമർത്തപ്പെട്ട ജനതയുടെ മാനസികമായ ഉത്തേജകഹേതുവായും പടവാളായും മാറി.

അതിപ്രാചീനകാലം മുതൽക്കേ സമൂഹത്തിൽ ഉച്ചനീചത്വങ്ങളും മർദ്ദനോപാധികളും തത്ഫലമായുള്ള കഷ്ടപ്പാടുകളും നിലനിന്നുപോരുന്നു. സമൂഹം രാഷ്ട്രീയമായി സംഘടിക്കുകയും ക്രമവത്കരിക്കപ്പെടുകയും ചെയ്തതും സ്വകാര്യസ്വത്തിന്റേയും വർഗ്ഗങ്ങളുടേയും ആവിർഭാവവും ഈ പ്രവണതയ്ക്ക് ശക്തിപകർന്നു. മർദ്ദിതർ ഭൂരിപക്ഷമായിരുന്നെങ്കിലും ചൂഷകവർഗ്ഗം ഭരണവർഗ്ഗംകൂടിയായിരുന്നതിനാൽ മർദ്ദകർക്കെതിരെയുള്ള പ്രതികരണം എല്ലായ്പ്പോഴും ദുർബ്ബലമായിരുന്നു. ചെറുത്തുനില്പുകൾ കാലാകാലങ്ങളിൽ നിഷ്കരുണം അടിച്ചമർത്തപ്പെട്ടു. മാർക്സിന്റെ ഭാഷയിൽ പറഞ്ഞാൽ സംഘട്ടനം മനുഷ്യമനസ്സുകളിൽ ഒതുക്കപ്പെട്ടു. കഷ്ടപ്പാടുകൾ ഓരോരുത്തരുടെയും

വിധിയായോ കർമ്മഫലമായോ കരുതി സഹിക്കണമായിരുന്നു. ഇക്കാലങ്ങളിലും അനീതിയും അക്രമങ്ങളും ചൂഷണവുമില്ലാത്ത, മനുഷ്യൻ മനുഷ്യനെ ഉപദ്രവിക്കാത്ത സമ്പൂർണ്ണമായ സമത്വഭാവനയോടെയുള്ള ഒരു ഭാവികാലത്തെക്കുറിച്ച് സ്വപ്നം കണ്ട ചിന്തകന്മാരും പ്രവാചകന്മാരും തങ്ങളുടെ ആശയങ്ങളും ആഗ്രഹങ്ങളും പ്രചരിപ്പിച്ചു പോന്നിട്ടുണ്ട്. ദുരിതങ്ങളിൽനിന്നു കരകയറ്റാൻ ജനിക്കാൻ പോകുന്ന മിശിഹയ്ക്കു വേണ്ടിയും പ്രവാചകന്മാർക്കു വേണ്ടിയും ജനം കാത്തിരുന്നിട്ടുണ്ട്. മനുഷ്യൻ വ്യക്തിപരമായി നന്നാകണമെന്നും ഓരോ വ്യക്തിയും ധർമ്മിഷ്ഠനും ആദർശനിഷ്ഠനും ദാനസന്നദ്ധനും സ്നേഹ സമ്പന്നനുമാകുന്നതിലൂടെ നല്ല സാമൂഹികസൃഷ്ടി നടത്താൻ കഴിയുമെന്നും പ്രവാചകന്മാർ അനുയായികളെ പഠിപ്പിച്ചു. മനുഷ്യൻ വ്യക്തിപരമായി നന്നാകേണ്ടതിന്റെ ആവശ്യകതയ്ക്ക് മതപ്രവാചകന്മാർ പ്രാധാന്യം കൊടുത്തു. എന്നാൽ സമൂഹത്തിലെ അനീതികൾ വർദ്ധിച്ചുകൊണ്ടേയിരുന്നു.

നീതിനിഷ്ഠമായ സാമൂഹികവ്യവസ്ഥയെപ്പറ്റിയുള്ള സങ്കല്പത്തെപ്പറ്റി ഇ.എം.എസ്. ഇങ്ങനെ അഭിപ്രായപ്പെടുന്നു;

"മാർക്സും എംഗൽസും തങ്ങളുടെ ചരിത്രപരമായ ഗവേഷണങ്ങൾ തുടങ്ങുന്നതിനുമുമ്പുതന്നെ യൂറോപ്യൻ രാജ്യങ്ങളിൽ പലേടത്തും സോഷ്യലിസ്റ്റ് ചിന്താഗതിക്ക് പ്രചാരം സിദ്ധിച്ചു കഴിഞ്ഞിരുന്നു. ബുദ്ധഭഗവാൻ, ക്രിസ്തുദേവൻ, മുഹമ്മദ് നബി മുതലായ പ്രവാചകന്മാരും അവരുടെ ശിഷ്യഗണങ്ങളുമെല്ലാം മനുഷ്യസ്നേഹപരമായ ഈ ആശയങ്ങൾ പ്രചരിപ്പിക്കുകയും അവയ്ക്കൊത്തു ജീവിക്കാൻ തങ്ങളുടെ അനുയായികളെ പഠിപ്പിക്കുകയും ചെയ്തു പോന്നിട്ടുണ്ട്. ഇതുകൊണ്ടൊന്നും സമൂഹത്തിനകത്തുള്ള അനീതികൾക്കും അക്രമങ്ങൾക്കും മർദ്ദന-ചൂഷണങ്ങൾക്കും യാതൊരു പരിഹാരവും ഉണ്ടായിട്ടില്ലെന്നേയുള്ളൂ". (മാർക്സിസം ഒരു പാഠപുസ്തകം- ഇ.എം. എസ്-പേജ്-8).

ശാസ്ത്ര-സാങ്കേതിക രംഗങ്ങളിൽ മനുഷ്യന് ഉന്നതമായ നേട്ടങ്ങൾ കൈവരിക്കാനായെങ്കിലും അവന്റെ ജീവിത-ധാർമ്മിക നിലവാരങ്ങൾ വളർത്താൻ സാഹചര്യമൊരുക്കുന്ന കാര്യത്തിൽ പരാജയപ്പെട്ടു.

"കക്കരുത്, കളവ് പറയരുത്, വ്യഭിചരിക്കരുത്, കൊലചെയ്യരുത് എന്നെല്ലാമുള്ള ഉപദേശം പണ്ടുമുതൽക്കേ ലോകം കേട്ടതാണ്. ധർമ്മച്യുതി ഇല്ലാതാകണം, പട്ടിണിയും ദാരിദ്ര്യവും മാറണം, അന്യതാബോധം അസ്തമിക്കണം, മനുഷ്യൻ നന്നാകണം എന്നെല്ലാമുള്ള

അഭിലാഷപ്രകടനങ്ങളും മനുഷ്യൻ കേട്ടുകേട്ട് തഴമ്പിച്ചതാണ്. ബൈബിളും ഗീതയും ഖുർആനും പഠിപ്പിക്കുന്ന തത്ത്വങ്ങളാണിവ. പക്ഷേ, പറഞ്ഞിട്ടെന്തു കാര്യം? ദിവസം ചെല്ലുന്തോറും മനുഷ്യ ദുരിതം ഏറിവരികയാണ്. ധർമ്മക്ഷയം വർദ്ധിച്ചുവരികയാണ്. സാംസ്കാരികാധഃപതനം കൂടിവരികയാണ്. ഉൽകൃഷ്ടഗ്രന്ഥങ്ങ ളും ഉപദേശങ്ങളും ഒട്ടും കുറഞ്ഞതുകൊണ്ടല്ല ഇങ്ങനെ വന്നത്. മനുഷ്യൻ വേണമെന്ന് ആഗ്രഹിച്ചതുകൊണ്ടുമല്ല." (എൻ.ഇ. ബാല റാം-എന്താണ് മാർക്സിസം-പേജ്-4).

ഉപദേശങ്ങൾകൊണ്ട് സമൂഹത്തിലെ അധാർമ്മികതകൾ ഇല്ലാതാക്കാൻ കഴിയില്ലെന്ന് ചരിത്രം തെളിയിച്ചതാണ്.

"മതപ്രവാചകന്മാർക്കു പുറമേ രാഷ്ട്രീയ-സാമ്പത്തിക പ്രശ്നങ്ങൾ കൈകാര്യം ചെയ്യുന്ന ചിന്തകന്മാരും പൊതുപ്രവർത്തകരും ഇതേ ആശയങ്ങളും ആദർശങ്ങളും പ്രചരിപ്പിക്കാനും പ്രവൃത്തിയിൽ വരുത്താനും ശ്രമിച്ചിട്ടുണ്ട്. പ്രാചീനകാലത്തെ ഗ്രീക്കു തത്ത്വചിന്തകനായിരുന്ന പ്ലേറ്റോവിന്റെ 'റിപ്പബ്ലിക്ക്', മധ്യകാലത്തെ ഇംഗ്ലീഷ് ചിന്തകനായിരുന്ന തോമസ്സൂറിന്റെ 'ഉട്ടോപ്യ' മുതലായവ ഇതിനുദാഹരണങ്ങളാണ്. മാർക്സിന്റേയും എംഗൽസിന്റേയും കാലത്തിനു തൊട്ടുമുമ്പാകട്ടെ സെയ്ന്റ് സൈമൻ, റോബർട്ട് ഓവൻ, ഫ്യൂറിയേ മുതലായ പലരും തങ്ങളുടെ ശ്രദ്ധയിൽപ്പെട്ട സാമൂഹികദൂഷ്യങ്ങൾ ഇല്ലാതാക്കി ഐശ്വര്യവും സമത്വവും നിറഞ്ഞ പുതിയൊരു ലോകം കെട്ടിപ്പടുക്കാനുള്ള പദ്ധതികൾ തയ്യാറാക്കിയിരുന്നു. " (മാർക്സിസം ഒരു പാഠപുസ്തകം- ഇ. എം. എസ്-പേജ്-8). 18-ാം നൂറ്റാണ്ടിന്റെ അവസാനത്തിലും 19-ാം നൂറ്റാണ്ടിന്റെ ആരംഭത്തിലുമായി യൂറോപ്പിൽ പ്രചാരം സിദ്ധിച്ച ഇത്തരം ആശയങ്ങളെ പൊതുവേ സാങ്കല്പിക സോഷ്യലിസമെന്നോ ഉട്ടോപ്പിയൻ സോഷ്യലിസം (നടപ്പാക്കാൻ കഴിയാത്ത എന്ന അർത്ഥത്തിലുള്ള) എന്നോ അറിയപ്പെട്ടിരുന്നു. പാശ്ചാത്യലോകത്താണ് ഇതിന്റെ വിത്തുകൾ ആദ്യം വിതയ്ക്കപ്പെട്ടത്. യൂറോപ്പിൽ സാമ്പത്തിക രംഗത്തും ശാസ്ത്രരംഗത്തും അതേത്തുടർന്ന് ദാർശനിക രംഗത്തുമുണ്ടായ ചലനങ്ങളാണ് ലോകമാകെയുണ്ടായ മാറ്റങ്ങൾക്കു നിദാനമാകുകയും കമ്യൂണിസം എന്ന ആശയത്തിന് മൂർത്തരൂപം നൽകാൻ സാഹചര്യമൊരുക്കുകയും ചെയ്തത്.

മഹാമാരിയും സാമൂഹിക മാറ്റവും

മതപ്രവാചകന്മാർ നല്ല മനുഷ്യനെ വളർത്തിയെടുക്കുന്നതിനുള്ള ഉദ്ബോധനങ്ങൾ നടത്തിയെങ്കിലും അവരുടെ പിന്മുറക്കാർ അന്ധവിശ്വാസങ്ങൾക്കും ചൂഷണത്തിനും അടിച്ചമർത്തലുകൾക്കും നേതൃത്വം നല്കി. സ്വാതന്ത്ര്യവാഞ്ഛയേയും സ്വതന്ത്രചിന്തയേയും വിലങ്ങുവച്ചു. ചരിത്രകാലഘട്ടത്തിലെ ആദ്യനൂറ്റാണ്ടുകളിൽ (പുരാതനകാലം) ഭാരതം, ചൈന, ഇറാൻ, ഗ്രീസ് തുടങ്ങിയ പ്രദേശങ്ങളിലെ ജനങ്ങളിൽ അറിവിന്റെ വിവിധ മേഖലകളിൽ വളർന്നുവന്ന ശാസ്ത്രീയമനോഭാവവും ധാർമ്മികബോധവും ചരിത്രപരമായ കാരണങ്ങളാൽ പിൽക്കാലത്ത് തമസ്കരിക്കപ്പെട്ടു. തുടർന്നുള്ള മധ്യകാലഘട്ടം (എ.ഡി 476-1453)സമൂഹത്തിൽ കാര്യമായ ചലനമുണ്ടാക്കാതെ കടന്നുപോയി. മതഗ്രന്ഥങ്ങളെ സങ്കുചിതമായി വ്യാഖ്യാനിക്കുകയും അത്തരം ആശയങ്ങൾക്കെതിരേയുള്ള ഏതൊരു ചിന്താഗതിയും പ്രവർത്തനവും മതവിരുദ്ധമെന്നും ദൈവനിന്ദയെന്നും മുദ്രയടിക്കുകയും അതിനു കാരണക്കാരായവരെ കൊടിയ പീഢനങ്ങൾക്കു വിധേയരാക്കുകയുമായിരുന്നു ഇരുണ്ടയുഗത്തിലെ മതമേധാവിത്വവും ഭരണകൂടങ്ങളും തുടർന്നു വന്ന നയം. മധ്യകാലഘട്ടംവരെ മതപരമായ അടിച്ചമർത്തലുകളിൽപ്പെട്ട് യൂറോപ്പിൽ സ്വതന്ത്രചിന്തയ്ക്കു വളർന്നു വരാൻ അവസരം ലഭിച്ചിരുന്നില്ല ചൂഷണാധിഷ്ഠിത സമ്പദ്‌വ്യവസ്ഥയും ഭരണകൂടവും അവയാൽ പോറ്റപ്പെടുന്ന പുരോഹിതന്മാരാൽ ദുർവ്യാഖ്യാനം ചെയ്യപ്പെട്ടതും നിയന്ത്രിതവുമായ മതങ്ങളുമായിരുന്നു അതിന് പ്രധാനമായും കാരണമായത്.

അടിച്ചമർത്തലിന്റേയും അന്ധവിശ്വാസങ്ങളുടേയും പാരതന്ത്ര്യത്തിന്റേയും ചൂഷണത്തിന്റേയും കാലമായിരുന്നു അത്. മധ്യകാലഘട്ടം ഇരുണ്ടയുഗം എന്നറിയപ്പെടാനുള്ള കാരണമിതാണ്. പതിന്നാലാം നൂറ്റാണ്ടിന്റെ പകുതിവരെ ഈ അവസ്ഥ തുടർന്നു. പ്രധാനമായും ക്രിസ്തുമതമാണ് യൂറോപ്പിൽ ഇരുണ്ട യുഗത്തിന് കാരണമായത്. വടക്കുനോക്കിയെന്ത്രം, വെടിമരുന്ന്, അച്ചടിയെന്ത്രം, കടലാസ് തുടങ്ങിയവയുടെ കണ്ടുപിടുത്തങ്ങൾ ഉൾപ്പെടെ നിരവധി കാരണങ്ങൾ നിലവിലെ പരിസ്ഥിതിക്ക് മാറ്റം വരുത്താനും നവോത്ഥാനത്തിലേക്ക് സമൂഹത്തെ നയിക്കാനും ഇടയാക്കി. കൂടാതെ 1453-ൽ തുർക്കികൾ കോൺസ്റ്റാന്റിനോപ്പിൾ കീഴടക്കിയത് അവിടത്തെ പണ്ഡിതരെ പലായനം ചെയ്യുന്നതിന് പ്രേരിപ്പിക്കുകയും അവർ കുടിയേറിയ നാട്ടുകളിൽ വിജ്ഞാനവ്യാപനത്തിന് വഴിതെളിക്കപ്പെട്ടുകയും ചെയ്തു. പ്രാചീന ഗ്രീസിലെ തത്ത്വചിന്തകളിൽ നിന്ന് ഊർജ്ജം ഉൾക്കൊണ്ടുകൊണ്ട് മധ്യകലഘട്ടത്തിൽ കിഴക്കൻ അറേബ്യയിലുണ്ടായ ശാസ്ത്രീയ ചിന്തകളും അവയുടെ സ്വാധീനത്താൽ യൂറോപ്പിലുമുണ്ടായ മാറ്റങ്ങളുമാണ് പിന്നീട് ലോകമാകെ വീശിയടിക്കപ്പെട്ട മാറ്റങ്ങൾക്ക് നിദാനമായത്. മധ്യകാലഘട്ടത്തിൽ യൂറോപ്പിലുണ്ടായ മഹാമാരികളും സ്വതന്ത്രചിന്തയും നവോത്ഥാനത്തിനും വഴിയൊരുക്കുന്നതിന് ഉത്തേജകമായിട്ടുള്ളതായി സാമൂഹികശാസ്ത്രജ്ഞന്മാർ ചൂണ്ടിക്കാട്ടുന്നു. മരണം വിതച്ചുകൊണ്ട് താണ്ഡവമാടിയ പ്ലേഗ്, വസൂരി തുടങ്ങിയ പകർച്ചവ്യാധികൾ ജനങ്ങളിൽ വല്ലാത്ത അരക്ഷിതാവസ്ഥയുണ്ടാക്കുകയും മാമൂലുകൾക്കപ്പുറം ചിന്തിക്കാൻ മനുഷ്യനെ പ്രേരിപ്പിക്കുകയും ചെയ്തു. ശാസ്ത്രീയ കണ്ടുപിടുത്തങ്ങളുടെ യുഗത്തിലേക്ക് മനുഷ്യനെ ആനയിച്ചത് ഇത്തരം ചിന്താവിപ്ലവങ്ങളാണ്.

ശാസ്ത്രീയചിന്തയും മനുഷ്യപുരോഗതിയും

കടലാസ്, മഷി എന്നിവയുടെ നിർമ്മാണം സംബന്ധിച്ച പ്രാഥമിക അറിവ് ചൈനയിൽനിന്നും അറബികൾവഴി 11-ാം നൂറ്റാണ്ടോടുകൂടി യൂറോപ്പിലെത്തിയിരുന്നു. 1450'കളിൽ ജോനാസ് ഗുട്ടൻബർഗ് നവീനരീതിയിലുള്ള അച്ചടിയന്ത്രം കണ്ടുപിടിച്ചു. അച്ചടി, ആധുനികരീതിയിലുള്ള കടലാസിന്റെ കണ്ടുപിടുത്തം എന്നിവ ആശയങ്ങളേയും സ്വതന്ത്രചിന്തയേയും വളർത്തുകയും പ്രചരിപ്പിക്കുകയും ചെയ്തു. ആശയരംഗത്ത് അവ വിപ്ലവകരമായ കുതിച്ചുചാട്ടത്തിന് നാന്ദികുറിച്ചു. രാഷ്ട്രീയവും മതപരവുമായ അടിച്ചമർത്തലുകളെ വെല്ലുവിളിച്ചുകൊണ്ട് സ്വതന്ത്രചിന്തയും കണ്ടുപിടിത്തങ്ങളും വളർന്നു മാർട്ടിൻ ലൂഥർ (1483-1546), ജോൺ കാൽവിൻ (1509-1564) തുടങ്ങിയവരുടെ നേതൃത്വത്തിൽ നടന്ന മതനവീകരണ പ്രവർത്തനങ്ങളും പാരമ്പര്യ-പൗരോഹിത്യ യാഥാസ്ഥികതയെ ചോദ്യം ചെയ്യുന്നവയായിരുന്നു.

യൂറോപ്പിൽ നവോത്ഥാനത്തിന്റെ വിത്തുകൾ വിതയ്ക്കപ്പെട്ടു. ഇതിനു കാരണമായ വസ്തുതകളെന്തെല്ലാമെന്ന് എംഗൽസ് 'പ്രകൃതിയുടെ വൈരുദ്ധ്യാത്മകത' എന്ന തന്റെ ഗ്രന്ഥത്തിന്റെ മുഖവുരയിൽ വിശദമായി പ്രതിപാദിക്കുന്നുണ്ട്. ജീവിതത്തിന്റെ സമസ്ത മേഖലകളിലും അതികായന്മാർ സൃഷ്ടിക്കപ്പെട്ടതായി അദ്ദേഹം വിവരിക്കുന്നു. സാഹിത്യരംഗത്ത് ദാന്തേയും (1265-1321- ഡിവൈൻ കോമഡി)നവോത്ഥാനത്തിന്റെ പിതാവെന്നറിയപ്പെടുന്ന പെട്രാർക്കും (1304-1374) ബക്കാച്ചിയോയും (1313-1375 ദെക്കാമറൺ

കഥകൾ) സെർവാന്റസും (1547-1616 ഡോൺ ക്വിക്സോട്ട്) ഇതിലേക്കവേണ്ട പശ്ചാത്തലമൊരുക്കി. വില്യം ഷേക്സ്പിയർ(നിരവധി കൃതികൾ), മാക്യവല്ലി (The Prince)സർ തോമസ് മൂർ (Utopia), ജോൺ മിൽട്ടൻ (Paradise Lost)എന്നിവരുടെ കൃതികൾ ജനങ്ങളുടെ ചിന്താമണ്ഡലത്തെ ഉദ്ദീപിപ്പിച്ചു. ലിയോനാർഡോ ഡാവിഞ്ചിയും (The Last supper, Mona Lisa)മൈക്കേൽ എൺജലോവും(Pieta in Rome, Sistine Chapal Ceiling at Vatican) മറ്റും ചിത്രകലാ-കൊത്തുപണി രംഗങ്ങളിൽ ഇക്കാലത്തെ മാറ്റം തെളിച്ച കലാകാരന്മാരാണ്. ഖഗോളശാസ്ത്രരംഗത്ത് മതവിശ്വാസങ്ങളെ പ്രതിരോധിച്ചുകൊണ്ട് നിരവധി കണ്ടുപിടുത്തങ്ങൾക്ക് സാക്ഷ്യം വഹിച്ചു. ദൂരദർശിനിയുടെ കണ്ടുപിടുത്തമായിരുന്ന ഇതിലേക്ക് വഴിതെളിച്ചത്. പോളിഷ് പാതിരിയായിരുന്ന നിക്കോളസ് കോപ്പർനിക്കസ്(1473-1543) 1514-ൽ പ്രപഞ്ചത്തെക്കുറിച്ചുള്ള സൂര്യകേന്ദ്രസിദ്ധാന്തം അവതരിപ്പിച്ചു. ഭൂമിയെ സൂര്യനും ഗ്രഹങ്ങളും ചുറ്റുന്ന എന്ന ടോളമിയുടെ 1400 വർഷം പഴക്കമുള്ള സിദ്ധാന്തത്തെ തിരുത്തുകയും സൂര്യനാണ് സൗരയൂഥത്തിന്റെ കേന്ദ്രമെന്നും ഭൂമിയും മറ്റ് ഗ്രഹങ്ങളും സൂര്യനെയാണ് ചുറ്റുന്നതെന്നും അതോടൊപ്പം ഭൂമി സ്വന്തം അച്ചുതണ്ടിൽ സ്വയം ഭ്രമണംചെയ്യുന്നുവെന്നുമുള്ള ഏറ്റവും ശാസ്ത്രീയതത്വമായിരുന്ന അത്.

അദ്ദേഹത്തിന്റെ 'ഖഗോളങ്ങളുടെ പരിക്രമണത്തെപ്പറ്റി' എന്ന കൃതിയാണ് പ്രകൃതിശാസ്ത്രത്തെ മതതത്വശാസ്ത്രത്തിൽ നിന്നും വേർപെടുത്തിയതെന്ന് എംഗൽസ് ചൂണ്ടിക്കാട്ടുന്നു ('പ്രകൃതിയുടെ വൈരുദ്ധ്യാത്മകത'യുടെ മുഖവുര). മാത്രമല്ല, മാർപ്പാപ്പയുടെ കല്പന കത്തിച്ചുകളയുകയെന്ന ലൂതറുടെ പ്രവൃത്തിയോളം വിപ്ലവകരമായിരുന്ന ഈ കൃതിയുടെ പ്രസിദ്ധീകരണമെന്നും എംഗൽസ് അഭിപ്രായപ്പെടുന്നു. ജോന്നാസ് കെപ്ലർ (1571-1630) ഈ ആശയത്തെ വിപുലമാക്കി. സൂര്യൻ ഭൂമിയെയല്ല, മറിച്ച് ഭൂമിയും മറ്റ് ഗ്രഹങ്ങളും സൂര്യനെ ദീർഘവൃത്താകൃതിയിലാണ് ചുറ്റുന്നതെന്നും നക്ഷത്രങ്ങൾ സൂര്യന്മാരാണെന്നും അവക്കുചുറ്റും ഭൂമിയെപ്പോലുള്ള ഗ്രഹങ്ങൾ ചുറ്റുന്നുണ്ടെന്നും പ്രചരിപ്പിച്ചതിന് ലിയോർദാനോ ബ്രൂണോ (1548-1600)യെ മതദ്രോഹവിചാരണനടത്തി പുരോഹിതവർഗ്ഗം ജീവനോടെ ചുട്ടുകൊന്നു. 1609-ൽ ഗലീലിയോ (1564-1642) ദൂരദർശിനി വികസിപ്പിച്ചെടുത്തതോടെ സൂര്യകേന്ദ്രസിദ്ധാന്തത്തിന് സ്വീകാര്യത ലഭിച്ചു. ഗ്രഹങ്ങൾ ദീർഘവൃത്തപഥത്തിലൂടെയാണ് സൂര്യനെ ചുറ്റുന്നതെന്ന് അദ്ദേഹം സ്ഥാപിച്ചു. പുരോഹിതവർഗ്ഗം അദ്ദേഹത്തേയും വിചാരണചെയ്ത് പീഡിപ്പിച്ചു. ഐസക് ന്യൂട്ടന്റെ (1642-1727) ഗുരുത്വാകർഷണസിദ്ധാന്തം ഭൗതികശാസ്ത്രരംഗത്തെ നാഴികക്കല്ലായിരുന്നു.

പ്രപഞ്ചത്തിലെ ഏതുരണ്ടുവസ്തുക്കളും തമ്മിൽ പരസ്പരം ആകർഷിക്കുന്നതായി അദ്ദേഹം സിദ്ധാന്തിച്ചു. ന്യൂട്ടോണിയൻ ചലനനിയമങ്ങളും സിദ്ധാന്തങ്ങളും ഭൗതികശാസ്ത്രരംഗത്ത് ഒരു പുതുയുഗത്തിന് നാന്ദികുറിക്കുന്നതിന് കാരണമായി.

ഫ്രാൻസിസ് ബേക്കൻ (1561-1626) ബ്രിട്ടീഷ് ഭൗതികവാദത്തിനും ആധുനിക ശാസ്ത്രീയ പരീക്ഷണങ്ങൾക്കും മാർഗ്ഗദർശകനായി. അദ്ദേഹമവതരിപ്പിച്ച Method of Induction എന്ന രീതിശാസ്ത്രമാണ് ശാസ്ത്രീയരീതിയുടെ പ്രാരംഭമായി പരിഗണിക്കപ്പെടുന്നത്. ഇന്ദ്രിയങ്ങൾ വഴി ലഭിക്കുന്ന വിവരങ്ങളെ ആഗമനം അപഗ്രഥനം, തുലനം, നിരീക്ഷണം, പരീക്ഷണം എന്നിവയിലൂടെ യുക്തിസഹമായി പരിശോധിക്കുന്നതിലൂടെയാണ് ശാസ്ത്രീയമായ അറിവ് ലഭിക്കുന്നതെന്ന് ഈ രീതിശസ്ത്രം നിഷ്കർഷിക്കുന്നു. ബേക്കൻ ആവിഷ്കരിച്ച ശാസ്ത്രീയ രീതി പ്രായോഗികതലങ്ങളിലും വികസിക്കുകയും അത് പുതിയ ശാസ്ത്രീയോപകരണങ്ങളുടെ കണ്ടുപിടുത്തങ്ങൾക്ക് കാരണമാകുകയും ചെയ്തു. ഇക്കാലത്ത് മൈക്രോസ്കോപ്പ് കണ്ടുപിടിക്കപ്പെട്ടത് ജീവശാസ്ത്രം, രസസന്ത്രം എന്നീ ശാസ്ത്രമേഖലകളിലും വ്യാപകമായ പുതിയകണ്ടെത്തലുകൾക്ക് സഹായകമായി. രസതന്ത്രത്തിൽ അദ്ഭുതപൂർവ്വമായ കണ്ടെത്തലുകളുണ്ടായി. അനേകം പുതിയമൂലകങ്ങളെ കണ്ടെത്തി. മൂലകങ്ങൾ തമ്മിലുള്ള പ്രതിപ്രവർത്തനങ്ങളെ കൂടുതലായി മനസ്സിലാക്കി. അണുഘടനയെസംബന്ധിച്ച് കൂടുതൽ അവബോധം ഉണ്ടായി. 1855-ൽ ഹെന്റി ബസിമർ വ്യാവസായി കാടിസ്ഥാനത്തിൽ ഉരുക്ക് നിർമ്മിക്കാനുള്ള സാങ്കേതികവിദ്യ സ്വായത്തമാക്കി. ഇത് വ്യവസായവികസനത്തെ ത്വരിതപ്പെടുത്തി.

പെൻഡുലം ക്ലോക്ക് (ക്രിസ്ത്യൻ ഹ്യൂജൻസ്) മറ്റൊരു പ്രധാന കണ്ടുപിടുത്തമായിരുന്നു. കൽക്കരിയുടെ ഉപയോഗം സാർവത്രികമായത് ആവിയന്ത്രത്തിന്റെ ഉപയോഗത്തിന് നാന്ദി കുറിച്ചു. ആവിയന്ത്രം, ക്രൂഡ് ഓയിൽ ഉപയോഗിച്ചുള്ള യന്തങ്ങൾ, ഉത്പാദനക്ഷമതയുള്ള നെയ്ത്ത് യന്ത്രങ്ങൾ ഉൾപ്പെടെയുള്ള ആധുനിക യന്ത്രസംവിധാനങ്ങളുടെ പരമ്പരതന്നെ കണ്ടുപിടിക്കപ്പെട്ടു. ഇവ പുതിയൊരു സമ്പദ്വ്യവസ്ഥക്ക് നാന്ദികുറിച്ചു. റെയിൽവേ, മോട്ടോർ വാഹനങ്ങൾ തുടങ്ങിയവയുടെ കണ്ടുപിടുത്തങ്ങൾ ജനസമൂഹങ്ങൾ തമ്മിലുള്ള ദൂരപരിധി കുറക്കുന്നതിനും വിവിധസംസ്കാരങ്ങൾ തമ്മിലുള്ള ആശയവിനിമയം സുഗമമാക്കുന്നതിനും ഉല്പാദന-ഉപഭോക്തൃ വസ്തുക്കളുടെ സുഗമമായ നീക്കത്തിനും കാരണമായി. സ്റ്റാമ്പിന്റെ (Rowland Hill 1837) സഹായത്തോടെയുള്ള തപാലിന്റെ ആധുനികരീതിയിലുള്ള

ഉപയോഗം, ഇലക്ട്രിക് ടെലഗ്രാഫിന്റെ കണ്ടുപിടുത്തം തുടങ്ങിയവ ആശയവിനിമയ രംഗത്തെ നാഴികക്കല്ലുകളായിരുന്നു. 1876-ൽ അലക്സാണ്ടർ ഗ്രഹാംബൽ ടെലഫോൺ കണ്ടുപിടിച്ചു. വൈദ്യുതിയുടെ കണ്ടുപിടുത്തത്തെത്തുടർന്ന് വൈദ്യുതോപകരണങ്ങളുടെ പരമ്പരതന്നെ കണ്ടുപിടിക്കപ്പെടുകയും അത് ഇന്നും തുടരുകയും ചെയ്യുന്നു. മനുഷ്യജീവിതത്തെയാകെ മാറ്റിമറിക്കുന്നതായിരുന്നു അത്. ഇവയെല്ലാം അതുവരെ നിശ്ചലവും ഇരുണ്ടതുമായിരുന്ന സാമൂഹികജീവിതത്തിൽ ചലനങ്ങൾക്കും വെളിച്ചം പരക്കുന്നതിനും ഇടയാക്കി. ഇത് എല്ലാ രംഗത്തും വമ്പിച്ച മാറ്റത്തിനുകാരണമായി. ഊർജ്ജസംരക്ഷണനിയമത്തിന്റെ ആവിഷ്കാരവും ഊർജ്ജത്തെ പരിവർത്തനപ്പെടുത്താനുള്ള സാങ്കേതികവിദ്യ സ്വായത്തമാക്കിയതും യന്ത്രോപകരണങ്ങളുടെ കണ്ടുപിടുത്തത്തിന് വഴിതെളിക്കപ്പെട്ടു. മനുഷ്യന് നിത്യജീവിതം പുഷ്ടിപ്പെടുത്തുന്നതിനുപകരിക്കുന്ന അനവധി ഉപകരണങ്ങളുടേയും ഉല്പന്നങ്ങളുടേയും കണ്ടുപിടുത്തം വ്യവസായ വിപ്ലവത്തിലേക്ക് സമൂഹത്തെ നയിച്ചു.

വിജയകരമായ നിരവധി പര്യവേക്ഷണങ്ങളുടെ കാലമായിരുന്നു ഇത്. 1096-ൽ ആരംഭിച്ച കുരിശുയുദ്ധങ്ങൾ യൂറോപ്യന്മാരുടെ ഭൂമിശാസ്ത്രവിജ്ഞാനം വർദ്ധിപ്പിക്കാൻ കാരണമാകുകയും ബഹുമുഖ ത്വരിതപരിവർത്തനത്തിന് വഴിതെളിക്കുകയുമുണ്ടായി. 1453-ൽ ഓട്ടോമൻതുർക്കികൾ കോൺസ്റ്റാന്റിനോപ്പിൾ കീഴടക്കിയത് കിഴക്കുനിന്ന് മധ്യപൗരസ്ത്യ ദേശത്തുകൂടി യൂറോപ്പുമായുണ്ടായിരുന്ന കച്ചവടത്തിന് വിഘാതം നേരിട്ടു. ഇത് പുതിയ മാർഗ്ഗം കണ്ടുപിടിക്കാൻ യൂറോപ്യന്മാരെ പ്രേരിപ്പിച്ചു. വടക്കുനോക്കിയന്ത്രത്തിന്റെകണ്ടുപിടുത്തവും ആസ്ട്രോലാബിന്റെ വ്യാപകമായ ഉപയോഗവുമാണ് പ്രധാനമായും പര്യവേഷണങ്ങളെ സഹായിച്ചത്. വെനീസുകാരനായ മാർക്കോപ്പോളോയുടെ (1254-1324) സഞ്ചാരങ്ങളാണ് പിൽക്കാല പര്യവേഷകർക്ക് ഉത്തേജകമായത്. ബാർത്തലോമോ ഡയസ് 1488-ൽ ഗുഡ്ഹോപ്പ്മുനമ്പ്ചുറ്റിയതും അമരിഗോവെസ്പൂച്ചി, ക്രിസ്റ്റഫർകൊളമ്പസ്, മെഗല്ലൻ, വാസ് കോ ഡീ ഗാമ തുടങ്ങിയവരുടെ പര്യവേഷണങ്ങളും പുതിയ വൻകരകളുടേയും സുരക്ഷിതമായ നാവികമാർഗ്ഗങ്ങളുടേയും കണ്ടെത്തലിനും ലോകത്തെ കൂടുതൽ വിശാലമാക്കുന്നതിനും സഹായിച്ചു. കച്ചവടതാത്പര്യം മാത്രമായിരുന്നില്ല, ക്രിസ്തുമതപ്രചാരണവും സാമ്രാജ്യത്വമോഹവും പര്യവേഷണങ്ങൾക്ക് പിന്നിലെ പ്രേരണകളായിരുന്നു. അമേരിക്കയുടെ കണ്ടുപിടുത്തം അവിടെ ഖനികളും തോട്ടങ്ങളും സ്ഥാപിക്കാൻ

യൂറോപ്യന്മാരെ സഹായിച്ചു. ആഫ്രിക്കയിൽ നിന്നും നീഗ്രോകളെ പിടിച്ചുകൊണ്ടുവന്ന് അടിമകളാക്കാൻ ഇത് കാരണമായി . ഇത്തരം പര്യവേഷണങ്ങൾ പുത്തൻ വാണിജ്യമാർഗ്ഗങ്ങളുടേയും പ്രകൃതിവിഭവങ്ങളാൽ സമൃദ്ധമായ ഭൂപ്രദേശങ്ങളുടേയും കണ്ടുപിടുത്തത്തിനും തത്ഫലമായി വാണിജ്യം അഭൂത പൂർവ്വമായതോതിൽ വികസിക്കുന്നതിനും വ്യവസായവിപ്ലവത്തിനും വഴിതെളിച്ചു. അസംസ്കൃത വസ്തുക്കളുടെ ലഭ്യതയും ഉല്പന്നങ്ങൾക്കാവശ്യമായ കമ്പോളങ്ങളും സുലഭമായി ലഭിക്കാനായതും സമാന്തരമായുണ്ടായ സാങ്കേതികരംഗത്തെ കണ്ടുപിടുത്തങ്ങളും മുതലാളിത്തത്തിന്റെ ആവിർഭാവത്തിന് കാരണമായി. ചൈനക്കാർ കണ്ടുപിടിച്ച വെടിമരുന്നു കൊണ്ടുള്ള ആയുധനിർമ്മാണം യൂറോപ്പിൽ ഇക്കാലത്ത് വ്യാപകമായത് ഒരുവശത്ത് പുതുതായി കണ്ടുപിടിക്കപ്പെട്ട പ്രദേശങ്ങളിലെ തദ്ദേശീയരെ അടിച്ചമർത്തി അവരുടെമേൽ ആധിപത്യം സ്ഥാപിക്കുന്നതിന് സാമ്രാജ്യത്വ രാജ്യങ്ങളെ സഹായിച്ചു. അതേസമയം മറുവശത്ത് അടിച്ചമർത്തലുകൾക്കെതിരേ പോരാടുന്നതിന് വിപ്ലവകാരികൾക്ക് നല്ലൊരായുധമായി വെടിമരുന്ന് മാറി. മുൻ കാലങ്ങളെപ്പോലെ മൃഗീയമായ അടിച്ചമർത്തലുകൾ നടത്തുന്നതിൽ നിന്നും ഭരണാധികാരികളെ പിന്തിരിപ്പിക്കാനും ഭയപ്പെടുത്താനും നേരിടാനും വെടിമരുന്നുകൊണ്ടുള്ള ആയുധനിർമ്മാണങ്ങൾ പ്രതിഷേധക്കാരെ സഹായിച്ചു.

ഈ കാലഘട്ടത്തിൽ ശാസ്ത്രരംഗത്തും സാങ്കേതികരംഗത്തും വന്ന വിപ്ലവകരമായ മാറ്റങ്ങൾ താരതമ്യപ്പെടുത്തുമ്പോൾ അതിനു മുമ്പ് ചരിത്രത്തിലാകെ ഉണ്ടായ മാറ്റങ്ങൾ നിസ്സാരമായി തോന്നും. അടിസ്ഥാനശാസ്ത്രത്തിലെ മുന്നേറ്റങ്ങൾ കൊണ്ടുണ്ടായ സാങ്കേതികതയിലെ പുരോഗതിയാണ് ഈ മാറ്റങ്ങൾക്കു കാരണം.

ജ്ഞാനവിപ്ലവവും മാനവരാശിയും

ഇതോടൊപ്പം ദാർശനികരംഗത്തും പുത്തനാശയങ്ങളുടെ ശോണശോഭ പരക്കുന്നതിന് പശ്ചാത്തലമൊരുങ്ങി. വിവിധ മേഖലകളിൽ മതപരമായുണ്ടായിരുന്ന പരമ്പരാഗത വിശ്വാസങ്ങളെ ചോദ്യം ചെയ്യുന്നവയായിരുന്നു അവയെല്ലാം. ഭൂമിയും സൗരയൂഥവുമെല്ലാം കാലാന്തരത്തിൽ ആവിർഭവിച്ചവയാണെന്ന പുതിയ സിദ്ധാന്തങ്ങൾ പ്രപഞ്ചം സൃഷ്ടിക്കപ്പെട്ടതാണെന്ന ലോകവീക്ഷണത്തെ ചോദ്യം ചെയ്തു. വെളിപാടുകളാണ് അറിവിന്റെ ഉറവിടമെന്ന വിശ്വാസത്തിന് വിരുദ്ധമായി പുതിയ ആശയങ്ങൾ രൂപപ്പെട്ടു. ഫ്രാൻസിസ് ബേക്കൻ പഞ്ചേന്ദ്രിയങ്ങളാണ് എല്ലാ അറിവിനും ഉറവിടമെന്നും അതിലൂടെ ലഭിക്കുന്ന വിവരങ്ങളെ യുക്തിപരമായി പരിശോധിശോധിക്കുന്നതിലൂടെ ലഭിക്കുന്നതുമാത്രമാണ് ശരിയായ അറിവെന്നും പ്രഖ്യാപിച്ചു.

ആധുനികതത്വചിന്തയുടെ പിതാവെന്നറിയപ്പെടുന്ന റെനെ ഡെസ്കാർട്ടസ് (Rene Descartse 1596-1650)തത്ത്വചിന്ത, ഗണിതശാസ്ത്രം, ആധുനിക ഭൗതികവാദത്തിന്റെ പ്രാരംഭമായ യാന്ത്രിക ഭൗതികവാദം തുടങ്ങിയ മേഖലകളിൽ മാർഗ്ഗദർശകമായ സംഭാവനകൾ നല്കി. അറിവ് നേടുന്നതിന് അദ്ദേഹം ആവിഷ്കരിച്ച Cartesian method അറിവിന്റെ വ്യക്തതക്കുവേണ്ടി സംശയത്തിന് പ്രാധാന്യം നൽകുകയും യുക്തി, ചിന്ത തുടങ്ങിയ മാർഗ്ഗങ്ങൾ സ്വീകരിക്കേണ്ടതാണെന്ന് നിഷ്കർഷിക്കുകയും ചെയ്തു. 'ഞാൻ ചിന്തിക്കുന്നു. അതിനാൽ ഞാനുണ്ട്'' എന്ന് പ്രഖ്യാപിച്ച അദ്ദേഹം പക്ഷെ,

നിരീശ്വരവാദിയായിരുന്നില്ല. സ്പിനോസ തുടങ്ങിയ ചിന്തകർ യുക്തിക്ക് പ്രാമുഖ്യം നൽകിയവരായിരുന്നു. അറിവ് നേടുന്നതിന് ഇന്ദ്രിയങ്ങൾ വഴിയുള്ള അനുഭവത്തിന്റെ പ്രാധാന്യത്തെ ഉയർത്തിക്കാട്ടിയ ചിന്തകനായിരുന്ന ജോൺ ലോക്ക്(1632-1704). "ലോക്ക് സാമാന്യബുദ്ധിയുടെ തത്വശാസ്ത്രത്തിന് അടിത്തറയിട്ടു. അതായത് ആരോഗ്യകരങ്ങളായ മനുഷ്യാവബോധങ്ങൾക്കും അവയിൽ അധിഷ്ഠിതമായ യുക്തിക്കും നിരക്കാത്ത ഒരു തത്വശാസ്ത്രം ഉണ്ടാകുക സാധ്യമല്ലെന്ന് അദ്ദേഹം പരോക്ഷമായി പ്രസ്ഥാവിച്ച്" (വിശുദ്ധ കുടുംബം). തുടർന്ന് ജർമ്മൻ തത്വചിന്തകനായ ജോർജ്ജ് വില്യം ഫ്രഡറിക് ഹെഗൽ, ലുദ്വിംഗ് ഫോയർബാഹ് തുടങ്ങിയവരുടെ ദർശനങ്ങൾ പ്രചുരപ്രചാരം നേടുകയും അക്കാലത്തെ യുവചിന്തകരെ പ്രചോദിപ്പിക്കുകയും ചെയ്തു. പ്രപഞ്ചത്തെ പുതിയ വീക്ഷണകോണിലൂടെ വ്യാഖ്യാനിക്കുന്നതിന് ഇവ വഴിതെളിച്ചു വൈരുദ്ധ്യാത്മ ഭൗതികവാദം വികസിപ്പിക്കുന്നതിന് മാർക്സിന് ഹെഗലിന്റേയും ഫോയർബാഹിന്റേയും ദർശനങ്ങൽ വഴികാട്ടിയായി. ധനശാസ്ത്ര രംഗത്ത് ആഡം സ്മിത്തിന്റേയും ഡേവിഡ് റിക്കാർഡോയുടേയും മറ്റും സിദ്ധാന്തങ്ങൾ ആധുനിക സമ്പദ്‌വ്യവസ്ഥയെ വിശകലനം ചെയ്യുന്നതിന് സഹായിച്ചു. ജീവശാസ്ത്രരംഗത്ത് ഡാർവിന്റെ പരിണാമസിദ്ധാന്തം ജീവജാലങ്ങളുടെ സൃഷ്ടിവാദത്തെ ചോദ്യം ചെയ്തു. മെൻഡലിന്റെ ജനിതക സിദ്ധാന്തം ജീവികളുടെ സ്വഭാവഗുണങ്ങൾ പാരമ്പര്യമായി കൈമാറുന്നതുസംബന്ധിച്ച് ശാസ്ത്രീയമായ പുതിയ അറിവു നൽകി. മോർഗന്റെ തത്വങ്ങൾ മനുഷ്യന്റെ ബൗദ്ധിക വികാസത്തേയും മനുഷ്യസമൂഹത്തിന്റെ സാംസ്കാരിക വളർച്ചയെയും ശാസ്ത്രീയമായി അപഗ്രഥിച്ചു.

പുതിയ ഉല്പാദനോപാധികൾ കണ്ടുപിടിക്കപ്പെടുകയും കാർഷികേതരവൃത്തിയിൽ കൂടുതലാളുകൾ ഇടപെടാൻ തുടങ്ങുകയും പുതിയ ഉല്പന്നങ്ങൾ വൻതോതിൽ ഉണ്ടാക്കുകയും ചെയ്തു. തത്ഫലമായുണ്ടായ വ്യവസായവിപ്ലവത്തിന്റെ ആരംഭം സാമൂഹിക ജീവിതമാകെ മാറ്റിമറിച്ചു. ഫ്യൂഡലിസം മുതലാളിത്തത്തിന് വഴിമാറിക്കൊടുത്തു. സാങ്കേതികരംഗം, വ്യാവസായിക രംഗം, മുതലാളിത്തം എന്നിവ പരസ്പരപൂരകമായി വളരുന്നതിന് സഹായിച്ചു. സാങ്കേതികതയിലുണ്ടായ വളർച്ച പുതിയ രാഷ്ട്രീയ-സാമ്പത്തിക ബന്ധങ്ങൾക്കും സിദ്ധാന്തങ്ങൾക്കും കാരണമായി. വോൾട്ടയർ, മൊസ്ക്യൂ, റൂസ്സോ തുടങ്ങിയ ഫ്രഞ്ച് ജ്ഞാനോദയചിന്തകന്മാരുടെ ആശയങ്ങളും (മനുഷ്യന് സ്വാഭാവികമായിത്തന്നെ യുക്തിപരമായി ചിന്തിക്കാനും

വിശകലനം ചെയ്യാനും നിഗമനം ചെയ്യാനുമുള്ള ശക്തിയുണ്ടെന്നും ആ കഴിവുകളെ മൂർത്തമാക്കുകയാണ് പ്രധാനമെന്നുമുള്ള വാദം. യുക്തിക്കും ശാസ്ത്രബോധത്തിനും സത്യത്തിനും നീതിക്കും അവർ പ്രാധാന്യം നൽകി) അമേരിക്കൻ സ്വാതന്ത്ര്യ സമരാശയങ്ങളും വ്യാപകമായി പ്രചരിപ്പിക്കപ്പെട്ടു. സ്വാതന്ത്ര്യം, സമത്വം, സാഹോദര്യം എന്നീ ഫ്രഞ്ച് വിപ്ലവ മുദ്രാവാക്യങ്ങൾ ജനങ്ങളെ ആകർഷിച്ചു. 'മനുഷ്യൻ അടിസ്ഥാനപരമായി നല്ലവനാണ്, എന്നാൽ തെറ്റായ സാമൂഹികക്രമമാണ് അവനെ തെറ്റായരീതിയിൽ രൂപപ്പെടുത്തുന്നത്', 'മനുഷ്യൻ സ്വതന്ത്രനായി ജനിക്കുന്നു, പക്ഷേ എല്ലായിടത്തും അവൻ ചങ്ങലയ്ക്കുള്ളിലാണ്' എന്നീ മഹദ്വചനങ്ങൾ പ്രചരിക്കപ്പെട്ടത് അനീതിക്കെതിരായ പടവാളായി, ദുരിതങ്ങൾക്കും കീഴ്പ്പെടുത്തലുകൾക്കും അടിച്ചമർത്തലുകൾക്കും ചൂഷണത്തിനുമെതിരെയുള്ള ആയുധങ്ങളായി മാറി. ജനാധിപത്യ ബോധവും പൗരബോധവും ഇംഗ്ലണ്ടിലും മറ്റു യൂറോപ്യൻ രാജ്യങ്ങളിലും പടിപടിയായി വളർന്നുവന്നു. രാജാധിപത്യത്തിനും സ്വേച്ഛാധിപത്യത്തിനുമെതിരേയുള്ള ആശയങ്ങൾ വ്യാപകമായി. ജനതാത്പര്യം സംരക്ഷിക്കാത്ത ഭരണകൂടത്തെ മാറ്റി പ്രതിഷ്ഠിക്കാമെന്ന ആശയം ജനകീയസമരങ്ങൾക്ക് ശക്തിപകർന്നു. രാജാവിന്റെ ദൈവദത്തമായ അധികാരങ്ങൾ ചോദ്യം ചെയ്യപ്പെട്ടു. രാജാധിപത്യവും സ്വേച്ഛാധിപത്യവും പല രാജ്യങ്ങളിലും തകർത്തെറിയപ്പെട്ടു.

സ്വാതന്ത്ര്യത്തിനും ജനാധിപത്യത്തിനും വേണ്ടിയുള്ള സമരങ്ങൾ പല രാജ്യങ്ങളിലും വിജയം കണ്ടു. എന്നാൽ ഇവയുടെയെല്ലാം ഗുണഭോക്താക്കൾ പുത്തൻ മുതലാളിത്തമായിരുന്നു. മുതലാളിമാരുടെ തത്പര്യങ്ങൾ സംരക്ഷിക്കപ്പെടുന്ന ബൂർഷ്വാ ജനാധിപത്യം സ്ഥാപിക്കുന്നതിലേക്കാണ് ഇവ വഴിതെളിക്കപ്പെട്ടത്. ജനങ്ങളുടെ മേലുള്ള ചൂഷണം വേറൊരുവിധത്തിൽ ആവർത്തിക്കപ്പെട്ടു. തൊഴിലാളികളുടെ ജീവിതദുരിതത്തെ വർദ്ധിപ്പിക്കാനാണ് ഇവ സഹായിച്ചത്. ഒരു വശത്ത് ഉല്പാദനവും ജീവിതസൗകര്യങ്ങളും വർദ്ധിച്ചതോടൊപ്പം മറുവശത്ത് സാമാന്യജനത പരമ്പരാഗതജീവിതോപാധികളായിരുന്ന കാർഷിക-കൈത്തൊഴിൽ മേഖലകളിൽനിന്നും പറിച്ചെറിയപ്പെടുകയും പുതിയ സങ്കേതത്തിലെ ആശ്രിതന്മാരായി മാറ്റപ്പെടുകയും ചെയ്തു. മുമ്പ് ഉണ്ടായിരുന്ന ദുരിതങ്ങൾ മറ്റൊരു വിധത്തിൽ ആവർത്തിക്കപ്പെട്ടു. മാർക്സിന്റെ ഭാഷയിൽ 'അദ്ധ്വാനശക്തി മാത്രം കൈമുതലുള്ള' ഇവർ തൊഴിലാളി വർഗ്ഗം എന്ന് അറിയപ്പെട്ടു. ദിവസത്തിന്റെ ഏറിയ സമയവും അദ്ധ്വാനിക്കേണ്ടിവന്ന അവരുടെ കഷ്ടതകൾ

വർണ്ണനാതീതമായിരുന്നു. ജീവിതസൗകര്യങ്ങളിൽ നിന്നെല്ലാം അകറ്റപ്പെട്ടിരുന്ന തൊഴിലാളികൾക്ക് താമസസൗകര്യങ്ങളോ ശരിയായ നിലയിൽ ഭക്ഷണം ലഭിക്കുന്നതിനുള്ള വരുമാനമോ സന്താനങ്ങളെ പരിപാലിക്കുന്നതിനുള്ള അവസരമോ ലഭ്യമല്ലായിരുന്നു. കരളലിയിക്കുന്ന ഈ അവസ്ഥക്കെതിരേ മനുഷ്യസ്നേഹികളായ ചിന്തകരെയും പൊതുപ്രവർത്തകരെയും പലവിധത്തിൽ പ്രതികരിക്കുന്നതിന് നിർബന്ധിതരാക്കി. പല യൂറോപ്യൻ രാജ്യങ്ങളിലും സാമാന്യജനതയുടെ കഷ്ടതകൾക്കെതിരായ ആശയങ്ങളും സമത്വത്തിനുവേണ്ടിയുള്ള വിപ്ലവങ്ങളും പൊട്ടിപ്പുറപ്പെട്ടു. ഇവയുടെയെല്ലാം ആകെത്തുകയാണ് മുമ്പ് സൂചിപ്പിച്ച സാങ്കല്പിക സോഷ്യലിസ്റ്റാശങ്ങളുടെ ആവിർഭാവത്തിനും പ്രചാരണത്തിനും ഇടയാക്കിയത്. സാമൂഹികശാസ്ത്രരംഗത്തും ശാസ്ത്രരംഗങ്ങളിലുമുണ്ടായ വളർച്ചയും ഉല്പാദനബന്ധങ്ങളിലുണ്ടായ മാറ്റങ്ങളും തത്ഫലമായി ചൂഷിതർ നേരിടേണ്ടിവന്ന കടുത്ത ചൂഷണവും അടിച്ചമർത്തലുകളും സാമൂഹികാസമത്വങ്ങളും അവക്കെതിരേയുണ്ടായ ധാർമ്മികരോഷവും മാർക്സിസത്തിന്റെ ഉദയത്തിന് ശക്തമായ അടിത്തറ പാകി. അതായത്, ഫ്യൂഡലിസത്തിന്റെ ഭാഗികമായ തകർച്ചയും മുതലാളിത്തത്തിന്റെ ഉദയവും തത്ഫലമായുള്ള തൊഴിലാളിവർഗ്ഗത്തിന്റെ ആവിർഭാവവും അവരുടെ ദുരിതങ്ങളുമാണ് മാർക്സിസത്തിന്റെ ഉത്പത്തിക്ക് സാമ്പത്തിക പശ്ചാത്തലമൊരുക്കിയത് എന്നു കാണാം.

കമ്യൂണിസത്തിന്റെ പിറവി

ഈവക ഭൗതിക സാഹചര്യങ്ങളിൽ നിന്നാണ് കമ്യൂണിസത്തിന്റെ ഉല്പത്തി. കാലഘട്ടം ആവശ്യപ്പെട്ടതുപോലെ മാർക്സും എംഗൽസും ആ ദൗത്യം വിജയകരമായി ഏറ്റെടുക്കുകയാണുണ്ടായത്. ഇംഗ്ലീഷിലെ ക്ലാസ്സിക്കൽ അർത്ഥശാസ്ത്രം, ജർമ്മൻ തത്വചിന്ത, ഫ്രഞ്ച് സോഷ്യലിസ്റ്റ് ആശയങ്ങൾ എന്നിവയാണ് മാർക്സിസത്തിന്റെ മൂന്ന് ഉറവിടങ്ങളായി ലെനിൻ ചൂണ്ടിക്കാട്ടിയിട്ടുള്ളത്. കാലഘട്ടത്തിന്റെ സൃഷ്ടിയാണ് മാർക്സിസം. മറ്റു മനുഷ്യമോചന തത്ത്വശാസ്ത്രങ്ങളിൽനിന്നും മാർക്സിസത്തിനുള്ള വ്യത്യസ്തതയെ ഇ.എം.എസ് ഇങ്ങനെ ചൂണ്ടിക്കാട്ടുന്നു.

"പ്രചാരവേലകൊണ്ട് മനുഷ്യന്റെ സ്വഭാവം നന്നാക്കിയെടുത്ത് സമത്വപൂർണ്ണമായ ഒരു സമൂഹം ഉണ്ടാക്കാമെന്ന് മാർക്സിസം കരുതുന്നില്ല. സമുദായത്തിൽ നിലവിലുള്ള അനീതികൾക്കും അക്രമങ്ങൾക്കും മർദ്ദനചൂഷണങ്ങൾക്കുമെല്ലാം വസ്തുനിഷ്ഠമായ ചില കാരണങ്ങളുണ്ടെന്നാണ് മാർക്സിസം കരുതുന്നത്. ഈ കാരണങ്ങൾ ഉള്ളതുകൊണ്ടാണ്, അല്ലാതെ ഏതാനും വ്യക്തികളുടെ ദുർവാസനകൾ കൊണ്ടല്ല അനീതിയും അക്രമവും മർദ്ദനചൂഷണങ്ങളും നിലനിന്നുവരുന്നതും. വസ്തുനിഷ്ഠമായ ഈ സാഹചര്യങ്ങൾ ഇല്ലാതാക്കാതെ ഐശ്വര്യവും സമത്വവും നിറഞ്ഞ ഒരു പുതിയ സമൂഹം കെട്ടിപ്പടുക്കാൻ കഴിയില്ല." (മാർക്സിസം ഒരു പാഠപുസ്തകം- ഇ.എം.എസ്-പേജ്-9).

സമൂഹത്തിൽ അധീശവർഗ്ഗവും വിധേയവർഗ്ഗവും അതായത് ചൂഷകരും ചൂഷിതരും നിലനിൽക്കുന്നതുകൊണ്ടാണ് ഉച്ചനീചത്വ ങ്ങളും ദുരിതങ്ങളും തുടരുന്നത്. ഇതിനുകാരണം സാഹചര്യങ്ങളും ശിക്ഷണവുമാണ്. മതങ്ങളും മറ്റും അവകാശപ്പെടുന്നതുപോലെ ഇവ ദൈവഹിതമോ മാറ്റാൻ കഴിയാത്തതോ അല്ല. ഈ സാഹചര്യ ങ്ങളേയും ശിക്ഷണങ്ങളേയും സൃഷ്ടിച്ചത് മനുഷ്യൻ തന്നെയാണ്. മറ്റൊരുവിധത്തിൽ പറഞ്ഞാൽ മനുഷ്യസമൂഹത്തെ സൃഷ്ടിച്ചത് മനുഷ്യനാകയാൽ സമൂഹത്തിലെ തിന്മകളെ സൃഷ്ടിച്ചതും മനുഷ്യൻ തന്നെയാണ്. അതിനാൽ മനുഷ്യൻ മനസ്സുവച്ചാൽ ഈ തിന്മകളെ ഇല്ലാതാക്കാനാകും. ഇവയെ മാറ്റാൻ മനുഷ്യനു കഴിയും. അതിനെയാണ് വിപ്ലവം എന്നു വിളിക്കുന്നത്. "സാഹചര്യങ്ങളോ ടൊപ്പം മനുഷ്യന്റെ പ്രവർത്തനങ്ങളും മാറിവരുന്നു എന്ന വസ്തുത വിപ്ലവകരമായ പ്രായോഗികപ്രവർത്തനമെന്ന നിലയ്ക്കുമാത്രമേ സങ്ക ല്പിക്കാനും യുക്തിയുക്തമായി മനസ്സിലാക്കാനും കഴിയൂ" ഫോയർ ബാഹിനെക്കുറിച്ചുള്ള തീസിസ്സുകളിൽ മാർക്സ് വിശദീകരിക്കുന്നു.

ഇക്കാര്യം എൻ.ഇ. ബാലറാം വിശകലനംചെയ്യുന്നതു നോക്കുക;

"ഇത് (സമൂഹത്തിലെ അസമത്വങ്ങളും ദുരിതങ്ങളും) തലയി ലെഴുത്തല്ലെന്നും ഈ സ്ഥിതി മാറ്റാൻ കഴിയുമെന്നും തറപ്പിച്ചു പറഞ്ഞ ശാസ്ത്രം മാർക്സിസമാണ്. എങ്ങനെയാണ് മനുഷ്യസമുദായം ഇന്നത്തെ നിലയിലെത്തിയതെന്നും ഇനിയങ്ങോട്ടുള്ള അതിന്റെ മാറ്റം ഏതുവഴിക്കാണെന്നും മാറ്റത്തിനുള്ള ശക്തികൾ എന്തൊക്കെ യാണെന്നുമുള്ള സംഗതികൾ വിശദമായി ചർച്ച ചെയ്യുന്ന ഏറ്റവും ആധുനികമായ ശാസ്ത്രമാണത്" (എൻ.ഇ. ബാലറാം-എന്താണ് മർക്സിസം-പേജ്-4).

മതനേതാക്കളും സാമൂഹികവികസനത്തിന്റെ മൗലികസ്വഭാവ ത്തെക്കുറിച്ച് അജ്ഞരാണെങ്കിലും ബുദ്ധിജീവി ചമയുന്നവരുമായ ആളുകളും എക്കാലവും ശ്രമിച്ചിട്ടുള്ളതും ഇന്നും ശ്രമിച്ചുകൊണ്ടി രിക്കുന്നതും വ്യക്തികളിലെ സ്വഭാവവൈശിഷ്ട്യം വളർത്തിയെടുത്ത് സമൂഹത്തെയാകെ നന്നാക്കാമെന്നാണ്. അത് അസാദ്ധ്യമണെന്ന് നാളിതുവരെയുള്ള ചരിത്രം തെളിയിച്ചതാണ്. സാമൂഹിക-സാമ്പ ത്തിക വ്യവസ്ഥകൾ മാറ്റിയെടുക്കുന്നതിലൂടെ മാത്രമേ സമൂഹവും വ്യക്തിയും നന്നാകുകയുള്ളൂവെന്ന് മാർക്സിസം വരച്ചുകാട്ടുന്നു. ആദർശസമൂഹം സൃഷ്ടിക്കുന്നതിന് മാർക്സിനു മുമ്പുള്ളവർ നൽകി യിരുന്നത് ഉദ്ബോധനങ്ങളായിരുന്നു. മാർക്സിസം നൽകിയത് അതിനുള്ള ആയുധവും ഉപായവുമായിരുന്നു. 19-ാം നൂറ്റാണ്ടിന്റെ

ആദ്യപകുതിയിൽ വ്യാപകമായ സാങ്കല്പിക സോഷ്യലിസത്തിന് മാർക്സും എംഗൽസും ചേർന്ന് ശാസ്ത്രീയമാർഗ്ഗം കണ്ടുപിടിച്ചു.

കേവലം സാമൂഹിക-സാമ്പത്തിക ശാസ്ത്രമായി മാത്രമല്ല, വിശാലമായൊരു പ്രപഞ്ചവീക്ഷണത്തിന്റെ അനുബന്ധമായി രൂപം കൊടുത്തിട്ടുള്ള സാമൂഹികശാസ്ത്രവും പ്രായോഗിക ദർശനവുമായിട്ടാണ് മാർക്സിസം അവതരിപ്പിക്കപ്പെട്ടിട്ടുള്ളത്. നിരവധി നൂറ്റാണ്ടുകളായി മനുഷ്യൻ സ്വപ്നം കണ്ടുപോന്ന നവലോകം യാഥാർത്ഥ്യമാക്കാൻ വേണ്ട സാഹചര്യങ്ങളുണ്ട്, അതിനായി ഇന്ന മാർഗ്ഗത്തിലൂടെ പോകണം എന്നു ചൂണ്ടിക്കാട്ടുകയാണ് മാർക്സിസം ചെയ്തത്. നാളിതുവരെയുണ്ടായ ശാസ്ത്ര-സാങ്കേതിക പുരോഗതിയുടേയും ചരിത്ര വികാസത്തിന്റെയും സാമ്പത്തിക ഘടനകളുടെ വിശകലനത്തിന്റേയും ദാർശനിക പുരോഗതിയുടേയും സമരചരിത്രങ്ങളുടേയും അടിസ്ഥാനത്തിലാണ് കമ്യൂണിസ്റ്റ് തത്വശാസ്ത്രത്തിന് രൂപം നൽകിയിട്ടുള്ളത്. ചരിത്രത്തെ വിശകലനം ചെയ്യുന്നതിനൊരു രീതിശാസ്ത്രം ആവിഷ്കരിക്കുന്നതും മുതലാളിത്ത ചൂഷണത്തെ തുറന്നുകാണിക്കുന്നതും, കമ്യൂണിസത്തിലേക്ക് സമൂഹം പരിവർത്തനം ചെയ്യപ്പെടുന്നതിന്റെ ശാസ്ത്രീയമായ അനിവാര്യത ചൂണ്ടിക്കാട്ടുകയും പ്രവചിക്കുകയും ചെയ്യുന്നതാണ് മാർക്സിസം. കമ്യൂണിസ്റ്റ് ദർശനത്തിന്റെ വളർച്ചയിൽ മാർക്സിസം ചെയ്ത സംഭാവന ഇതാണ്. ആധുനികകാലത്ത് ഭൗതികശാസ്ത്രത്തിൽ ഐൻസ്റ്റീൻ ലോകത്തെ നയിക്കുന്നു, ജീവശാസ്ത്രത്തിൽ ഡാർവിൻ നയിക്കുന്നു. സാമൂഹിക-സാമ്പത്തിക-രാഷ്ട്രീയ-ദാർശനിക രംഗങ്ങളിൽ മാർക്സ് ലോകത്തെ നയിക്കുന്നു. ഇന്ന് മാർക്സിസത്തിന്റെ അപഗ്രഥനങ്ങളെ പരിഗണിക്കാതെയുള്ള ഏതൊരു സാമൂഹികശാസ്ത്രവും പ്രപഞ്ചദർശനവും തത്വചിന്തയും അടിത്തറയില്ലാത്ത വിവരണങ്ങളുടെ കുമ്പാരം മാത്രമായിരിക്കും.

കമ്യൂണിസത്തെ എതിർക്കുന്നവർ

സർവജനങ്ങൾക്കും സന്തോഷവും സുഖവും സുരക്ഷിതത്വവും നന്മയും പ്രദാനം ചെയ്യുക എന്നത് ലക്ഷ്യമാക്കുന്ന ശാസ്ത്രീയമയ ഒരാദർശത്തെ എതിർക്കാൻ ആർക്കാണു കഴിയുക? എതിർക്കുന്നവർ മനുഷ്യനന്മയെ, സാഹോദര്യത്തെ എതിർക്കുന്നവരാണ്. ഈ ദർശനത്തെക്കുറിച്ച് ശരിയായ അറിവില്ലാത്തവർ, സ്വാർത്ഥർ, സാമൂഹികദ്രോഹികൾ, അധികാരദുർമോഹികൾ, അദ്ധ്വാനിക്കാതെ മറ്റുള്ളവരെ ചൂഷണം ചെയ്ത് ആർഭാടമായി ജീവിക്കാൻ തൃഷ്ണയുള്ളവർ, ദുർബ്ബലന്മാരുടെ മേൽമേധാവിത്വം ആഗ്രഹിക്കുന്നവർ, സഹജീവികളെ സ്നേഹിക്കാത്തവർ, സാഡിസ്റ്റുകൾ തുടങ്ങിയവർക്കും സത്യധർമ്മാദികളേയും നന്മയേയും എതിർക്കുന്നവർക്കും മാത്രമേ കമ്യൂണിസത്തെ എതിർക്കാൻ കഴിയൂ.

എന്നാൽ കമ്യൂണിസ്റ്റ് തത്ത്വശാസ്ത്രം മൂർത്തത കൈക്കൊള്ളാൻ തുടങ്ങിയ കാലം മുതൽതന്നെ ഇതിനെ ശക്തമായി എതിർക്കാൻ ലോകജനതയിൽ പ്രബലമായ ഒരു വിഭാഗമുണ്ടായി എന്നതാണ് വിരോധാഭാസം. കമ്യൂണിസം ഒരു ഭൂതമായി ചിത്രീകരിക്കപ്പെട്ടു. "യൂറോപ്പിനെ ഒരു ഭൂതം പിടികൂടിയിരിക്കുന്നു -കമ്യൂണിസം എന്ന ഭൂതം"-ഈ വാചകത്തോടെയാണ് ശാസ്ത്രീയസോഷ്യലിസത്തിന്റ ആദ്യത്തെ അടിസ്ഥാനഗ്രന്ഥമായ കമ്യൂണിസ്റ്റ് മാനിഫെസ്റ്റോ ആരംഭിക്കുന്നിടത്ത് എതിരാളികൾ എങ്ങനെ കമ്യൂണിസത്തെ സമീപിക്കുന്നു എന്ന് മാർക്സിസ്റ്റാചാര്യന്മാർ സൂചിപ്പിച്ചിട്ടുള്ളത്. നന്മയെപ്പോലെതന്നെ തിന്മയും അജ്ഞതയും മനുഷ്യനിൽ

നിലനിൽക്കുന്നു എന്നതാണിതിനു കാരണം. മനുഷ്യമനസ്സിലേയും ഭൗതികസാഹചര്യങ്ങളുടേതുമായ നിക്ഷിപ്തതാത്പര്യങ്ങളും അന്ധവിശ്വാസങ്ങളും തുടക്കം മുതലേ കമ്യൂണിസത്തെ ആക്രമിച്ചു. അത്ഭുതകരമെന്നു പറയട്ടെ, ചൂഷകരോടൊപ്പം ചേർന്ന് ചൂഷിതരും ഒരു മനസ്സായിത്തന്നെ ഈ ആശയത്തെ എതിർത്തു. ആരുടെ മോചനമാണോ കമ്യൂണിസം ലക്ഷ്യമിടുന്നത്, ആ മോചനത്തിനു വിധേയരാകേണ്ടവർ തന്നെ ഇതിനെതിരെ ശക്തമായ പ്രതിരോധനിര സൃഷ്ടിച്ചു. ഇത്തരം എതിർപ്പ് പലരൂപങ്ങളിൽ തുടരുന്നു. സാധാരണക്കാരും നിസ്വരുമായ ആളുകൾ പല പ്രദേശങ്ങളിലും കമ്യൂണിസത്തെ ഭയപ്പാടോടെയും വെറുപ്പോടെയും വീക്ഷിക്കുന്ന അവസ്ഥയുണ്ട് എന്നു കാണുമ്പോൾ വിഷയത്തിന്റെ രൂക്ഷതയുടെ വ്യാപ്തി വെളിപ്പെടും. ഗുണഭോക്താക്കൾ ആകേണ്ടവർ തന്നെ കമ്യൂണിസത്തിനെതിരെ അണിനിരന്നു. അതായത് ലോക ജനതയിൽ ഭൂരിപക്ഷത്തിനും ദുരിതരഹിതമായ ജീവിതക്രമം അനുശാസിക്കുന്ന തത്ത്വശാസ്ത്രത്തെ ഉൾക്കൊള്ളാനായില്ല എന്നു ചുരുക്കം. എന്തുകൊണ്ടാണ് ഈ എതിർപ്പുകൾ ഉണ്ടാകുന്നത്? മനുഷ്യൻ അടിസ്ഥാനപരമായി നന്മക്കെതിരാണോ? അല്ലെങ്കിൽ ജനങ്ങൾ ഇക്കാര്യങ്ങൾ ശരിയായി മനസ്സിലാക്കാതെ കുപ്രചരണങ്ങളിൽ കുടുങ്ങിക്കിടക്കുകയാണോ? ഈ ആശയം സാധാരണക്കാരിൽ എത്തിക്കുന്നതിന് കഴിയാത്തതാണോ? അപ്രായോഗികമായ ഒന്നാണെന്ന് കരുതുന്നതുകൊണ്ടാണോ? എന്താണിത്ര ശക്തമായ എതിർപ്പിനുകാരണം?

മാർക്സിസ്സത്തിനെതിരേ അക്കാഡമിക് തലത്തിൽ ആധുനികകാലത്തുയർന്നുവന്നിട്ടുള്ള പ്രാധാന വിമർശനങ്ങളുടെ പൊള്ളത്തരം തുറന്നുകാണിക്കപ്പെടുന്നതാണ് ടെറി ഈഗിൾട്ടന്റെ Why marx was right എന്ന പ്രശസ്ത ഗ്രന്ഥം. മാർക്സിസ്സത്തിനെതിരേ പൊതുവെ ഉന്നയിക്കപ്പെടുന്ന പത്ത് വിമർശനങ്ങൾക്ക് അവയുടെ മുനയൊടിക്കുന്ന പ്രസക്തമായ മറുപടിയാണ് ഇതിൽ അദ്ദേഹം നൽകിയിട്ടുള്ളത്. അതിനാൽ പ്രസ്തുത ഗ്രന്ഥത്തിൽ പരാമർശിച്ചിട്ടുള്ള വിമർശനങ്ങളേയും അവക്ക് അദ്ദേഹം നൽകിയിട്ടുള്ള മറുപടിയേയും ഇവിടെ ആവർത്തിക്കുന്നില്ല. എന്നാൽ സാധാരണക്കാരായ ജനവിഭാഗങ്ങളെ കമ്യൂണിസത്തിന്റെ വിമർശകർ ഇപ്പോഴും തെറ്റിദ്ധരിപ്പിച്ചു കൊണ്ടിരിക്കുന്നു. അതിനാൽ കമ്യൂണിസ്സത്തിനെതിരേ പ്രത്യക്ഷത്തിലുള്ള പ്രചാരകർ ഇനിയും തുറന്നുകാട്ടപ്പെടേണ്ടതുണ്ട്.

ഇന്ന് കമ്യൂണിസത്തെ പ്രത്യക്ഷത്തിൽ സംഘടിതമായി എതിർക്കുന്നവർ താഴെപറയുന്ന ആശയക്കാരാണ്.

1. ഫ്യൂഡലിസ്റ്റുകളും ക്യാപിറ്റലിസ്റ്റുകളും

പ്രാകൃത കമ്യൂണിസത്തിന്റെ തകർച്ചയ്ക്കുശേഷം സ്വകാര്യസ്വത്ത് എന്ന സംവിധാനം രൂപംകൊണ്ടതോടെ വളർന്നുവന്ന ചൂഷണാധിഷ്ഠിത സമ്പദ്‌വ്യവസ്ഥകളായ അടിമ-ഉടമസമ്പ്രദായം, ജന്മി നാടുവാഴിത്തം (ഫ്യൂഡലിസം), എന്നിവയുടെ തുടർച്ചയായ മുതലാളിത്ത സമ്പദ്‌വ്യവസ്ഥയാണ് ഇന്ന് മിക്കലോകരാജ്യങ്ങളിലും നിലനിൽക്കുന്നത്. ഉല്പാദനോപകരണങ്ങൾ പ്രധാനമായും സ്വകാര്യമേഖലയിലായിരിക്കുകയും, ഉല്പാദനത്തിന്റെ ലക്ഷ്യം ലാഭം മാത്രമായിരിക്കുകയും, ചൂഷണം മുഖമുദ്രയായിരിക്കുകയും, മുതലാളി-തൊഴിലാളി എന്നീ വർഗ്ഗങ്ങളായി സാമ്പതിക ജീവിതം വിഭജിക്കപ്പെട്ടിരിക്കുകയും ഉല്പാദനവും വിതരണവും വരുമാനവും സ്വതന്ത്രവിപണിയിലധിഷ്ഠിതവും അനിയന്ത്രിതവുമായിരിക്കുകയും ചെയ്യുപ്പെടുന്ന മത്സരാധിഷ്ഠിത സമ്പദ്‌വ്യവസ്ഥയെ മുതലാളിത്തമെന്നു വിളിക്കാം. സ്വകാര്യസ്വത്ത് അനിയന്ത്രിതമായി സമ്പാദിക്കാൻ അവസരം നൽകുന്ന മുതലാളിത്തം വർഗ്ഗചൂഷണത്തെ അംഗീകരിക്കുന്നതും സാമൂഹിക നന്മയെ അവഗണിക്കുന്നതും മത്സരാധിഷ്ഠിതവും മനുഷ്യന്റെ നിരവധി ദുർവാസനകളെ സംരക്ഷിക്കുന്നതുമായ സാമ്പത്തിക ക്രമമാണ്.

സമ്പത്ത് ഏതാനും പേരുടെ കൈകളിൽ കേന്ദ്രീകരിക്കപ്പെടുകയും ഭൂരിപക്ഷം വരുന്ന സാമാന്യജനതയെ ചൂഷണത്തിനു വിധേയമാക്കാൻ അവസരമൊരുക്കുകയും ചെയ്യുന്നു. ശക്തരുടെ അതിജീവനത്തിനും ദുർബലരുടെ കഷ്ടപ്പാടുകൾക്കും അത് കളമൊരുക്കുന്നു. ഈ മുതലാളിത്തമാണ് ആധുനിക ലോകത്തെ തിന്മകൾക്കെല്ലാം കാരണമെന്നും അതിനാൽ മുതലാളിത്തത്തിന്റെ നാശത്തിലൂടെ മാത്രമേ സോഷ്യലിസവും തുടർന്ന് കമ്യൂണിസവും കെട്ടിപ്പടുക്കാൻ സാധിക്കൂ എന്നതും മാർക്സിസത്തിലെ അടിസ്ഥാനപരമായ ഒരാശയമാണ്. അതിനാൽ മുതലാളിത്തത്തിന്റെ ഗുണഭോക്താക്കളുടെ ഭാഗത്തുനിന്നുള്ള എതിർപ്പ് സ്വാഭാവികമാണ്. മുതലാളിത്തത്തെ നയിക്കുന്നത് ലാഭക്കൊതിയും ചൂഷണത്വരയും ദുരയും അടിച്ചമർത്തൽ സിദ്ധാന്തങ്ങളുമാണ്. വസ്തുനിഷ്ഠങ്ങളായ കാരണങ്ങൾ കൊണ്ടാണ് മുതലാളിത്തം കമ്യൂണിസത്തെ എതിർക്കുന്നത്. മുതലാളിത്ത സമ്പദ്‌വ്യവസ്ഥയും ജീവിതക്രമവും അതിന്റെ തന്നെ ചെയ്തികളാൽ നാശമടയുകയും സോഷ്യലിസത്തിനും തുടർന്ന് കമ്യൂണിസത്തിനും വഴിതുറന്നു കൊടുക്കുകയും ചെയ്യുമെന്ന് മാർക്സിസം സിദ്ധാന്തിക്കുന്നു. എന്നാൽ മുതലാളിമാരാകട്ടെ, തങ്ങളുടെ കൈവശമുള്ള അമിത സമ്പത്ത് കൈവിട്ട് പലരിലൊരാളായി ജീവിക്കാൻ

ആഗ്രഹിക്കുന്നുമില്ല. "പത്ത് കിട്ടിയവന് നൂറിനാഗ്രഹം, നൂറ് കിട്ടിയവന് പതിനായിരം വേണം" എന്ന ചിന്ത മനുഷ്യസഹജമായുള്ള ഒരു തിന്മയാണ്. അദ്ധ്വാനമില്ലാതെ അമിതസുഖലോലുപതയിലും അധികാരത്തിന്റെ ശീതളച്ഛായയിലും ജീവിക്കുന്നതിനും ഈ അവസ്ഥയെ നിലനിർത്തുന്നതിനും പിൻതലമുറയിലേക്കു കൈമാറുന്നതിനും മുതലാളിമാർ സർവ്വഥാ ശ്രമിക്കുന്നു. അവരോടൊപ്പം പഴയ സമ്പദ്‌വ്യവസ്ഥയുടെ അവശേഷിപ്പുകളായ നാട്ടുവാഴി-ജന്മി കൂട്ടുകെട്ടും, അവ പൂർണ്ണമായും തകർക്കപ്പെടാത്തയിടങ്ങളിൽ- ഒരുമിക്കുന്നു. സമ്പത്തും അധികാരവും കൈയാളുന്നതിനാൽ മുതലാളിമാർ അതിശക്തരാണ്. ഓരോ പ്രദേശത്തിന്റേയും രാജ്യത്തിന്റേയും ഭരണം നിയന്ത്രിക്കുന്ന മുതലാളിമാർ സമൂഹം നേടിയിട്ടുള്ള എല്ലാവിധ നേട്ടങ്ങളെയും തങ്ങളുടെ സുഖലോലുപത വർദ്ധിപ്പിക്കുന്നതിനായി ഉപയോഗപ്പെടുത്തുന്നു എന്നു മാത്രമല്ല, സാമാന്യജനതയുടെ അവകാശസംരക്ഷണത്തിന് വിലങ്ങുതടിയായി വർത്തിക്കുകയും ചെയ്യുന്നു.

മുതലാളിത്തം സാമ്രാജ്യത്വമായി വളരുകയും കമ്പോളത്തിനുവേണ്ടി മത്സരിക്കുകയും ഈ മത്സരം ഒടുവിൽ മാനവരാശിക്ക് അപരിഹാര്യമായ ദുരിതങ്ങളും യുദ്ധങ്ങളും കെടുതികളും വരുത്തിവക്കുകയും ചെയ്യുന്നത് നാം കണ്ടുകൊണ്ടിരിക്കുകയാണ്. വിമോചനപ്രസ്ഥാനങ്ങളെ തകർക്കുന്നതിന് ഏതു കിരാതമാർഗ്ഗം സ്വീകരിക്കാനും മടികാണിക്കാത്ത മുതലാളിത്തവും സാമ്രാജ്യത്വവും അത് മൂടിവക്കുന്നതിന് ജുഗുപ്സാവഹമായ മാർഗ്ഗങ്ങൾ സ്വീകരിക്കുന്നു. ചാരപ്രവർത്തനങ്ങളും കൊലപാതകങ്ങളും യഥേഷ്ടം നടത്തപ്പെടുന്നു. ജനതയെ ചൂഷണം ചെയ്യുന്ന കാര്യത്തിൽ മുതലാളിമാർ മറ്റുഭിന്നതകളെല്ലാം മറന്ന് കൈകോർക്കുന്നു. സാമ്പത്തികമേധാവിത്വവും അതോടൊപ്പം ഭരണസാരഥ്യവും ഒരേസമയം കൈയാളുകയാണ് മുതലാളിത്തം. ഇത്തരം ദുരയെ നിലനിർത്തുന്ന വ്യവസ്ഥയ്ക്ക് അന്ത്യം കുറിക്കുക എന്ന ലക്ഷ്യത്തോടെ നിലകൊള്ളുന്ന കമ്യൂണിസത്തെ മുതലാളിത്തം സ്വാഭാവികമായും ശത്രുപക്ഷത്ത് നിർത്തുന്നു. തിന്മയ്ക്ക് മേൽക്കോയ്മയുള്ള തത്ത്വശാസ്ത്രമാണ് മുതലാളിത്തം.

ചൂഷണാധിഷ്ഠിത സമ്പദ്‌വ്യവസ്ഥകളും അത് പിന്തുടരുന്ന പിന്തുടർച്ചാവകാശനിയമങ്ങളും ഒരുഭാഗത്ത് സമൂഹത്തിൽ ജനിച്ചുവീഴുന്ന ഏതാനും ചില വ്യക്തികൾക്ക് തങ്ങളുടെ ഭാഗത്തുനിന്ന് അല്പം പോലും അദ്ധ്വാനം കൂടാതെ തന്നെ വമ്പിച്ച ആസ്തിയുടെയും വിസ്തൃതമായ ഭൂമിയുടേയും വിലമതിക്കാനാകാത്ത മറ്റ് ഉല്പാദനോപാധികളുടെയും സുഖഭോഗസംവിധാനങ്ങളുടേയും അധിപരാകാൻ

അവസരമൊരുക്കുമ്പോൾ മറുഭാഗത്ത് തങ്ങളുടേതല്ലാത്ത കാരണത്താൽ ബഹുഭൂരിപക്ഷം ജനതയ്ക്കും ജീവിക്കാൻ ഒരു തുണ്ട് ഭൂമിയോ, താമസിക്കാനൊരു വീടോ തൊഴിലോ, തൊഴിലെടുക്കുന്നതിനുള്ള അവസരമോ, മറ്റു ജീവനോപാധികളോ സുഖഭോഗസാഹചര്യമോ ലഭിക്കാത്ത അവസ്ഥ നിലനിൽക്കുന്നു. പ്രകൃതിയും സമ്പത്തും മനുഷ്യകണ്ടുപിടുത്തങ്ങളുടെ ഗുണങ്ങളും എല്ലാ ജനതയ്ക്കും ഒരുപോലെ അവകാശപ്പെട്ടതാണെന്നിരിക്കെ, ഈ അനീതിക്ക് സംരക്ഷണം നല്കുകയാണ് വർഗ്ഗാധിഷ്ഠിത സമൂഹം ചെയ്യുന്നത്. (കർമ്മസിദ്ധാന്തം, മുജ്ജന്മസുകൃതം തുടങ്ങിയ മതപരമായ ആശയങ്ങളേയും വംശ-കുടുംബ മഹിമകളേയും ഈ വ്യവസ്ഥിതിയെ സാധൂകരിക്കുന്നതിന് ചൂഷകർ പ്രയോജനപ്പെടുത്തുന്നു). ലോകം എല്ലാവർക്കും തുല്യമായി അവകാശപ്പെട്ടതാണെന്ന് വർഗ്ഗാധിഷ്ഠിത സമൂഹം അംഗീകരിക്കുന്നില്ല.

2. ജനാധിപത്യവാദികളും സ്വാതന്ത്ര്യപ്രേമികളും

കമ്യൂണിസത്തിൻകീഴിൽ ഏകകക്ഷിഭരണമാണെന്നും ജനാധിപത്യവും സ്വാതന്ത്ര്യവും അടിച്ചമർത്തപ്പെടുമെന്നും പ്രചരിപ്പിച്ചാണ് ജനാധിപത്യവാദികൾ എന്നവകാശപ്പെടുന്നവർ അതിനെ എതിർക്കുന്നത്. യാതൊരുവിധ അടിച്ചമർത്തലുകളുമില്ലാത്ത, ഭരണകൂടം ഉൾപ്പെടെയുള്ള മർദ്ദനോപാധികൾ ഒന്നും തന്നെയില്ലാത്ത ഒരു സമൂഹത്തെയാണ് കമ്യൂണിസം വിഭാവനം ചെയ്യുന്നത് എന്ന് നാം മനസ്സിലാക്കിയല്ലോ. എന്നാൽ വസ്തുതകൾ മറച്ചുവച്ച് കമ്യൂണിസത്തിൽ ജനാധിപത്യം ഇല്ല എന്നു പ്രചരിപ്പിക്കുന്നത് പ്രകാശം ഇരുട്ടിനുകാരണമാകും എന്നു പറയുന്നതുപോലെ ശുദ്ധ അസംബന്ധമാണ്. അവർ ചൂണ്ടിക്കാണിക്കുന്നത് കമ്യൂണിസ്റ്റ് ഭരണകൂടങ്ങൾ എന്ന പേരിൽ നിലവിലിരുന്നതും ഇപ്പോൾ നിലനിൽക്കുന്നതുമായ രാജ്യങ്ങളിലെ ഭരണവ്യവസ്ഥകളെ സംബന്ധിച്ചാണ്. മേൽപ്പറഞ്ഞ രാജ്യങ്ങളിലെ ഭരണവ്യവസ്ഥയെക്കുറിച്ച് കൂടുതൽ ചർച്ച ആവശ്യമാണ്. ഒന്നാമതായി മാർക്സിസം വിഭാവനം ചെയ്ത തരത്തിലുള്ള ഭരണവ്യവസ്ഥയുടെ പ്രാഥമികരൂപം മാത്രമോ, ബാഹ്യശക്തികളിൽ നിന്നും നേരിടേണ്ടിവന്ന ശക്തമായ എതിർപ്പ് അതിജീവിക്കുന്നതിനുള്ള പരിശ്രമത്തിനിടയിൽ അതിന് കടകവിരുദ്ധമായി രൂപാന്തരം പ്രാപിച്ച ഭരണകൂടങ്ങളോ ആണ് ഈ രാജ്യങ്ങളിൽ നിലവിൽവന്നത്. രണ്ടാമതായി മാർക്സിസം കാലാനുസൃതമായി വികസിപ്പിക്കുന്നതിൽ വന്ന വീഴ്ചയുടെ ഫലമായിട്ടുള്ളതാണ്. ഇക്കാര്യങ്ങളെക്കുറിച്ച് പിന്നീട് ചർച്ചചെയ്യാം.

അടുത്തതായി ജനാധിപത്യവാദികളുടെ ജനാധിപത്യത്തെക്കുറിച്ചുള്ള വികലമായ വീക്ഷണത്തെ സംബന്ധിച്ചാണ്. ജനാധിപത്യവാദികൾ എന്നവകാശപ്പെടുന്ന ഇവർ ഉയർത്തിപ്പിടിക്കുന്നത് കപടജനാധിപത്യമാണ് എന്ന വസ്തുത നാം അനുഭവിച്ചറിഞ്ഞതാണ്. ബഹുഭൂരിപക്ഷം ജനങ്ങളും ദാരിദ്ര്യത്തിലും നിരക്ഷരതയിലും വിവേചനങ്ങളിലും അടിമത്തത്തിലും കഴിയുന്ന ജനങ്ങളധിവസിക്കുന്ന രാജ്യങ്ങളിൽ കാലാകാലങ്ങളിൽ തിരഞ്ഞെടുപ്പ് എന്ന പ്രഹസനം നടക്കുന്നു എന്ന കാരണത്താൽ ജനാധിപത്യമുണ്ട് എന്നു ഘോഷിക്കപ്പെടുന്നു. ഭരണകൂടങ്ങളുടെ വർഗ്ഗസ്വഭാവം കാണുന്നതിനോ, തിരഞ്ഞെടുപ്പിലും ഭരണസംവിധാനങ്ങളിലും ചൂഷകർ ചെലുത്തുന്ന ദുസ്സ്വാധീനം വിലയിരുത്തുന്നതിനോ ഇത്തരം ജനാധിപത്യവാദികൾ തയ്യാറാകുന്നില്ല. അവർ ജനാധിപത്യരാജ്യങ്ങളെന്നവകാശപ്പടുന്നയിടങ്ങളിൽഅഭിപ്രായസ്വാതന്ത്ര്യം, മതസ്വാതന്ത്ര്യം, ഭരണാധികാരികളെ തെരഞ്ഞെടുക്കാനുള്ള അവസരം, സ്വകാര്യസ്വത്തിനുള്ള അവകാശം തുടങ്ങിയവയുണ്ടെന്നും, കമ്യൂണിസത്തിലിതൊന്നുമില്ലെന്നും വാദിക്കുന്നു.

എന്നാൽ ഇക്കൂട്ടർ ജനാധിപത്യരാജ്യങ്ങളെന്നു വിളിക്കുന്നത് മുതലാളിത്ത സമ്പദ്‌വ്യവസ്ഥ അംഗീകരിക്കപ്പെട്ടിരിക്കുന്ന രാജ്യങ്ങളെയാണ്. മുതലാളിത്തത്തിൻ കീഴിലെ ലിബറൽ ജനാധിപത്യം പുറമേക്കുള്ളതാണ്. ജനാധിപത്യമെന്നത് ഒരു ഭരണസംവിധാനമെന്നതിനുപരി ഒരു ജീവിതരീതിയാണ്. എല്ലാ പൗരന്മാർക്കും തുല്യപരിഗണനയും അവസരസമത്വവും ലഭ്യമല്ലാത്ത സമൂഹത്തെ ജനാധിപത്യസമൂഹമെന്ന് വിളിക്കാനാകില്ല. കമ്യൂണിസം വിഭാവനം ചെയ്യുന്ന പൗരാവകാശസംരക്ഷണത്തിന്റെ നിലവാരത്തിലേക്ക് ഇവക്ക് ഉയരാൻ കഴിയില്ല. തെരഞ്ഞെടുപ്പ് സംവിധാനം നിലവിലുള്ള രാജ്യങ്ങളിലാകട്ടെ, തെരഞ്ഞെടുപ്പ് പ്രക്രിയകളെ കുത്തകകൾ നിയന്ത്രിക്കുന്നു. മാധ്യമങ്ങളുടെ നിയന്ത്രണം കുത്തകകളുടെ കൈകളിലെത്തുകയും അഭിപ്രായസ്വരൂപണം അവരുടെ നിയന്ത്രണത്തിലാകുകയും ചെയ്യുന്നു. അവരുടെ പ്രതിനിധികളാണ് മാറിമാറി അധികാരത്തിൽ വരുന്നത്. ജനാധിപത്യസംവിധാനത്തെയാകെ ബൂർഷ്വാസിയോ അവരുടെ പിന്നിലുള്ള മതനേതാക്കളോ വിലയ്ക്കെടുത്തിരിക്കുകയാണ്. സങ്കുചിത ദേശീയത, യുദ്ധഭീതി, വംശീയത, വർഗ്ഗീയത തുടങ്ങിയവയുടെ സഹായത്താലാണ് പലപ്പോഴും മുതലാളിത്തം ഇത് സാധിച്ചെടുക്കുന്നത്. ഭൂരിപക്ഷജനാഭിപ്രായം ദീർഘകാലാടിസ്ഥാനത്തിൽ ജനതാത്പര്യത്തെ

സംരക്ഷിക്കുന്നതാകണമെന്നില്ല. ജനങ്ങൾ തങ്ങളെത്തന്നെ ചൂഷണം ചെയ്യാനുള്ള ഒരു വർഗ്ഗത്തെ മാറിമാറി തെരഞ്ഞെടുക്കുന്ന പ്രതിഭാസമാണ് പല മുതലാളിത്തരാജ്യങ്ങളിലും സ്ഥിരമായി കണ്ടുകൊണ്ടിരിക്കുന്നത്. ബദൽ പ്രതിരോധനിരയുടെ അഭാവവും ജനങ്ങളുടെ അജ്ഞതയും വിശകലനശേക്ഷിക്കുറവുമാണ് ഇതിന് സാഹചര്യമൊരുക്കപ്പെടുന്നത്. കൂടാതെ നിരവധി സമ്മർദ്ദ-പ്രലോഭന തന്ത്രങ്ങളും ജനങ്ങളുടെമേൽ അടിച്ചേൽപ്പിക്കപ്പെടുന്നു. 'ജനങ്ങളാൽ ജനങ്ങൾക്കുവേണ്ടി ജനങ്ങൾ' എന്ന എബ്രഹാം ലിങ്കന്റെ നിർവ്വചനത്തിൽ വരുന്ന ജനാധിപത്യവ്യവസ്ഥ മുതലാളിത്തരാജ്യങ്ങളിലൊന്നും കാണപ്പെടുന്നില്ല. കമ്യൂണിസ്റ്റ് വ്യവസ്ഥയിൽ മാത്രമേ അത് പ്രായോഗികമായി നടപ്പാക്കാൻ സാധിക്കൂ.

"ആധുനിക വ്യവസായത്തിന്റേയും ലോകകമ്പോളത്തിന്റേയും സ്ഥാപനത്തെത്തുടർന്ന് രാഷ്ട്രീയാധികാരം മുഴുവൻ ജനപ്രതിനിധിഭരണത്തിന്റെ രൂപത്തിൽ സ്വായത്തമാക്കി, മൊത്തത്തിൽ ബൂർഷ്വാസിയുടെ പൊതുകാര്യങ്ങൾ നോക്കുന്ന ഒരു കമ്മിറ്റി മാത്രമാണ് ആധുനിക ഭരണകൂടം". (കമ്യൂണിസ്റ്റ് മാനിഫെസ്റ്റോ) ജനാധിപത്യ ഭരണകൂടത്തെ മുതലാളിത്തം എങ്ങനെ വരുതിയിലാക്കുന്നു എന്ന് ഇവിടെ ചൂണ്ടിക്കാട്ടുന്നു. ജനാധിപത്യത്തിനും സ്വാതന്ത്ര്യത്തിനും വിവിധ മാനങ്ങൾ ഉണ്ട്. സാമ്പത്തികവും രാഷ്ട്രീയവും സാമൂഹികവും സാംസ്കാരികവും മതപരവുമായ ഒട്ടേറെ ഘടകങ്ങൾ ഒത്തുചേരാതെ ജനാധിപത്യമാകില്ല. പരിമിതമായ രാഷ്ട്രീയ സ്വാതന്ത്ര്യം മാത്രമാണ് ജനാധിപത്യമെന്നു വിശ്വസിപ്പിക്കാൻ ശ്രമിക്കുകയാണ് മേൽപ്പറഞ്ഞ ജനാധിപത്യവാദികൾ ചെയ്യുന്നത്. മേൽപ്പറഞ്ഞവയിൽ ഏതെങ്കിലും ഒരു ഘടകം മാത്രം ലഭിക്കുന്നത് ജനാധിപത്യമാകില്ല. ഇൻഡ്യയിലും മറ്റുപല രാജ്യങ്ങളിലും ജനാധിപത്യരീതിയിൽ തെരഞ്ഞെടുപ്പുകൾ നടത്തിയാണ് ഭരണകൂടങ്ങൾ നിലവിൽ വരുന്നത്. എന്നാൽ ഈ രാജ്യങ്ങളിൽ ബഹുഭൂരിപക്ഷം ജനങ്ങളും പട്ടിണിയിലും നിരക്ഷരതയിലുമാണ് കഴിയുന്നത്. സാമ്പത്തികസുരക്ഷിതത്വമില്ലാത്ത ജനാധിപത്യം ജനാധിപത്യമാകില്ല. ബൂർഷ്വാ ജനാധിപത്യത്തിൻ കീഴിൽ മനുഷ്യന് ന്യായമായ ആഗ്രഹങ്ങളും ആവശ്യങ്ങളും നിറവേറ്റപ്പെടാനുള്ള സ്വാതന്ത്ര്യമില്ല, പട്ടിണിയിൽ നിന്നുള്ളമോചനം, ജീവിക്കാനൊരുതുണ്ട് ഭൂമി, ഗൃഹം, തൊഴിൽ, തൊഴിലാളിക്ക് ന്യയമായ കൂലി, ജീവിതത്തിലെ അത്യാവശ്യകാര്യങ്ങൾ നടത്താനും സഹജീവികളുമായി തുല്യതയോടെ സഹകരിച്ച് ജീവിക്കാനുമുള്ള അവസരം, വിദ്യാഭ്യാസം നേടാനുള്ള അവകാശംഎന്നിവയില്ല. സുരക്ഷിതമായി ജീവിക്കാൻ, കൊല്ലപ്പെടാതിരിക്കാൻ,

മർദ്ദിക്കപ്പെടാതിരിക്കാൻ ഉള്ള സ്വാതന്ത്ര്യമില്ല. കമ്യൂണിസത്തിന്റെ പോരായ്മകളായി ജനാധിപത്യവാദികൾ ചൂണ്ടിക്കാട്ടപ്പെടുന്നവ യഥാർത്ഥ കമ്യൂണിസ്റ്റ് സമൂഹത്തിൽ ഉണ്ടാകാൻ ഇടയില്ല. ഉണ്ടായാലത് കമ്യൂണിസമാകില്ല. ജനാധിപത്യത്തിന്റെ വിവിധ ഘടകങ്ങളായ സാമൂഹികവും സാംസ്കാരികവും സാമ്പത്തികവുമായ വൈയക്തികവുമായ സ്വാതന്ത്ര്യമുള്ള സമൂഹത്തിൽ മാത്രമേ സമത്വസുന്ദരമായ കമ്യൂണിസം നിലവിൽ വരികയുള്ളൂ. കമ്യൂണിസമെന്നാൽ ഇതെല്ലാം ചേർന്നുള്ളതാണ്. ജനാധിപത്യമില്ല എന്നു പറഞ്ഞ് കമ്യൂണിസത്തെ എതിർക്കുന്നത് വിരോധാഭാസമാണ്.

3. വിപ്ലവവിരുദ്ധർ, അപവാദപ്രചാരകർ, അപ്രായോഗികവാദികൾ

വിപ്ലവമെന്നതുകൊണ്ട് മാർക്സിസം അർത്ഥമാക്കുന്നത് വ്യവസ്ഥിതിയിൽ അടിസ്ഥാനപരവും പുരോഗമനപരവുമായ മാറ്റം വരുത്തൽ എന്നാണ്. എന്നാൽ പ്രതിയോഗികൾ വിപ്ലവമെന്നാൽ അക്രമമെന്ന് പ്രചരിപ്പിക്കുന്നു. മാർക്സിസം അക്രമത്തിൽ വിശ്വസിക്കുന്ന തത്ത്വശാസ്ത്രമാണെന്ന് എതിരാളികൾ സാമാന്യജനതയെ തെറ്റിദ്ധരിപ്പിക്കുന്നു. ലക്ഷ്യം നല്ലതെങ്കിലും മാർഗ്ഗം അക്രമത്തിന്റേതാണെന്ന് മറ്റു ചിലർ വാദിക്കുന്നു. എന്നാൽ സത്യമെന്താണ്? അധികാരത്തിൽ വരുന്നതിനും നിലനിർത്തുന്നതിനും അക്രമം പരമാവധി ഒഴിവാക്കണമെന്ന് മാർക്സിസം നിഷ്കർഷിക്കുന്നു. അടിച്ചമർത്തലുകൾക്കും ചൂഷണത്തിനുമെതിരെയുള്ള ജനകീയ സമരങ്ങളെ ഭരണകൂടം ആയുധമുപയോഗിച്ച് അടിച്ചമർത്തൽ നടത്തുന്നതാണ് അക്രമത്തിലേക്ക് വഴിതെളിക്കുന്നത്. അക്രമത്തിനുത്തരവാദി ഭരണകൂടമാണ്, അതിന്റെ ദുഷ്ചെയ്തികൾക്കെതിരേ പ്രതികരിക്കാൻ നിർബന്ധിതരാക്കപ്പെടുന്ന തൊഴിലാളികളല്ല.

കമ്യൂണിസ്റ്റ് സമൂഹത്തിൽ സ്ത്രീയെ പൊതുസ്വത്തായി പ്രഖ്യാപിച്ച് ലൈംഗികമായി ഉപയോഗിക്കുമെന്ന അപവാദം പ്രചരിപ്പിക്കുന്നു. “ബൂർഷ്വാ സ്വന്തം ഭാര്യയെ വെറുമൊരു ഉല്പാദനോപകരണമായിട്ടാണ് കാണുന്നത്. ഉല്പാദനോപകരണങ്ങളാകെ പൊതുവായി ഉപയോഗിക്കാൻ പോവുകയാണെന്ന് അയാൾ കേൾക്കുന്നു. അപ്പോൾ സ്വാഭാവികമായി എല്ലാവർക്കും പൊതുവിലുള്ളതായി ത്തീരുകയെന്ന ഗതി സ്ത്രീകൾക്കും വന്നുചേരുമെന്ന നിഗമനത്തിലെത്താനേ അയാൾക്കു കഴിയുന്നുള്ളൂ” കമ്യൂണിസ്റ്റ് മാനിഫെസ്റ്റോ ചൂണ്ടിക്കാട്ടുന്നു.

വൃദ്ധരെയും ഭിന്നശേഷിയുള്ളവരെയും കൊന്നൊടുക്കുമെന്ന് പ്രചരിപ്പിക്കാനും ഇക്കൂട്ടർ തുനിയുന്നു എന്നു കേൾക്കുമ്പോൾ അപവാദപ്രചാരണത്തിന് സീമകളില്ലെന്ന് നാം മനസ്സിലാക്കണം. അസത്യം നൂറുതവണ ആവർത്തിച്ചാലത് സത്യമായിക്കൊള്ളുമെന്ന ഗീബൽസിയൻ ആശയമാണ് ഇക്കൂട്ടരെ നയിക്കുന്നതെന്ന് കാണാം.

19-ാം നൂറ്റാണ്ടിൽ വ്യവസായവിപ്ലവത്തിന്റെ പ്രാരംഭകാലഘട്ടത്തിലുണ്ടായിരുന്ന തൊഴിലാളികളുടെ ജീവിതാവസ്ഥയിലേ മാർക്സിസ്സത്തിന് പ്രസക്തിയുണ്ടായിരുന്നുള്ളൂ, ഉത്പാദനവ്യവസ്ഥകളാകെ കുതിച്ചുചാട്ടത്തിന് വിധേയമാകുകയും തൊഴിലാളികളുടെ ജീവിതസാഹചര്യങ്ങളിൽ മാറ്റമുണ്ടാകുകയും ചെയ്തിട്ടുള്ള ആധുനികകാലത്ത് ഇതിന് യാതൊരു പ്രസക്തിയുമില്ല, എന്നു വാദിക്കുന്നവരാകട്ടെ, ഇന്നത്തെ സാമ്പത്തികവ്യവസ്ഥയെക്കുറിച്ചും തൊഴിലാളികളുടേയും സാധാരണക്കാരുടേയും ജീവിതദുരിതങ്ങളെക്കുറിച്ചും അരക്ഷിതാവസ്ഥകളെക്കുറിച്ചും ബോധവാന്മാരല്ലാത്തവരും ചൂഷണവ്യവസ്ഥയെ സംരക്ഷിക്കുന്നതിന് അച്ചാരം വാങ്ങിയവരുമാണെന്ന് കാണാം.

മാർക്സിസം നിർണ്ണയവാദത്തിൽ അധിഷ്ഠിതമാണ്; ചരിത്രപരമായ മാറ്റങ്ങൾ മാറ്റം ചെയ്യാനാകാത്ത ചില നിയമങ്ങൾ മൂലമാണെന്ന് ശഠിക്കുന്നു; വ്യക്തികളെ ചരിത്രത്തിന്റെ വെറും ഉപകരണങ്ങളായി മാത്രം കാണുന്നു തുടങ്ങിയ വാദങ്ങൾ ഉന്നയിക്കുന്നവർ സാമൂഹ്യമാറ്റത്തിന് സാമ്പത്തിക ക്രമത്തോടൊപ്പം മനുഷ്യന്റെ ബോധപൂർവ്വമായ ഇടപെടലുകളുടെ ആവശ്യകതയെ ഊന്നിപ്പറയുകയും അതേയമയം വ്യക്തികൾക്കുള്ള നിർണ്ണായക പങ്കിനെയും എടുത്തുകാട്ടിയിട്ടുള്ള കാര്യം വിസ്മരിക്കുന്നു. അതുപോലെ വ്യക്തിത്വത്തിന്റെ എല്ലാവിധത്തിലുമുള്ള വികസനമാണ് കമ്യൂണിസം ലക്ഷ്യമാക്കുന്നത് എന്ന കാര്യവും ഇക്കൂട്ടർ അവഗണിക്കുന്നു.

വർഗ്ഗങ്ങളും വർഗ്ഗസമരവും എന്നത് വെറും സങ്കല്പമാണെന്ന പ്രചാരണം ചൂഷണവ്യവസ്ഥയെ നിലനിർത്തിപ്പോരുന്നതിനുള്ള വ്യക്തമായ കണക്കുകൂട്ടലിന്റെ അടിസ്ഥാനത്തിലുള്ളതാണെന്ന് ചരിത്രം നമ്മെ ഓർമ്മപ്പെടുത്തുന്നു. കണ്ണടച്ച് ഇരുട്ടാക്കാൻ ശ്രമിക്കുന്ന ഇക്കൂട്ടർ എല്ലാ അടിസ്ഥാന കാര്യങ്ങളിലും പാവപ്പെട്ടവർക്കെതിരേ നിലയുറപ്പിച്ചിട്ടുള്ളവരാണെന്നുകാണാം.

കമ്യൂണിസമെന്നത് നല്ലൊരാദർശമാണെങ്കിലും ഒരിക്കലും നടപ്പാക്കാൻ സാധിക്കാത്തതാണെന്ന് പറഞ്ഞ് അപ്രായോഗികവാദികൾ തള്ളിക്കളയുന്നു. സാമൂഹിക വ്യവസ്ഥകളെ സൃഷ്ടിക്കുന്ന അടിസ്ഥാനപരമായ കാരണങ്ങളെന്തെന്നു അപഗ്രഥിച്ച് മനസ്സിലാക്കിയതുവഴി

അതിനുള്ളിൽ നിലവിലുള്ള കുഴപ്പങ്ങൾക്കുകാരണം സുവ്യക്തമായി കണ്ടെത്താനായത് കുഴപ്പങ്ങളെ ഇല്ലാതാക്കാൻ എന്തുചെയ്യണമെന്ന് നിർദ്ദേശിക്കാൻ മാർക്സിന് എളുപ്പം സാധിച്ചു. രോഗകാരണം കണ്ടുപിടിച്ചത് മരുന്ന് കണ്ടുപിടിക്കുന്നതിനെ സ്വാഭാവികമായും സഹായിക്കും. നിലവിലുള്ള സാമൂഹികരോഗങ്ങളെ അതിജീവിക്കുന്നതിന് രോഗകാരണവും അതിനുള്ള മരുന്നും കണ്ടുപിടിക്കുകയാണ്. മാർക്സിസം ചെയ്തത്. മരുന്ന് ശരിയായ നിലയിൽ പ്രയോഗിച്ചാൽ ആരോഗ്യം വീണ്ടെടുക്കാം. അതേസമയം സമൂഹത്തിൽ പുതിയ രോഗങ്ങൾ പടർന്നു പിടിക്കാൻ സാദ്ധ്യതയുള്ളതും, അവക്ക് ഫലപ്രദമായ പുതിയ മരുന്നുകൾ കാലാകാലങ്ങളിൽ വികസിപ്പിച്ച് പ്രയോഗിക്കേണ്ടത് അനിവാര്യമാകുകയും ചെയ്യും. മാർക്സിസം ഇക്കാര്യം അതിന്റെ ജീവവായുവായി സ്വീകരിക്കുന്നതുകൊണ്ടാണ് അതിനെ പ്രയോഗത്തിന്റെ തത്വശാസ്ത്രമെന്ന് വിശേഷിപ്പിക്കുന്നത്. ഉട്ടോപ്യൻ ആശയം അല്ലാതാകുന്നത് ഈ സവിശേഷതകൊണ്ടാണ്. മുതലാളിത്ത ഉത്പാദനരീതികളും അത് പിന്തുടരുന്ന സ്വതന്ത്രവിപണിയും ജനാധിപത്യക്രമങ്ങളും എല്ലാവിധത്തിലും വ്യക്തികളേയും സമൂഹത്തേയും വികസനത്തിന്റെ ഗിരിശൃംഗത്തിലെത്തിക്കുമെന്ന മുതലാളിത്ത വക്താക്കളുടെ അവകാശവാദമാണ് യഥാർത്ഥത്തിലുള്ള ഉട്ടോപ്യൻ ആശയം. ഈ ഉട്ടോപ്യൻ ആശയത്തിനെതിരായ യാഥാർത്ഥ്യബോധത്തിലൂന്നിയ, മാനവികതയിലധിഷ്ഠിതമായ സ്വപ്നമാണ് മാർക്സിസം ഉയർത്തിക്കാണിക്കുന്നത്. വിമർശകർ മാർക്സിസമെന്തെന്ന് അറിയാൻ തയാറല്ലാത്തവരും നല്ലൊരു സമൂഹത്തെക്കുറിച്ച് ചിന്തിക്കാൻപോലും മിനക്കെടാത്തവരുമാണ്. മനുഷ്യന്റെ ഭാവി ഒരു പതനമായാലും കുഴപ്പമില്ല എന്ന് കരുതുന്നവരാണിവർ.

4. മതവും വർഗ്ഗീയതയും

മാർക്സിസം വൈരുദ്ധ്യാത്മക ഭൗതികവാദത്തിൽ വിശ്വസിക്കുന്ന ഒരു തത്ത്വശാസ്ത്രമായതിനാൽ മതമേധാവികൾ ഇതിനെ ആരംഭത്തിലേ എതിർത്തു. മാർക്സിസം നിരീശ്വരവാദത്തിൽ വിശ്വസിക്കുന്നതിനാൽ എന്തു വിലകൊടുത്തും ഈ തത്ത്വശാസ്ത്രത്തെ തുടക്കം മുതൽക്കേ തച്ചുടക്കുന്നതിന് സർവ്വ പ്രയത്നവും നടത്തി. ആ പ്രവൃത്തി ഇപ്പോഴും തുടരുകയും ചെയ്യുന്നു. മാർക്സിസം കേവലം ഈശ്വരനെതിരായ ഒരു തത്ത്വശാസ്ത്രം മാത്രമാണെന്നും അതിനാൽ എല്ലാ തലത്തിലും അതിനെ കുഴിച്ചുമൂടണമെന്നും മതങ്ങൾ പ്രചാരണം നടത്തുന്നു. നിരീശ്വരവാദത്തിനപ്പുറം എന്തെങ്കിലും നന്മ അതിലുണ്ടോ എന്നാരായുവാൻ മതത്തിന്റെ വക്താക്കൾ

മിനക്കെട്ടില്ല. ശരിയായി മനസ്സിലാക്കിയവർ തെറ്റിദ്ധരിപ്പിക്കാൻ ശ്രമിച്ചുകൊണ്ടിരിക്കുന്നു. ചൂഷകവർഗ്ഗം കമ്യൂണിസത്തെ എതിർക്കുന്നതിന് മതങ്ങളെ നല്ലൊരായുധമായി ഉപയോഗപ്പെടുത്തി. മതത്തിന്റെ പേരിൽ അസഹിഷ്ണുത വളർത്തുന്ന വർഗ്ഗീയവാദികളുടെയും അന്ധവിശ്വാസികളുടെയും സഹായം മാർക്സിസത്തെ ആശയപരമായും കമ്യൂണിസ്റ്റുകാരെ കായികമായും നേരിടുന്നതിന് മുതലാളിത്തം ഉപയോഗിക്കുന്നു. തത്ഫലമായി കമ്യൂണിസത്തിന്റെ യഥാർത്ഥ ഗുണഭോക്താക്കളാകേണ്ട കോടാനുകോടി ജനത ഈശ്വരവിശ്വാസത്തിന്റെ പേരിൽ കമ്യൂണിസത്തിന്റെ എതിർപക്ഷത്ത് അണിചേർന്നിരിക്കുന്നു. കമ്യൂണിസത്തിനെതിരേ സന്ധിയില്ലാസമരം തുടരുന്നു. മതം മുതലാളിത്തത്തിന്റെ കൈയിലെ പാവയായി, പടവാളായി അധഃപതിച്ചു.

ഇന്ദ്രിയാധിഷ്ഠിത ഭൗതിക ഭോഗസുഖം ലഭ്യമാക്കപ്പെടുന്ന സാമൂഹിക സൃഷ്ടിയാണ് മാർക്സിസം ലക്ഷ്യമാക്കുന്നത്, ഭോഗസംസ്കാരം ആത്മീയമായ അധഃപതനത്തിലേക്ക് മാത്രമേ വഴിതെളിക്കൂ എന്ന് ആത്മീയവാദികൾ പ്രചരിപ്പിക്കുന്നു. എന്നാൽ അടിസ്ഥാന ഭൗതിക സൗകര്യങ്ങളില്ലാതെ ക്ലേശപൂർണ്ണമായ സാഹചര്യങ്ങളിൽ മനുഷ്യർ ഇതുവരെ ജീവിച്ചതിനെക്കുറിച്ച് ഇവർക്ക് മനസ്ഥാപമില്ല. ഇനിയും അങ്ങനെത്തന്നെ തുടരണം എന്നാണ് അവർ വാശിപിടിക്കുന്നത്.

5. ഫാസിസ്റ്റുകൾ

മുതലാളിത്തത്തിൽ നാമമാത്രമായെങ്കിലുമുള്ള ജനാധിപത്യം തകർക്കപ്പെട്ട് അതിന്റെ തന്നെ മറ്റൊരു വകഭേദമായി കോർപ്പറേറ്റുകളും ഭരണകൂടവും സംയോജിച്ചുണ്ടാകുന്ന ഫാസിസം എല്ലാ തലങ്ങളിലും കമ്യൂണിസത്തെ എതിർക്കുന്നു. കാരണം അവർ മനുഷ്യനന്മയിലോ നല്ലൊരു സമൂഹസൃഷ്ടിയിലോ വിശ്വസിക്കുന്നില്ല എന്നതുകൊണ്ടു തന്നെ. തങ്ങളുടെ നിക്ഷിപ്തതാത്പര്യങ്ങൾ നേടാനായി മനുഷ്യസമൂഹം ഒരിക്കലും നന്നാകരുതെന്ന് ചിന്തിക്കുകയും അതിനുവേണ്ടി പ്രവർത്തിക്കുകയും ചെയ്യുന്നവരാണ് ഫാസിസ്റ്റുകൾ. ലോകം എല്ലാ മനുഷ്യർക്കും തുല്യമായി അവകാശപ്പെട്ടതാണെന്ന് ഫാസിസ്റ്റുകൾ വിശ്വസിക്കുന്നില്ല. അവരുടെ മാനദണ്ഡത്തിൽപ്പെടാത്ത ജനവിഭാഗങ്ങളെ കൊന്നൊടുക്കി ലോകം തങ്ങളുടേതുമാത്രമാക്കി മാറ്റാനാണിവർ ലക്ഷ്യമാക്കുന്നത്. ബലപ്രയോഗത്തിലൂടെ ജനതയെ കീഴ്പ്പെടുത്തി ഭരിക്കുക എന്നതാണ് ഫാസിസത്തിന്റെ തത്ത്വശാസ്ത്രം. അത് അധികാരത്തിനായി സങ്കുചിതവംശമഹിമയെ പ്രകീർത്തിക്കുകയും വംശീയമേധാവിത്വത്തിന് ശ്രമിക്കുകയും

ചെയ്യുന്നു. സങ്കുചിതദേശീയതയെ പ്രകീർത്തിക്കുന്നു. മതതീവ്രവാദ ത്തെ ആയുധമാക്കുന്നു. ചുരുക്കത്തിൽ ആക്രമണോത്സുക ദേശീയത, വംശീയത, വർഗ്ഗീയത വിഭാഗീയത തുടങ്ങിയവയാണ് ഇക്കൂട്ടരുടെ ജീവവായു. മനുഷ്യനെക്കാൾ ഇവർ പ്രാധാന്യംകൊടുക്കുന്നത് മേൽപ്പറഞ്ഞവക്കാണ്. സമൂഹത്തിലെ തിന്മകളുടെ പ്രതീകമാണ് ഈ തത്ത്വശാസ്ത്രം. ഫ്രോയിഡ് വിശകലനംചെയ്ത മനുഷ്യന്റെ അബോധമനസ്സിന്റെ വികാരത്തിന്റേയും അടിച്ചമർത്തലുകളുടേയും വന്യമായ പ്രകടനമാണ് ഫാസിസം നടപ്പാക്കുന്നത്. മനുഷ്യൻ അക്രമാസക്തനും ക്രൂരനും സാഡിസ്റ്റുമാക്കിമാറ്റപ്പെടുന്നു. വികാരങ്ങളുടെ അരാജകത്വം നടപ്പാക്കപ്പെടുന്നു. അധികാരം വിരലിലെണ്ണാവുന്ന ഏതാനും വ്യക്തികളിൽ കേന്ദ്രീകരിക്കപ്പെടുന്ന മിലിട്ടറി ഗുണ്ടാ ഭരണമാണ് ഫാസിസം. സമൂഹത്തെ ഒറ്റയടിക്ക് ആയിരക്കണക്കിനു വർഷം പിന്നോട്ട് കൊണ്ടുപോകാനതിന് നിഷ്പ്രയാസം സാധിക്കും. എല്ലാവിധ നന്മകളേയും എതിർക്കുന്ന അവർ കമ്യൂണിസത്തെ എതിർക്കുന്നതിൽ അദ്ഭുതപ്പെടേണ്ടതില്ല. ഫാസിസത്തിന്റെപ്രായോക്താക്കളായിരുന്ന ജർമ്മനിയിലെ ഹിറ്റ്ലറും ഇറ്റലിയിലെ മുസ്സോളിനിയും ഉൾപ്പെടേയുള്ളവർ കഴിഞ്ഞ നൂറ്റാണ്ടിൽ മനുഷ്യ സമൂഹത്തിന് വരുത്തിവച്ച ക്രൂരതകൾ സാമാനതകളില്ലാത്തതാണ്.

6. മുൻ കമ്യൂണിസ്റ്റുകാർ

മുൻ കമ്യൂണിസ്റ്റുകൾ മൂന്നു വിഭാഗമുണ്ട്. ഒന്ന്, മുൻ കമ്യൂണിസ്റ്റ് രാജ്യങ്ങളിലെ മുൻ കമ്യൂണിസ്റ്റുകാരാണ്. കമ്യൂണിസത്തിന്റെ പേരിൽ അധികാരത്തിൽ വരികയും കമ്യൂണിസം തെറ്റായി നടപ്പാക്കാൻ ശ്രമിച്ചതുകാരണം അധികാരഭ്രഷ്ടരാക്കപ്പെട്ട രാജ്യങ്ങളിലെ നേതാക്കളും ജനങ്ങളുമാണ് ഇവർ. അവർക്ക് ഈ സംവിധാനത്തെപ്പറ്റി നല്ല അഭിപ്രായമില്ല. രണ്ടാമതായി, കമ്യൂണിസ്റ്റ് പാർട്ടികളുടെ തെറ്റായ നിലപാടുകളിലും പ്രവർത്തനങ്ങളിലും പ്രതിഷേധിച്ച് എതിർ ചേരിയിൽ അണിനിരക്കപ്പെട്ടവരാണ്. കമ്യൂണിസ്റ്റാശയങ്ങളെ തെറ്റായി മനസ്സിലാക്കുകയും അപ്രകാരം പ്രവർത്തിക്കുകയും ചെയ്യുകയെന്നത് സാർവത്രികമായി കാണപ്പെടുന്ന പ്രവണതയാണ്. കൂടാതെ ജനാധിപത്യവീക്ഷണം വെടിഞ്ഞ് അധികാരത്തിനും സ്വാർത്ഥലാഭത്തിനും വേണ്ടി പാർട്ടിയെ വരുതിയിലാക്കുകയെന്നത് നേതൃത്വത്തിന്റെ ഒരു സ്വഭാവമാണ്. അത്തരക്കാർ യഥാർത്ഥ കമ്യൂണിസ്റ്റുകരെ പലതരത്തിലും ഒഴിവാക്കാൻ ശ്രമിക്കുന്നതിന്റെ ഫലമായി ഗത്യന്തരമില്ലാതെ വിരുദ്ധചേരിയോടൊപ്പം ചേരാൻ നിർബന്ധിതരാക്കപ്പെടുന്ന ഇവർ അവരുടെ ചട്ടുകമായി ഫലപ്രദമായി

വിനിയോഗിക്കപ്പെടുന്നു. മൂന്നാമത്തെ വിഭാഗം, കമ്യൂണിസ്റ്റ് പാർട്ടികളിൽ സ്വാർത്ഥതാത്പര്യങ്ങൾ നടപ്പാക്കാൻ ശ്രമിച്ചതിന്റെ ഫലമായി പുറത്താക്കപ്പെടുകയോ പുറത്തുപോകുകയോ ചെയ്തവർ.

പ്രത്യക്ഷത്തിൽ കമ്യൂണിസ്റ്റായി അറിയപ്പെടുകയും എന്നാൽ മുതലാളിത്തം ഇട്ടുകൊടുക്കുന്ന അനർഹമായ ആനുകൂല്യങ്ങൾ കൈപ്പറ്റിക്കൊണ്ട് കമ്യൂണിസ്റ്റ് മുന്നേറ്റങ്ങളെ തെറ്റായി വ്യഖ്യാനിച്ച് ആശയക്കുഴപ്പം സൃഷ്ടിച്ച് മുതലാളിത്തത്തെ സഹായിക്കുന്ന ശിഖണ്ഡിവേഷധാരികളും കമ്യൂണിസത്തിനെതിരാണ്. അതുപോലെ തങ്ങൾ നിഷ്പക്ഷരാണെന്ന് നടിക്കുന്ന സാമൂഹിക-സാംസ്കാരികപ്രവർത്തകരും നവലോകനിർമ്മിതിയെ സഹായിക്കാത്തവരാണ്.

ചുരുക്കത്തിൽ മനുഷ്യനന്മക്കെതിരേ നിലകൊള്ളുന്നവരും കമ്യൂണിസമെന്തെന്ന് ശരിയായി മനസ്സിലാക്കാത്തവരും കമ്യൂണിസത്തിന്റെ മേന്മയെക്കുറിച്ചറിയാമെങ്കിലും സ്വാർത്ഥ താത്പര്യങ്ങളാൽ തെറ്റിദ്ധരിപ്പിക്കാൻ ശ്രമിക്കുന്നവരും തെറ്റിദ്ധരിക്കപ്പെട്ടിട്ടുള്ളവരും കമ്യൂണിസ്റ്റ് പ്രസ്ഥാനങ്ങളുടെ തെറ്റുകളാൽ അകറ്റിനിർത്തപ്പെട്ട വ്യക്തികളും സംഘടനകളും കൂട്ടരുമാണ് കമ്യൂണിസത്തിന്റെ എതിർചേരിയിൽ അണിനിരന്നിട്ടുള്ളത് എന്ന് കാണാം. ഭരണകൂടത്തിലും സമൂഹത്തിലും മേൽപ്പറഞ്ഞ കൂട്ടർക്ക് വളരെയധികം സ്വാധീനം ചെലുത്താൻ സാധിക്കും എന്നതിനാൽ അവയെ നേരിടുന്നതിന് സാമാന്യജനത ബോധവത്ക്കരിക്കപ്പെടേണ്ടതും അതിനായി ശക്തമായ വിപ്ലവപാർട്ടി കെട്ടിപ്പടുക്കേണ്ടതുമുണ്ട്.

സ്വകാര്യസ്വത്തിന്റെയും മൂലധനത്തിന്റേയും അന്ധവിശ്വാസങ്ങളുടേയും സ്രഷ്ടാക്കളായ കമ്യൂണിസ്റ്റ് വിരുദ്ധർ വമ്പിച്ച സ്വാധീനശക്തിയുള്ളവരാകയാൽ അവരെ നേരിടുക എളുപ്പമല്ല. എന്നാൽ അജ്ഞതമൂലവും തെറ്റിദ്ധാരണമൂലവും ഇവരോടൊപ്പം ചേർന്നിട്ടുള്ള ലക്ഷക്കണക്കിന് ആളുകളെ ഇവരുടെ പിടിയിൽ നിന്നും മോചിപ്പിക്കേണ്ടതുണ്ട്. കൂടാതെ ലോകത്തിന്റെ പല ഭാഗങ്ങളിലും മാർക്സിസം പ്രയോഗിച്ചതിന്റേയും മാർക്സിസത്തിന്റെ മാർക്സിസം-ലെനിനിസം എന്ന പരിവർത്തനത്തിന്റേയും അവക്ക് താത്കാലികമായി ചില രാജ്യങ്ങളിൽ സംഭവിച്ച തിരിച്ചടികളുടേയും അടിസ്ഥാനത്തിൽ വസ്തുതകളെ പുനഃപരിശോധനയ്ക്ക് വിധേയമാക്കേണ്ടിയിരിക്കുന്നു. ആദ്യത്തെയും ഏറ്റവും വലിയതുമായ സോഷ്യലിസ്റ്റ് രാജ്യമായിരുന്ന സോവിയറ്റ് യൂണിയന്റെ രൂപീകരണത്തിലേക്കും തകർച്ചയിലേക്കും വഴിതെളിച്ച സാഹചര്യവും അതിന്റെ അടിസ്ഥാനത്തിൽ മാർക്സിസത്തിന് കാലാനുസൃതമായി ഉണ്ടാകേണ്ട ഭേദഗതികളും

കൂട്ടിച്ചേർക്കലുകളും എന്തെല്ലാമാണെന്നും പരിശോധിക്കപ്പെടണം. അതിനുവേണ്ടിയുള്ള നിഷ്പക്ഷമായ തുറന്ന ചർച്ചകൾ ആരംഭിക്കേണ്ടിയിരിക്കുന്നു. മാർക്സിസത്തെ ഒരു "ഡോഗ്മാ" ആയി കാണാതെ മാർക്സിസ്റ്റാചാര്യന്മാർ നിഷ്കർഷിച്ചതുപോലെ പ്രയോഗത്തിന്റെ തത്ത്വശാസ്ത്രമായി കാണണം.

മാർക്സിയൻ പ്രപഞ്ചവീക്ഷണം

നാം ജീവിക്കുന്ന പ്രപഞ്ചത്തേയും നമ്മുടെ ജീവിതത്തേയും സമീപിക്കേണ്ടതെങ്ങനെയെന്ന ചിന്തയേയും അതനുസരിച്ചുള്ള ജീവിതക്രമത്തേയുമാണ് ദർശനം അഥവാ പ്രപഞ്ചവീക്ഷണം എന്നു പറയുന്നത്. മാർക്സിസം വൈരുദ്ധ്യാത്മക ഭൗതികവാദം എന്ന് പിൽക്കാലത്ത് അറിയപ്പെട്ട പ്രപഞ്ച വീക്ഷണത്തിൽ അധിഷ്ഠിതമാണ്.

പ്രപഞ്ചത്തെക്കുറിച്ച് ചിന്തകന്മാരുടെ ഇടയിൽ പ്രധാനമായും രണ്ടുതരം വീക്ഷണമുണ്ട്; ആത്മീയവാദവും ഭൗതികവാദവും. പ്രകൃതിയാണോ ആത്മാവാണോ ആദ്യമുണ്ടായത് എന്നതുസംബന്ധിച്ച വ്യത്യസ്താഭിപ്രായങ്ങളാണ് വ്യത്യസ്തവീക്ഷണങ്ങൾക്കാധാരം. വസ്തു-പ്രകൃതിയാണ് ആദ്യമുണ്ടായതെന്നു വിശ്വസിക്കുന്നവർ ഭൗതികവാദികൾ എന്ന വിഭാഗത്തിൽപ്പെടുന്നു. പ്രപഞ്ചത്തിനൊരു 'സൃഷ്ടികർത്താവു'ണ്ടെന്നും അതാണ് പ്രഥമം-ആദ്യമുണ്ടായത് (പ്രകൃതിയെക്കാൾ മുമ്പ്) എന്നു വിശ്വസിക്കുന്നവരെ ആത്മീയവാദികൾ അഥവാ ആശയവാദികൾ എന്നു വിളിക്കുന്നു. ഭൗതികാതീതശക്തിയാൽ പ്രപഞ്ചവും ജീവജാലങ്ങളും സൃഷ്ടിക്കപ്പെട്ടതാണെന്നു ആത്മീയവാദികൾ വിശ്വസിക്കുന്നു. ഇതുകൂടാതെ പ്രപഞ്ചം സൃഷ്ടിക്കപ്പെട്ടതാണെന്നോ അല്ലെന്നോ ഉറപ്പില്ലാത്തവരാണ് അജ്ഞേയവാദികളെന്നറിയപ്പെടുന്നത്. അവർ ഈശ്വരനെ നിഷേധിക്കുകയോ അംഗീകരിക്കുകയോ ചെയ്യുന്നില്ല. എന്നാൽ ആശയവാദവും ഭൗതികവാദവുമാണ് പ്രധാന പ്രപഞ്ചവീക്ഷണധാരകൾ.

ആശയവാദത്തേയും ഭൗതികവാദത്തേയും കമ്യൂണിസ്റ്റാചാര്യനായ എംഗൽസ് ഇങ്ങനെ നിർവചിക്കുന്നു. “ആത്മാവാണ് പ്രകൃതിയെക്കാൾ മുമ്പ് ഉണ്ടായതെന്ന് ശഠിക്കുകയും അങ്ങനെ അവസാനവിശകലനത്തിൽ പ്രപഞ്ചം സൃഷ്ടിക്കപ്പെട്ടതാണെന്ന് ഒരു തരത്തിലല്ലെങ്കിൽ മറ്റൊരുതരത്തിൽ അനുമാനിക്കുകയും ചെയ്യുവർ ആശയവാദികളുടെ ചേരിയിൽപ്പെടുന്നു. പ്രകൃതിയാണ് ആദ്യമുണ്ടായത് എന്ന് കരുതുന്നവർ ഭൗതികവാദത്തിന്റെ വിവിധ ശാഖകളിൽപ്പെടുന്നു. ആശയവാദം, ഭൗതികവാദം എന്നീ രണ്ട് സംജ്ഞകളുടെ മൂലാർത്ഥം ഇത്രമാത്രമാണ്. ഇവിടെയും അവയെ ഉപയോഗിക്കുന്നത് ആ അർത്ഥത്തിൽ മാത്രമാണ്.” (ലുഡ്വിഗ് ഫോയർബാഹും ക്ലാസിക്കൽ ജർമ്മൻ തത്ത്വശാസ്ത്രത്തിന്റെ അന്ത്യവും-എംഗൽസ്).

വൈരുദ്ധ്യാത്മക ഭൗതികവാദം

വൈരുദ്ധ്യാത്മകഭൗതികവാദത്തിന്റെ സമകാലികപ്രസക്തിയെക്കുറിച്ച് ചർച്ച ചെയ്യേണ്ടതുള്ളതിനാൽ ഇതിന്റെ അടിസ്ഥാനാശയങ്ങളുടെ സംക്ഷിപ്ത വിവരണം ആവശ്യമാണ്.

ഈ വീക്ഷണമനുസ്സരിച്ച് പ്രപഞ്ചമാകെ പദാർത്ഥം അഥവാ ദ്രവ്യനിർമ്മിതമാണ്. ദ്രവ്യം സൃഷ്ടിക്കപ്പെട്ടതോ മറേറതെങ്കിലും ശക്തിയിൽനിന്നും രൂപംകൊണ്ടതോ അല്ല. അത് എന്നും ഉണ്ടായിരുന്നു. ഇനിയും വിവിധരൂപങ്ങളിൽ തുടരും. അതിനെ നിർമ്മിക്കാനോ നശിപ്പിക്കാനോ കഴിയില്ല. നാമും നമുക്കുചുറ്റും കാണപ്പെടുന്ന എല്ലാ വസ്തുക്കളും ഭൗതികമായ പദാർത്ഥത്തിന്റെ വിവിധ രൂപങ്ങളാണ്. പ്രപഞ്ചം മാറ്റത്തിന് വിധേയമാണ്. പദാർത്ഥത്തിനുള്ളിലെ സഹജമായ വിരുദ്ധഗുണങ്ങളും ചലനങ്ങളുമാണ് ഈ മാറ്റത്തിനു കാരണം. സൂര്യനുൾപ്പടെയുള്ള നക്ഷത്രങ്ങളും ഭൂമിയുൾപ്പെടെയുള്ള ഗ്രഹങ്ങളും മനുഷ്യനുൾപ്പെടെയുള്ള ജൈവപ്രതിഭാസങ്ങളും ഉൾക്കൊള്ളുന്ന ഇന്ദ്രിയഗ്രാഹ്യമായ ഈ അണ്ഡകടാഹമാകെ പദാർത്ഥനിർമ്മിതമാണ്. പദാർത്ഥത്തിലുണ്ടായ പരിണാമത്തിന്റെ ഫലമായുണ്ടായതാണ് ജൈവലോകം. ഇവയെല്ലാം മനുഷ്യന്റെ ബോധത്തിനതീതമായി നിലകൊള്ളുന്നു. ജീവികൾ പദാർത്ഥനിർമ്മിതമായതിനാൽ അവയിലെ ബോധം, ചിന്ത തുടങ്ങിയവയും പദാർത്ഥനിർമ്മിതമാണ്. ബോധം സവിശേഷരൂപത്തിലുള്ള ദ്രവ്യത്തിന്റെ ഗുണമാണ്. അതിനാൽ പ്രപഞ്ചത്തിൽ ദ്രവ്യാതീതമായി

ഒന്നുംതന്നെയില്ല. ഇവയാണ് വൈരുദ്ധ്യാത്മക ഭൗതികവാദത്തിന്റെ അടിസ്ഥാന ആശയങ്ങൾ.

ദ്രവ്യത്തിന്റെ പ്രാഥമികത്വത്തെ വ്യക്തമാക്കികൊണ്ട് എംഗൽസ് ഇങ്ങനെ അഭിപ്രായപ്പെടുന്നു;

“ഭൗതികവും ഇന്ദ്രിയഗോചരവും നാം തന്നെ ഉൾപ്പെടുന്നതുമായ ഈ പ്രപഞ്ചം മാത്രമാണ് ഒരേയൊരു യാഥാർത്ഥ്യം. നമ്മുടെ ബോധവും ചിന്തയും എത്രതന്നെ ഇന്ദ്രിയാനുഭൂതികൾക്ക് അതീതമാണെന്ന് നമുക്ക് തോന്നിയാലും അവ തലച്ചോറെന്ന ഭൗതികവും ശാരീരികവുമായ ഒരവയവത്തിൽനിന്നാണ് ഉണ്ടാകുന്നത്. ദ്രവ്യം മനസ്സിന്റെ ഒരുല്പന്നമല്ല; പിന്നെയോ? മനസ്സുതന്നെ ദ്രവ്യത്തിന്റെ ഏറ്റവും ഉയർന്ന ഉല്പന്നം മാത്രമാണ്. ” (ലൂദ്‌വിംഗ് ഫോയർബാഹും ക്ലാസിക്കൽ ജർമ്മൻ തത്ത്വശാസ്ത്രത്തിന്റെ അന്ത്യവും-അദ്ധ്യായം-2, എംഗൽസ്).

പ്രാചീനകാലത്ത് ഭൗതികവാദചിന്താഗതിക്കായിരുന്നു ലോകത്ത് മുൻതൂക്കം. പ്രപഞ്ചം ഏതെങ്കിലും അഭൗമശക്തിയാൽ സൃഷ്ടിക്കപ്പെട്ടതല്ല എന്ന് വിശ്വസിച്ച ഭൗതികവാദം അതിപ്രാചീനകാലം മുതൽക്കേ നിലനിന്നിരുന്നതായി മനസ്സിലാക്കാം. പ്രാചീന ഗ്രീക്ക് ചിന്തകരായിരുന്ന തെയിൽസ്, ഡമോക്രിറ്റസ്, എപികൃൂറസ് തുടങ്ങിയവർ ഭൗതികവാദികളായിരുന്നു. ഇൻഡ്യയിൽ ചാർവ്വാകന്മാർ എന്നറിയപ്പെട്ടിരുന്നവർ ഭൗതികവാദത്തിന്റെ ശക്തരായ വക്താക്കളായിരുന്നു. എന്നാൽ പിൽക്കാലത്ത് ആത്മീയവാദം ആധിപത്യം നേടുകയുണ്ടായി. പുരാതന സംസ്കാരങ്ങളുടെ തകർച്ച, ഫ്യൂഡലിസത്തിന്റെ വളർച്ച തുടങ്ങിയവ ഇതിനെ സഹായിച്ചു. യുക്തിചിന്തയുടെമേൽ മതങ്ങൾ ആധിപത്യം നേടി. മതാചാരങ്ങൾക്ക് ജനങ്ങളെ സ്വാധീനിക്കാനുള്ള ശക്തി ഒരു കാരണമാണ്. കൂടാതെ, പ്രകൃതിപ്രതിഭാസങ്ങളേയും അവയുടെ സങ്കീർണ്ണതകളേയും കുറിച്ച് ചിന്തിച്ച സാമാന്യജനതക്ക് എളുപ്പം സ്വീകാര്യമായത് ഈശ്വരവിശ്വാസവും ആത്മീയതയും അതിന്റെ വിശ്വാസപ്രമാണങ്ങളും ആചാരങ്ങളുമായതിനാൽ ആത്മീയവാദം ജനജീവിതത്തെ സ്വാധീനിക്കുന്ന ഏറ്റവും വലിയ ദർശനധാരയായി. പ്രധാനപ്പെട്ട മതങ്ങളെല്ലാം ആത്മീയവാദത്തിൽ അധിഷ്ഠിതമാണ്. പ്രപഞ്ചവും ജീവജാലങ്ങളുമാകെ ഈശ്വരസൃഷ്ടമാണെന്ന ആത്മീയതയിലധിഷ്ഠിതമായ സൃഷ്ടിവാദത്തിന് പത്തൊൻപതാം നൂറ്റാണ്ടുവരെ ലോകത്ത് പ്രാബല്യം ലഭിച്ചു. എന്നാൽ 19-ാം നൂറ്റോണ്ടോടുകൂടി ഭൗതികവാദം പടിപടിയായി പുനരുജ്ജീവിപ്പിക്കപ്പെട്ടു. അതിനുകാരണം 18, 19

നൂറ്റാണ്ടുകളിലുണ്ടായ ശാസ്ത്രപുരോഗതിയാണ്. പ്രാചീനഗ്രീക്ക് ഭൗതികവാദത്തിന്റേയും ബ്രിട്ടീഷ് ഭൗതികവാദത്തിന്റേയും ഫ്രഞ്ച് യാന്ത്രികഭൗതികവാദത്തിന്റേയും ജർമ്മൻ ക്ലാസ്സിക്കൽഭൗതിക വാദത്തിന്റേയും തുടർച്ചയാണ് ആധുനികഭൗതികവാദം. പദാർത്ഥ ത്തിന്റെ ദീർഘകാലത്തെ അനുസ്യൂതമായ വികാസങ്ങളുടേയും പരിണാമങ്ങളുടേയും ഫലമായിട്ടാണ് ഭൂമിയുൾപ്പെടുന്ന പ്രപഞ്ചമാകെ രൂപംകൊണ്ടതെന്ന പുതിയ ലോകോല്പത്തിസിദ്ധാന്തം ഈ കാല ഘട്ടത്തിൽ പ്രചരിപ്പിക്കപ്പെട്ടു. പദാർത്ഥത്തിന്റെ അസ്തിത്വത്തിന് മുൻഗണന നൽകപ്പെടുന്ന ചിന്താഗതി വളർന്നുവന്നു. പ്രപഞ്ചവികാ സത്തിന് ചില നിയമങ്ങൾഉണ്ടെന്നും അവയുടെ അടിസ്ഥാനത്തി ലാണ് മാറ്റങ്ങൾ ഉണ്ടാകുന്നതെന്നും മനസ്സിലാക്കപ്പെട്ടു. യൂറോപ്പിൽ ശാസ്ത്രത്തിന്റെ വളർച്ചയെത്തുടർന്ന് യന്ത്രങ്ങൾ നിർമ്മിക്കപ്പെടുക യും അതോടെ പ്രപഞ്ചത്തെ ഒരു യന്ത്രത്തോടുപമിച്ചു തുടങ്ങുകയും ചെയ്തു. ലോകം ഒരു യന്ത്രത്തെപ്പോലെ കൃത്യമായും മാറ്റമില്ലാതെയും നടന്നുകൊണ്ടിരിക്കുന്നുവെന്ന് പതിനെട്ടാം നൂറ്റാണ്ടിലെ ഭൗതികവാ ദികളായ ചിന്തകന്മാർ വാദിച്ചു. വളർച്ചയെക്കുറിച്ച് ഒരു വിശദീകര ണവും നൽകിയില്ല എന്നതാണ് അതിന്റെ പ്രധാന കുറവ്. ഇതാണ് യാന്ത്രിക ഭൗതികവാദം എന്നറിയപ്പെടുന്നത്.

എന്നാൽ പിന്നീട് ഈ ചിന്താഗതിക്ക് കൂടുതൽ മാറ്റവും പ്രചാരവും സിദ്ധിച്ചു. ആ കാലത്തെ ഭൗതികവാദത്തിന്റെ പ്രധാനപ്രയോക്താവ് ഫോയർബാഹ് (1804-1872) എന്ന ചിന്തകനാണ്. അദ്ദേഹം അവശ്യംവേണ്ട മാറ്റങ്ങൾ നൽകി ഭൗതികവാദത്തെ ഉദ്ധരിച്ചു. യാന്ത്രികഭൗതികവാദത്തിന്റെ ഉന്നതരൂപമാണ് അദ്ദേഹം മുന്നോട്ടുവച്ചത്. ദ്രവ്യമാണ് പ്രപഞ്ചത്തിന്റേയും ജീവന്റേയും അടിസ്ഥാന ശിലയെന്നും ആ ദ്രവ്യത്തിന്റെ ഉന്നതരൂപമാണ് മനുഷ്യനെന്നും ഉള്ള വീക്ഷണമാണ് അദ്ദേഹത്തിന്റേത്. പ്രകൃതിക്ക് അതീതമായി ഒന്നുമില്ല. മാനുഷികമായ എല്ലാ ഭാവങ്ങളും പ്രകൃതിദത്തമാണ്. മനുഷ്യന്റെ ഐഹികമായ ജീവിതാവശ്യങ്ങളിൽ നിന്നും, സമൂഹം സൃഷ്ടിക്കുന്ന അന്യവല്ക്കരണത്തിൽ നിന്നുമാണ് മതം, ദൈവസങ്കല്പം എന്നിവ ഉണ്ടായതെന്ന് ഫോയർബാഹ് "ക്രിസ്തുമതത്തിന്റെ അന്ത സ്സത്ത"(1841) എന്ന തന്റെ ഗ്രന്ഥത്തിൽ വ്യക്തമാക്കി. സ്നേഹം, നന്മ, വിവേകം, അറിവ് തുടങ്ങിയവയാണ് ഏറ്റവും നല്ല ഗുണങ്ങളെന്ന് മനുഷ്യൻ കരുതുന്നതുകൊണ്ട് ഈശ്വരനെ ഇത്തരം ഗുണങ്ങളെ ല്ലാമുള്ള ശക്തിയായി മനുഷ്യൻ സങ്കല്പിക്കുന്നു. മനുഷ്യന്റെ തന്നെ സർവ്വഗുണങ്ങളേയും പറ്റിയുള്ള ഒരു സങ്കല്പസൃഷ്ടിയാണ് ഈശ്വരൻ

എന്ന് അദ്ദേഹം സമർത്ഥിക്കുന്നു. ഇത്തരം ഗുണങ്ങൾ വ്യക്തിജീവിതത്തിലും സാമൂഹികജീവിത്തിലും സാക്ഷാത്കരിക്കുന്നതിനുള്ള അഭിവാഞ്ഛയിൽനിന്നാണ് ഈശ്വരചിന്തയും മതവും ഉടലെടുത്തിട്ടുള്ളത്. തത്ത്വശാസ്ത്രത്തിന്റെ കേന്ദ്രബിന്ദു മനുഷ്യനായിരിക്കണം എന്നദ്ദേഹം വാദിച്ചു.

അതേ സമയം അദ്ദേഹത്തിന്റെ ചിന്തകളിൽ ആശയവാദത്തിന്റെ ഘടകങ്ങളും അടങ്ങിയിരുന്നു. "മതചിന്തകളിലുണ്ടാകുന്ന മാറ്റങ്ങളാണ് സമൂഹത്തിലെ മാറ്റങ്ങളേയും നിയന്ത്രിക്കുന്നത് " എന്നും, "മതപരിവർത്തനങ്ങളാൽ മാത്രമാണ് മനുഷ്യരാശിയുടെ കാലഘട്ടങ്ങൾ വേർതിരിക്കപ്പെട്ടിരിക്കുന്നത്" എന്നും പ്രസ്താവിച്ചിട്ടുള്ളത് അതുകൊണ്ടാണ്. വൈരുദ്ധ്യാത്മകതയാണ് സമൂഹത്തിന്റെ ചാലകശക്തിയെന്നുള്ള ഹെഗലിയൻ വീക്ഷണത്തിന് ഫോയർബാഹ് പരിഗണന നൽകുന്നില്ല.

ഭൗതികപ്രപഞ്ചത്തിന്റെ വികാസത്തിനുള്ള കാരണങ്ങളും വളരെ മുമ്പുതന്നെ ചിന്താവിഷയമായിരുന്നു. പ്രപഞ്ചവികാസത്തിനു കാരണം വൈരുദ്ധ്യാധിഷ്ഠിതചലനങ്ങളാണെന്ന് മനുഷ്യൻ വിശ്വസിച്ചിരുന്നു. "പ്രപഞ്ചവും അതിലടങ്ങിയ എല്ലാ വസ്തുക്കളും ദൈവമോ മനുഷ്യനോ ഉണ്ടാക്കിയതല്ല. ക്രമമായി ആളിക്കത്തുകയും ക്രമമായി കെട്ടുപോകുകയും ചെയ്യുന്ന സജീവമായ ഒരു ജ്വാലയായിരുന്നു പ്രപഞ്ചം. ഇന്നും അങ്ങനെതന്നെ, എന്നും അങ്ങനെ തന്നെ ആയിരിക്കുകയും ചെയ്യും" എന്നും പ്രപഞ്ചത്തിന് ഏകതാനതയുണ്ടെന്നും ഈ ഏകതാനത വൈരുദ്ധ്യങ്ങളുടെ സംയോഗംമൂലം ജനിക്കുന്നതാണെന്നും വിരുദ്ധങ്ങളായ കാര്യങ്ങളാണ് ലോകത്തിന്റെ സ്വഭാവഗതിയെ നിർണ്ണയിക്കുന്നതെന്നും വിശ്വസിച്ച പ്രാചീന ഗ്രീക്കുചിന്തകനായ ഹെറാക്ലിത്തസ് (ബി.സി 530-470) പ്രപഞ്ചവികാസത്തിലെ വൈരുദ്ധ്യാത്മക സ്വഭാവത്തെ എടുത്തുകാട്ടുന്നു. ഈ ആശയത്തിന് നവോത്ഥാനാനന്തരം നടന്ന ഭൗതികശാസ്ത്രത്തിലെ വികാസത്തെത്തുടർന്ന് കൂടുതൽ വ്യക്തത കൈവന്നു. പ്രപഞ്ച വികാസത്തിന്റെ സ്വഭാവവും കാരണവും വൈരുദ്ധ്യാധിഷ്ഠിതമാണ് എന്ന ആശയം ജോർജ് വില്യം ഫ്രഡറിക് ഹെഗൽ (1770-1831)എന്ന ചിന്തകൻ അദ്ദേഹത്തിന്റെ പ്രശസ്തങ്ങളായ നിരവധി കൃതികളിലൂടെ ഉന്നയിച്ചു.

ഹെറാക്ലിറ്റസ്, സോക്രട്ടീസ്, പ്ലേറ്റോ തുടങ്ങിയവരുടെ വൈരുദ്ധ്യവാദത്തെ പുനരാവിഷ്കരിച്ചാണ് അദ്ദേഹം ആധുനികവൈരുദ്ധ്യവാദത്തിന് രൂപം നൽകിയത്. പ്രപഞ്ചം നിരന്തരം ചലിക്കുകയും മാറുകയും വികസിക്കുകയും ചെയ്തുകൊണ്ടിരിക്കുന്നു.

എല്ലാ വസ്തുക്കളിലും പ്രതിഭാസങ്ങളിലും നിലനിൽക്കുന്ന വിരുദ്ധശക്തികൾ തമ്മിലുള്ള സംഘട്ടനങ്ങളും അതോടൊപ്പം കാണപ്പെടുന്ന സമന്വയവുമാണ് ഈ മാറ്റത്തിനും ചലനത്തിനും വികാസത്തിനും കാരണം. മൂന്നു ഘട്ടങ്ങളിലൂടെയാണ് സത്യം വെളിവാക്കപ്പെടുന്നതെന്ന് ഹെഗൽ വിശദീകരിക്കുന്നു. ഇത് വിപരീതങ്ങളുടെ ഐക്യം എന്ന വിശ്വാസത്തിൽ അധിഷ്ഠിതമാണ്. പ്രതിഭാസങ്ങളുടേയും സംഭവങ്ങളുടേയും താഴ്ന്ന പടിയിൽനിന്ന് ഉയർന്നതിലേക്ക്, അപൂർണ്ണതയിൽ നിന്ന് പൂർണ്ണതയിലേക്ക് വിപരീതഗുണങ്ങളുടെ ഏറ്റുമുട്ടലുകളിലൂടേയും സമന്വയത്തിലൂടേയുമുള്ള പുരോഗതിയാണ് ചരിത്രം. ആശയങ്ങൾ നിരന്തരം മാറുകയും വളരുകയുമാണ്ഏതൊരാശയത്തിന്റേയും തുടക്കത്തിൽ അപൂർണ്ണതകളുണ്ടാകാം. അതിനാൽ അതിനെ നിഷേധിക്കുന്ന ആശയങ്ങൾ ഉണ്ടാകുന്നു. ഇവ തമ്മിൽ ഏറ്റുമുട്ടുകയും വിപരീതങ്ങളായ ഈ ആശയങ്ങളിലെ കൂടുതൽ ശരിയായവ സ്വാംശീകരിച്ച് പുതിയ ആശയങ്ങൾ ഉടലെടുക്കുകയും, ഈ പ്രക്രിയ തുടരുകയും ഒടുവിൽ പൂർണ്ണമായ അറിവിലേക്ക് എത്തിച്ചേരുകയും ചെയ്യുന്നു. മുമ്പുണ്ടായ അപൂർണ്ണങ്ങളായ ഓരോ ആശയവും പൂർണ്ണതയിലേക്കുള്ള പടവുകളായിരുന്നു. ഒരു വൃക്ഷം വളർന്ന് വികസിച്ച് പൂത്ത് ഫലം തരുന്നതുപോലുള്ള പരിവർത്തനമാണിത്. പുഷ്പം വിരിഞ്ഞ് ദളങ്ങൾ നശിക്കുകയും ഫലപ്രാപ്തിയിലെത്തുകയും ചെയ്യും. ചരിത്രത്തിന്റെ പുരോഗതി ഇതിലേക്കുള്ള പടവുകളായിരുന്നു. അതിനാൽ ഫലം ലഭിക്കുന്നതെടെ(പൂർണ്ണമായ അറിവ് നേടുന്നതോടെ) ഈ പ്രക്രിയ പൂർത്തിയാകുകയും ചരിത്രം അവസാനിക്കുകയും ചെയ്യും.

അപൂർണ്ണതയിൽ നിന്നും പൂർണ്ണതയിലേക്കുള്ള ആശയങ്ങളുടെ വികാസമാണ് ചരിത്രം. ഈ സമന്വയവും അതിലൂടെയുള്ള പുരോഗതിയും സാധ്യമാകുന്നത് വിശ്വാത്മാവ് എന്ന ശക്തിയുടെ ബോധപൂർവ്വമായ ഇച്ഛാശക്തിയുടെ ഫലമായിട്ടാണ് എന്ന സങ്കല്പമാണ് ഹെഗൽ ഉന്നയിക്കുന്നത്. ആ ഏകം എല്ലാ മാറ്റങ്ങൾക്കും കാരണമെങ്കിലും മാറ്റത്തിനുവിധേയമല്ല. ഒരേ സമയം മാറ്റമില്ലാതെ എല്ലാ മാറ്റത്തേയും ഉൾക്കൊള്ളുന്ന ഒരു കേവല സത്തയിൽ ഊന്നൽ നല്കുന്ന ആത്മീയതയിൽ അധിഷ്ഠിതമായ വൈരുദ്ധ്യവാദമായിരുന്നു ഹെഗലിന്റേത്. പ്രപഞ്ചവും സമൂഹവുമെല്ലാം മാനവികസത്തയുടെ അന്യവത്കരണമാണ്. മാനവികസത്തയെന്നാൽ ആശയങ്ങൾ, അഥവാ ചിന്തയും ആത്മബോധവുമാണ്. ആശയങ്ങളാണ് യാഥാർത്ഥ്യമായുള്ളത്. ഭൗതികപ്രപഞ്ചം ആശയങ്ങളുടെ പ്രതിഫലനം മാത്രമാണെന്നും ഹെഗൽ വിശ്വസിച്ചു.

“ജർമ്മൻ ആശയവാദത്തിലധിഷ്ഠിതമായിരുന്നു ഹെഗലിന്റെ ചിന്തകൾ. ആത്മാവിന്റെ വളർച്ച ചരിത്രപരമെന്ന് അദ്ദേഹം വാദിച്ചു. അത് ചലനാത്മകമാണ്. ചലനം എന്നത് നേർരേഖയിലൂടെ മാത്രം നടക്കുന്ന ഒരു പ്രക്രിയയല്ല. അത് വൈരുദ്ധ്യാത്മകമാണ്. ഒരു വസ്തു ഒരേസമയം ഉണ്മയിലൂടെയും ഇല്ലായ്മയിലൂടെയും കടന്നുപോയാലേ അതിന് ചലിക്കാൻ സാധിക്കുകയുള്ളൂ. അതുകൊണ്ട് ചലനം വിപരീതങ്ങളുടെ ഐക്യമാണ്. അതുപോലെതന്നെ ചലനത്തിലൂടെ ആത്മാവ് പുതിയ രൂപങ്ങൾ പ്രാപിക്കുന്നുണ്ട്. ആത്മാവിന്റെ അസ്തിത്വം ഓരോ ഘട്ടത്തിലും നേരിടുന്ന വൈരുദ്ധ്യങ്ങളുടെ ഫലമായി പുതിയ രൂപങ്ങൾ കൈക്കൊള്ളുന്നു. ഈ പുതിയ രൂപങ്ങൾ ആത്മാവിന്റെ പഴയരൂപവും (Thesis) അത് നേരിട്ട വൈരുദ്ധ്യവും (Antithesis) തമ്മിലുള്ള ഐക്യത്തിന്റെ (Synthesis) ഫലമാണ്. ഇത്തരത്തിലുള്ള തുടർച്ചയായ പരിവർത്തനങ്ങളുടെ ഫലമായി ആത്മാവ് അതിന്റെ പരമരൂപത്തിലേക്ക് നീങ്ങുന്നുവെന്നും പരമാത്മാവിന്റെ (Absolute spirit) സാക്ഷാത്കാരത്തോടെ ചരിത്രം അവസാനിക്കുമെന്നും ഹെഗൽ വാദിച്ചു.” (ദേശാഭിമാനി ബുക്ക്ഹൗസ് പ്രസിദ്ധീകരിച്ചിട്ടുള്ള എംഗൽസിന്റെ സോഷ്യലിസം സാങ്കല്പികവും ശാസ്ത്രീയവും എന്ന ഗ്രന്ഥം അവതരിപ്പിച്ചുകൊണ്ട് ഡോ. കെ. എൻ ഗണേഷ്, പേജ്-30).

ഹെഗലിയൻ ആശയവാദത്തെയും ശ്രീശങ്കരന്റെ അദ്വൈത ദർശനത്തെയും താരതമ്യം ചെയ്തുകൊണ്ട് ഇ.എം.എസ്. ഇങ്ങനെ അഭിപ്രായപ്പെടുന്നു. “ശ്രീശങ്കരന്റെ അദ്വൈതവേദാന്തദർശനം ഇൻഡ്യയിലെ ആശയവാദത്തിന്റെ ഏറ്റവും ഉയർന്ന രൂപമാണ്. യൂറോപ്പിലാകട്ടെ മാർക്സിന്റേയും എംഗൽസിന്റേയും ഗുരുഭൂതനായിരുന്ന ഹെഗലിന്റെ ദർശനത്തിലാണ് ആശയവാദദർശനത്തിന്റെ ഏറ്റവും ഉയർന്ന രൂപം പ്രത്യക്ഷപ്പെട്ടത്. ഹെഗലും ശ്രീശങ്കരനും തമ്മിൽ ചെറിയ സാമ്യമുണ്ട്. യൂറോപ്യൻ ദർശനത്തിൽ ഹെഗലിനുള്ള സ്ഥാനം ഇൻഡ്യൻ ദർശനത്തിൽ ശങ്കരനുണ്ട്.” (ദർശനത്തെപ്പറ്റി-ഇ. എം. എസ്-പേജ്-12-ചിന്ത പബ്ലിഷേർസ്).

ഈ രണ്ട് ആശയഗതികളെയും, അതായത് ഫോയർബാഹിന്റെ ഭൗതികവാദത്തെയും ഹെഗലിന്റെ വൈരുദ്ധ്യവാദത്തിലധിഷ്ഠിതമായ ആശയവാദത്തെയും ആവശ്യമായ മാറ്റങ്ങൾ വരുത്തി സംയോജിപ്പിച്ചാണ് പ്രാപഞ്ചിക-സാമൂഹിക പരിവർത്തനങ്ങളെക്കുറിച്ചുള്ള തത്ത്വശാസ്ത്രത്തിന്-വൈരുദ്ധ്യാത്മകഭൗതികവാദത്തിന് കമ്യൂണിസ്റ്റാചാര്യന്മാർ രൂപം നല്കിയത്. ഫോയർബാഹിന്റെ ഭൗതികവാദത്തിലെ യാന്ത്രികത ഒഴിവാക്കിയും, അന്യവത്ക്കരണം എന്ന ആശയം മത ബോധത്തിന്റെ പിടിയിൽനിന്ന് മുക്തമാക്കിയും

ഹെഗലിന്റെ വൈരുദ്ധ്യവാദത്തെ ശരിയായ നിലയിലാക്കിയും മാർക്സ് പരിവർത്തനപ്പെടുത്തി. ഹെഗലിനും മാർക്സിനുമിടയ്ക്കുള്ള കണ്ണിയായിരുന്ന ഫോയർബാഹ്. അങ്ങനെ മാർക്സും എംഗൽസും കൂടി ഭൗതികവാദത്തിന്റെ ആധുനിക രൂപം സൃഷ്ടിച്ചു. അത് വൈരുദ്ധ്യാത്മകഭൗതികവാദമെന്നറിയപ്പെട്ടു.

മാർക്സിനെ ഹെഗലിലേക്ക് ആകൃഷ്ടനാക്കിയതിന്റെ കാരണങ്ങൾ ഇവയാണ്; "ഹെഗലിന്റെ പ്രതിഭാസവിജ്ഞാനീയത്തിന്റേയും, അത് എല്ലാറ്റിന്റേയും ചാലകശക്തിയായി ഉയർത്തിക്കാട്ടുന്ന നിഷേധരൂപത്തിലുള്ള താർക്കികഗതിയുടേയും മേന്മ അടങ്ങിയിരിക്കുന്നത് ഇതിലാണ്; അദ്ധ്വാനത്തിന്റെ സ്വഭാവം ഗ്രഹിക്കാനും വസ്തുനിഷ്ഠ മനുഷ്യൻ-യഥാർത്ഥ മനുഷ്യൻ-അവന്റെതന്നെ അദ്ധ്വാനത്തിന്റെ ഫലമാണെന്ന് കാണാനും ഹെഗലിന് കഴിഞ്ഞു. ഒരു സാർവ്വത്രിക ജീവി എന്ന നിലക്ക് തന്നോടുതന്നെ ബന്ധപ്പെടാനും, അങ്ങനെ തന്റെ സമഗ്രമനുഷ്യസത്തയെ സാക്ഷത്കരിക്കാനും മനുഷ്യന് കഴിയുന്നത് സ്വന്തം കഴിവുകൾക്ക് ബാഹ്യരൂപം നൽകുകയും മറ്റു -വസ്തുക്കളോടെന്നവണ്ണം ബന്ധപ്പെടുകയും ചെയ്യുമ്പോഴാണ്. അന്യവത്ക്കരണമില്ലാതെ ഇത് സാധ്യവുമല്ല. മനുഷ്യരുടെ സാർവ്വത്രിക സത്ത ഉരുത്തിരിയുന്നത് മനുഷ്യരാശിയുടെ കൂട്ടായ അദ്ധ്വാനത്തിയൂടെയും ചരിത്രപരിണാമത്തിലൂടെയുമാണ്" എന്ന ഹെഗലിന്റെ പ്രഖ്യാപനമാണ്. (സാമ്പത്തിക-ദാർശനിക കുറിപ്പുകൾ-മാർക്സ്). നിഷേധരൂപത്തിലുള്ള(വൈരുദ്ധ്യാത്മക) താർക്കികഗതിയാണ് മനുഷ്യന്റെ സത്തയെ നിർണ്ണയിക്കുന്ന ചാലകശക്തി എന്നും മനുഷ്യന്റെ ഭാഗധേയം നിർമ്മിക്കുന്നത് മനുഷ്യാദ്ധ്വാനമാണെന്നും പ്രസ്ഥാവിച്ചതാണ് ഹെഗലിന്റെ മേന്മയായി മാർക്സ് കണ്ടത്.

അതേസമയം മനുഷ്യനെ നിയന്ത്രിക്കുന്നത് ആശയമാണ്-കേവലാത്മാവാണ്, അതാണ് സർവ്വതിന്റേയും പരിണാമത്തിനു പിന്നിലുള്ള ശക്തിയെന്നും പ്രകൃതിയിലും മനുഷ്യാദ്ധ്വാനത്തിലുമാണെന്നത് വെറും തോന്നൽ മാത്രമാണെന്നും ഹെഗൽ വിശ്വസിക്കുകയും ചെയ്യുന്നു. മാർക്സിനെ സംബന്ധിച്ചിടത്തോളം ഇത് തീർത്തും അസ്വീകാര്യമായിരുന്നു. അതിനാൽ ഹെഗലിനെ അതേപടി അംഗീകരിക്കയല്ല മാർക്സ് ചെയ്തത്. ഹെഗലിന്റെ വൈരുദ്ധ്യാത്മകവികാസമെന്ന തത്വത്തെ മാറ്റങ്ങളോടെ സ്വീകരിച്ചു. എന്നാൽ യാതൊരു പ്രകൃത്യതീതശക്തികളുടേയും ഇടപെടലില്ലാതെ തികച്ചും മനുഷ്യനും പ്രകൃതിയുമായുള്ള അദ്ധ്വാനത്തിലൂടെയും സംവേദനത്തിലൂടേയുമുള്ള ഇടപെടലുകളിലൂടെയാണ് ചരിത്രം സൃഷ്ടിക്കപ്പെടുന്നതെന്ന് മാർക്സ്

തിരുത്തുന്നു. ഹെഗൽ ചിന്താരംഗത്തെ വൈരുദ്ധ്യവും അതേത്തുടർന്നുണ്ടാകുന്ന സംഘട്ടനങ്ങളുമാണ് പുരോഗതിക്കടിസ്ഥാനമെന്ന് കരുതുന്നു. എന്നാൽ ചിന്തയുടെ ഉറവിടത്തെക്കുറിച്ച് നിലപാടില്ല. യാഥാർത്ഥ്യത്തെ അംഗീകരിക്കാതെ ആശയതലത്തിൽ ചുരുക്കിക്കാണുന്നു. അതോടൊപ്പം പ്രശ്നങ്ങളെ ആശയതലത്തിൽ പരിഹരിക്കാനാവുമെന്ന് കണക്കുകൂട്ടുന്നു. മാർക്സാകട്ടെ ചിന്ത ഒരു സാമൂഹ്യോല്പന്നമാണെന്നും, വൈരുദ്ധ്യങ്ങൾ ഭൗതികതലത്തിലാണെന്നും അതിനാൽ യഥാർത്ഥ ജീവിത്തിൽ പ്രയോഗത്തിലൂടെയാണ് ഇവ പരിഹരിക്കേണ്ടതെന്നും ചൂണ്ടിക്കാണിക്കുന്നു. ഹെഗൽ ആശയത്തിന്റെ പ്രതിഫലനമാണ് ഭൗതികം എന്ന് വിശ്വസിച്ചപ്പോൾ മാർക്സ് ഭൗതികന്റെ ഉല്പന്നമാണ് ആശയം എന്ന നിലയിലേക്ക്-ഭൗതികവാദപരമായ, അതേസമയം വൈരുദ്ധ്യാത്മകവുമായ നിലപാടിലേക്ക് എത്തിച്ചേരുകയായിരുന്നു. ആത്യന്തികയാഥാർത്ഥ്യം ആത്മാവാണെന്നും ഭൗതികത്തിൽനിന്ന് ആത്മാവിലേക്കുള്ള പുരോഗതിയാണ് ചരിത്രമെന്നുമുള്ള ഹെഗലിയൻ വീക്ഷണത്തെ മാർക്സ് അംഗീകരിക്കുന്നില്ല. ഈ സിദ്ധാന്തത്തെ മാർക്സ് തിരിച്ചിട്ട്, യാഥാർത്ഥ്യം ഭൗതികമാണെന്ന് തറപ്പിച്ചുപറഞ്ഞു.

ഭൗതികവസ്തുവിലുള്ള വൈരുദ്ധ്യങ്ങളും തത്ഫലമായുള്ള ഏറ്റുമുട്ടലുകളും മാറ്റങ്ങളുമാണ് പ്രകൃതിയേയും ചരിത്രത്തേയും നിയന്ത്രിക്കുന്നത്. ആത്മീയതയിലധിഷ്ഠിതമായ ഹെഗലിയൻ വൈരുദ്ധ്യവാദത്തെ ഭൗതികവത്കരിക്കുകയാണ് മാർക്സിസം ചെയ്തത്. തലതിരിഞ്ഞുനിന്ന ഹെഗലിയൻ ചിന്തയെ സ്വന്തം കാലിൽ ഉറപ്പിച്ചുനിർത്തി എന്നാണ് മാർക്സ് അവകാശപ്പെടുന്നത്. "എന്റെ വൈരുദ്ധ്യവാദമാർഗ്ഗം ഹെഗലിന്റേതിൽനിന്നും വ്യത്യസ്തം മാത്രമല്ല, അതിന് തികച്ചും വിപരീതം കൂടിയാണ്. ഹെഗലിന്റെ ദൃഷ്ടിയിൽ മനുഷ്യന്റെ തലച്ചോറിന്റെ ജീവൽ പ്രക്രിയയാണ്, അല്ലെങ്കിൽ ചിന്തയുടെ പ്രക്രിയയാണ് യഥാർത്ഥലോകത്തിന്റെ ഉത്ഭവസ്ഥാനം. ഈ ചിന്താപ്രക്രിയയെ 'ആശയം' എന്നപേരിൽ ഒരു സ്വതന്ത്രഘടകം എന്ന സ്ഥിതിയിലേക്കുതന്നെ ഹെഗൽ ഉയർത്തുന്നു. അദ്ദേഹത്തിന്റെ ദൃഷ്ടിയിൽ യഥാർത്ഥലോകം 'ആശയ'ത്തിന്റെ ബാഹ്യരൂപം മാത്രമാണ്. നേരെ മറിച്ച് എന്റെ ദൃഷ്ടിയിൽ മനുഷ്യമനസ്സിൽ പ്രതിഫലിച്ചിട്ടുള്ളതും ചിന്തയുടേതായ രൂപത്തിലേക്ക് പരിവർത്തനം ചെയ്യപ്പെടുന്നതുമായ ഭൗതികലോകമല്ലാതെ മറ്റൊന്നുമല്ല 'ആശയം'-കാൾ മാർക്സ് മൂലധനം രണ്ടാം പതിപ്പിന്റെ മുഖവുരയിൽ തന്റെ വൈരുദ്ധ്യവാദം ഹെഗലിന്റേതിൽ നിന്നും എങ്ങനെ വ്യത്യാസപ്പെട്ടിരിക്കുന്നു എന്ന് വ്യക്തമാക്കുന്നു.

"അദ്ദേഹത്തിന്റെ ദൃഷ്ടിയിലെ വൈരുദ്ധ്യവാദം തലകുത്തി നിൽക്കുകയാണ്. ദുർഗ്രാഹ്യമായ അതിന്റെ പുറംതോടിന് അകത്തുകിടക്കുന്ന യുക്തിബദ്ധമായ കാതൽ കണ്ടുപിടിക്കാൻ അതിനെ വീണ്ടും തലമേലോട്ടായി തിരിച്ചുപിടിക്കണമെന്നേയുള്ളൂ" എന്നും മാർക്സ് തുടർന്ന് പ്രസ്താവിക്കുന്നു.

അതുപോലെ മാർക്സിന്റെ ഭൗതികവാദം ഫോയർബാഹിന്റെ ഭൗതികവാദത്തിന്റെ തനിയാവർത്തനമല്ല എന്നു കാണാം. അദ്ദേഹത്തിന്റേതുൾപ്പെടെയുള്ള മുൻകാല ഭൗതികവാദത്തിന് കാതലായ ചില ദൗർബ്ബല്യങ്ങളുണ്ടായിരുന്നു. അവ പ്രായോഗിക പ്രവർത്തനങ്ങളിൽനിന്നകന്നുനിന്ന് ലോകത്തെ വ്യാഖ്യാനിക്കുകമാത്രമേ ചെയ്തിട്ടുള്ളൂ. അത് ചൂണ്ടിക്കാട്ടാനാണ് മാർക്സ് സുപ്രസിദ്ധമായ തന്റെ ഫോയർബാഹിനെക്കുറിച്ചുള്ള തീസിസുകൾ രചിച്ചത്. ഫോയർബാഹ് മനുഷ്യരുടെ യഥാർത്ഥപ്രവർത്തനത്തെ വസ്തുനിഷ്ഠമായി കാണുന്നില്ല, മറിച്ച് സൈദ്ധാന്തികപ്രവർത്തനങ്ങളെയാണ് വസ്തുനിഷ്ഠമായി കാണുന്നത്. മനുഷ്യന്റെ പ്രായോഗിക പ്രവർത്തനങ്ങളെ തികച്ചും അവഗണിച്ചുകൊണ്ടുള്ള വ്യാഖ്യാനമാണ് നടത്തിയത്. "വസ്തുവിനെ, യാഥാർത്ഥ്യത്തെ, ഇന്ദ്രിയാനുഭൂതിയെ, വിഷയവസ്തുവിന്റേയോ ധ്യാനത്തിന്റേയോ രൂപത്തിൽ മാത്രമേ കാണുന്നുള്ളൂ, മനുഷ്യന്റെ ഇന്ദ്രിയപ്രവർത്തനമായി, ആത്മനിഷ്ഠമായി കാണുന്നില്ല എന്നതാണ് ഫോയർബാഹിന്റേതടക്കം ഇതുവരെ ഉണ്ടായിട്ടുള്ള എല്ലാ ഭൗതികവാദത്തിന്റേയും മുഖ്യദോഷം". (കാൾമാർക്സ്-ഫോയർബാഹിനെക്കുറിച്ചുള്ള തിസിസുകൾ).

മാർക്സിനുമുമ്പുള്ള ഭൗതികവാദം യാഥാർത്ഥ്യത്തെ യാന്ത്രികമായി, ഒരു പ്രകൃതിനിയമമായി കാണുന്നു, അതിനെ മനുഷ്യന്റെ ഇന്ദ്രിയപ്രവർത്തനമായി, ആത്മനിഷ്ഠമായി കാണുന്നില്ല. എന്നാൽ മാർക്സാകട്ടെ, അവയെ മനുഷ്യനും ചുറ്റുപാടും തമ്മിലുള്ള പ്രതിപ്രവർത്തനഫലമായുള്ള മാറ്റമായി കാണുന്നു. മനുഷ്യൻ ഒരു യന്ത്രത്തിൽനിന്ന് എങ്ങനെ വ്യത്യസ്തമാകുന്നുവെന്ന് വിവരിക്കുന്നു. മറ്റ് ഭൗതികവാദങ്ങളിൽനിന്നും തന്റെ ഭൗതികവാദം എങ്ങനെ വ്യത്യാസപ്പെട്ടിരിക്കുന്നു എന്ന് മാർക്സ് ഇവിടെ വിശദീകരിക്കുന്നു. ആധുനികശാസ്ത്രത്തിന്റെ വികാസമാണ് മാർക്സിയൻ ഭൗതികവാദത്തിന്റെ അടിത്തറ. പ്രാപഞ്ചിക വസ്തുക്കളാകെ ദ്രവ്യങ്ങൾകൊണ്ട് നിർമ്മിക്കപ്പെട്ടിരിക്കുന്നു എന്നും അതിനാൽ ഈ ഭൗതികപദാർത്ഥം പ്രാഥമികമാണെന്നും മാർക്സിസം ഉറച്ച് വിശ്വസിക്കുന്നു.

ബോധവും പ്രപഞ്ചവും

"മനുഷ്യനും സമൂഹവും തത്ത്വശാസ്ത്രവും മതചിന്തയും എല്ലാം ഉണ്ടാകുന്നതിനു മുമ്പുതന്നെ ഈ പ്രപഞ്ചം നിലനിന്നിരുന്നു വെന്നതിന് ധാരാളം തെളിവുകൾ ഉണ്ട്. ആ നിലയ്ക്ക് ഈ പ്രപഞ്ചം അഥവാ ഭൗതികപദാർത്ഥം മനസ്സിന്റെ സൃഷ്ടിയോ, ആത്മാവിന്റെ പ്രകാശനമോ ആണെന്നു വാദിക്കുന്നത് സത്യമാവില്ല. പ്രപഞ്ചമുണ്ടായിട്ട് എത്രയോകോടി കൊല്ലങ്ങൾ കഴിഞ്ഞിട്ടാണ് മനുഷ്യനുണ്ടായത്. ബോധമോ, ചിന്തയോ, യുക്തിവിചാരമോ, ഉണ്ടാകുന്നതിനുമുമ്പു തന്നെ ലോകമുണ്ടായി എന്നർത്ഥം. അതുകൊണ്ടാണ് മാർക്സിസം ഭൗതികവാദത്തിൽ ഉറച്ചുവിശ്വസിക്കുന്നത്." (എന്താണ് മാർക്സിസം- എൻ.ഇ. ബാലറാം- പേജ് 16) ദ്രവ്യം മനുഷ്യന്റെ ബോധത്തെ ആശ്രയിക്കാതെ സ്വതന്ത്രമായി നിലനിൽക്കുന്നു. പദാർത്ഥം എന്നും ഉണ്ടായിരുന്നു. അതിനെ നിർമ്മിക്കാനോ നശിപ്പിക്കാനോ സാദ്ധ്യമല്ല. അത് എന്നെന്നും തുടരുകയും ചെയ്യും. ഭൗതികവസ്തുവാണ് ആദ്യം ഉണ്ടായത്. ചിന്ത, ബോധം തുടങ്ങിയവ അതിൽ നിന്നുണ്ടായതാണ്. ഭൗതികവസ്തുവിന്റെ വസ്തുനിഷ്ഠതയിൽ ഊന്നിയാണ് മാർക്സിസം ഭൗതികവാദത്തെ രൂപപ്പെടുത്തിയിട്ടുള്ളത്. ആത്മാവ്, ഈശ്വരൻ തുടങ്ങിയ ചിന്തകൾ കേവലം വിശ്വാസങ്ങൾ മാത്രമാണ്. യാഥാർത്ഥ്യവുമായി അതിന് ബന്ധമില്ല. പ്രായോഗികമായി തെളിയിക്കാൻ പറ്റാത്ത ചിന്തകൾ വസ്തുനിഷ്ഠമായ സത്യമുള്ളതല്ല. ഈശ്വരന്റെ അസ്തിത്വം പ്രായോഗികമായി തെളിയിക്കാൻ കഴിയാത്തതിനാൽ ഈശ്വരനെക്കുറിച്ചുള്ള ചിന്തയ്ക്ക് അടിസ്ഥാനമില്ല. ആത്മാവിനെക്കുറിച്ചും ഇതുതന്നെ ശരി.

പദാർത്ഥത്തിനുള്ളിലെ വൈരുദ്ധ്യാധിഷ്ഠിത ചലനങ്ങളാണ് പ്രപഞ്ച വികാസത്തിനുകാരണം. ഈ ചലനങ്ങൾ മാറ്റത്തിനു കാരണമാകുന്നു. ഈ മാറ്റം ഭൂമിയിൽ മനുഷ്യനുൾപ്പെടെയുള്ള ജീവ ജാലങ്ങൾ പരിണമിച്ചുണ്ടാകുന്നതിന് കാരണമായി. പ്രകൃതിയിലെ വസ്തുക്കളെ ആഹാരസമ്പാദനത്തിനനുയോജ്യമായ തരത്തിൽ വികസിപ്പിക്കുന്നതിനുള്ള മാർഗ്ഗം ആരായാനുള്ള ശ്രമം ചിന്തക്ക് അടിത്തറയായി. സ്വന്തം ഉപഭോഗത്തിനുള്ള ഉല്പന്നങ്ങൾ സ്വയം നിർമ്മിക്കാൻ മനുഷ്യൻ കഴിവുനേടിയതോടെ മറ്റു ജീവജാലങ്ങളിൽ നിന്നും മനുഷ്യന് സവിശേഷതകളുണ്ടായി. ഉല്പാദനോപകരണങ്ങ ളുടെ സൃഷ്ടി ജീവിതത്തെയാകെ മാറ്റിമറിച്ചു. അവ കൈവശമുള്ളവർ പരമാധികാരികളായി. ഉല്പാദനോപാധികളുടെ പുരോഗതിക്കനുസ രിച്ച് സാമൂഹികക്രമത്തിനും മാറ്റമുണ്ടായി. മനുഷ്യന്റെ സൃഷ്ടിയായ സാമൂഹികജീവിതവും തത്ഫലമായി ഉടലെടുത്തിട്ടുള്ള ഭാഷയും എല്ലാം ആത്യന്തികമായി ഭൗതികപദാർത്ഥത്തിന്റെ ഉല്പന്നങ്ങ ളാണ്. ചുരുക്കത്തിൽ ഭൗതികപ്രപഞ്ചം മാത്രമേ നിലവിലുള്ളു. മനുഷ്യന്റെ ബുദ്ധിശക്തിയും ചിന്തയും ഭൗതികമാണ്, "മനുഷ്യന്റെ ചിന്ത വസ്തുനിഷ്ഠമായ സത്യമുള്ളതാണോ എന്നത് സിദ്ധാന്തത്തിന്റെ പ്രശ്നമല്ല, പ്രായോഗിക പ്രശ്നമാണ്. പ്രായോഗിക പ്രവർത്തന ത്തിൽ മനുഷ്യൻ തന്റെ ചിന്തയുടെ സത്യാവസ്ഥയെ, അതായത് യാഥാർത്ഥ്യത്തെ, ശക്തിയെ, ഐഹികതത്വത്തെ തെളിയിക്കണം. പ്രായോഗിക പ്രവർത്തനത്തിൽ നിന്ന് വേറിട്ടുനിൽക്കുന്ന ചിന്ത യഥാർത്ഥമാണോ എന്ന തർക്കം തികച്ചും പാണ്ഡിത്യപരമായ ഒരു പ്രശ്നമാണ്." (കാറൽ മാർക്സ്-ഫോയർബാഹിനെക്കുറിച്ചുള്ള തിസിസുകൾ) ചിന്തയുടെ ഭൗതികാടിത്തറയെ, വസ്തുനിഷ്ഠതയെ, തെളിയിക്കേണ്ടത് പ്രായോഗികമായാണ്. എന്നാൽ ഭൗതികപ്ര പഞ്ചം ചലിക്കുന്നത് യാന്ത്രികമായിട്ടല്ല. ഭൗതിക പദാർത്ഥത്തി ന്റെ സഹജഗുണങ്ങളായ വൈരുദ്ധ്യവും ചലനനിയമങ്ങളുമാണ് മാറ്റങ്ങൾക്കു കാരണമാകുന്നത്. മാറ്റം ഭൗതികവസ്തുവിന്റെ മറ്റൊരു ഗുണമാണ്. "യാതൊരു മാറ്റവുമില്ലാതെ നിലനിൽക്കുന്നതായിഎ ന്തെങ്കിലുമുണ്ടെങ്കിൽ അത് ചരാചരങ്ങളാകെ മാറിക്കൊണ്ടിരിക്കുന്നു എന്ന യാഥാർത്ഥ്യമാണ്"(മാർക്സ്).

വിരുദ്ധശക്തികൾ തമ്മിലുള്ള സംഘട്ടനങ്ങളും മാറ്റങ്ങളും പദാർത്ഥത്തിലെന്നപോലെ ഭൗതികസാഹചര്യങ്ങളിൽ നിന്ന് ഉദ്ഗതമായ സമൂഹത്തിലും അതിന്റെ ഭാഗമായ മനുഷ്യ ചിന്തയിലും മനസ്സിലും ദൃശ്യമാണ്. അതിനാൽ ചിന്തയും ബോധവും സാമൂഹികോ ല്പന്നങ്ങളാണെന്ന് വിശദീകരിക്കപ്പെടുന്നു.

"ബോധമെന്നത് ഏറ്റവുമാദ്യം മുതൽക്കുതന്നെ സാമൂഹികമായ ഒരു ഉല്പന്നമാണ്. മനുഷ്യനുള്ളിടത്തോളം കാലം അത് സാമൂഹികമായ ഒരുല്പന്നമായിരിക്കുകയും ചെയ്യും."(ജർമ്മൻ പ്രത്യയശാസ്ത്രം-ഒന്നാം അദ്ധ്യായത്തിൽനിന്ന്- മാർക്സ്, എംഗൽസ്). മനുഷ്യബോധം പടിപടിയായി ഉയർന്നുവന്നതെങ്ങനെയെന്ന് ഈ കൃതിയിൽ മാർക്സിസ്റ്റാചാര്യന്മാർ തുടർന്ന് വിശദീകരിക്കുന്നു. "എന്നാൽ തുടക്കത്തിൽ ബോധമെന്നത് തൊട്ടുമുന്നിലുള്ള പരിസരത്തെപ്പറ്റിയുള്ള ബോധവും കൂടുതൽ കൂടുതൽ ആത്മബോധവാനായിക്കൊണ്ടിരിക്കുന്ന വ്യക്തിക്ക് പുറത്തുള്ള വസ്തുക്കളുമായും മറ്റാളുകളുമായുള്ള പരിമിതമായ ബന്ധത്തെക്കുറിച്ചുള്ള ബോധവും മാത്രമാണെന്നതിൽ സംശയമില്ല. അതേസമയം തന്നെ, പ്രകൃതിയെപ്പറ്റിയുള്ള ബോധവുമാണത്. ആദ്യമാദ്യം തികച്ചും അന്യവും അത്യന്തം പ്രബലവും എതിർക്കാനാകാത്തതുമായ ഒരു ശക്തിയായാണ് പ്രകൃതിയെ അവൻ കാണുന്നത്. അതുമായുള്ള ആളുകളുടെ ബന്ധം വെറും ജന്തുക്കളുടേതുപോലെയാണ്. " (ജർമ്മൻ പ്രത്യയശാസ്ത്രം-ഒന്നാം അദ്ധ്യായത്തിൽനിന്ന്-മാർക്സ്, എംഗൽസ്).

ഉല്പാദനരീതിയിലുള്ള പുരോഗതിയനുസരിച്ച് ഈ ബോധം പുഷ്ടിപ്പെട്ടു. ഭൗതികവും മാനസികവുമായ പ്രവൃത്തിവിഭജനം സംജാതമാകുന്നതോടെ ബോധം സ്വതന്ത്രമായ ഒന്നായി പരിണമിക്കുന്നു. മത-തത്ത്വശാസ്ത്രങ്ങളുടെ രൂപീകരണത്തിനും ഈ ബോധമാണ് കാരണമാകുന്നത്. ബോധം ചിന്തയ്ക്ക് കാരണമാകുന്നു. സാമൂഹികബന്ധങ്ങളും ഉല്പാദനബന്ധങ്ങളുമില്ലെങ്കിൽ ബോധവുമില്ല, ചിന്തയുമില്ല. ഭാഷയുടെ ഉത്ഭവം ഇവിടെ ഒരു പ്രധാന ഘടകമാണ്. സാമൂഹികജീവിതത്തിൽ നിന്നാണ് ഭാഷ രൂപം കൊള്ളുന്നത്. ഭാഷ ചിന്തയെ സഹായിക്കുന്നു. അതായത് ചിന്ത ഒരു സാമൂഹികോല്പന്നമാണ്. പ്രസ്തുത ചിന്തയിൽ നിന്നുടലെടുക്കുന്ന തത്ത്വശാസ്ത്രങ്ങളും -മതവും ഈശ്വരചിന്തയും ഉൾപ്പെടെ സാമൂഹികോല്പന്നങ്ങളാണ്. അതിനാൽ മതവും ഈശ്വരനുമെല്ലാം തന്നെ ഭൗതികമായ ഉല്പന്നങ്ങളാണ്.

പ്രപഞ്ചത്തിലെ വൈരുദ്ധ്യാത്മകത

പദാർത്ഥത്തിനുള്ളിലെ ചലനമാണ് പ്രപഞ്ചത്തിലെ എല്ലാ മാറ്റങ്ങൾക്കും കാരണം. ചലനം പദാർത്ഥത്തിന്റെ സഹജ ഗുണമാണ്. ചലനമില്ലാതെ പദാർത്ഥമോ പദാർത്ഥമില്ലാതെ ചലനമോ സാദ്ധ്യമല്ല. നിശ്ചലാവസ്ഥ എന്നത് ആപേക്ഷികമാണ്. ചലനത്തിന് ഭൗതികവും, രാസപരവും, ജീവശാസ്ത്രപരവും, സാമൂഹികവുമായ മാനങ്ങളുണ്ട്. എല്ലാ ചലനങ്ങളും ചില നിയമങ്ങളുടെ അടിസ്ഥാനത്തിലാണ് നടക്കുന്നത്. അവയാണ് ചലനനിയമങ്ങളെന്നറിയപ്പെടുന്നത്. വൈരുദ്ധ്യാത്മകതയാണ് ചലനത്തിന്റെ സ്വഭാവം. പ്രകൃതിയുടേയും ജൈവികലോകത്തിന്റേയും മാനവസമൂഹത്തിന്റേയും വികാസത്തിൽ വൈരുദ്ധ്യാത്മകതയുടെ നിയമങ്ങൾ നമുക്ക് കാണാവുന്നതാണ്. അവ പ്രകൃതിയുടേയും സമൂഹത്തിന്റേയും ചിന്തയുടേയും വികാസത്തിന്റെ ഏറ്റവും സാമാന്യമായ നിയമങ്ങളാണ്. മുഖ്യമായി മൂന്നെണ്ണമുണ്ട്. എംഗൽസിന്റെ 'പ്രകൃതിയുടെ വൈരുദ്ധ്യാത്മകത', 'ഡ്യൂറിംഗിനെതിരെ' എന്നീ ഗ്രന്ഥങ്ങളിലും മാർക്സിന്റേയും എംഗൽസിന്റേയും മറ്റു ഗ്രന്ഥങ്ങളിലുമായി ഈ ആശയം വിശദമായി വിവരിക്കപ്പെടുന്നു.

1. വിപരീതങ്ങളുടെ ഐക്യത്തിന്റേയും സമരത്തിന്റേയും നിയമം

പ്രകൃതിയിലെ എല്ലാ വസ്തുക്കളിലും പ്രതിഭാസങ്ങളിലും വിരുദ്ധഗുണങ്ങൾ നിലനിൽക്കുന്നു. വിരുദ്ധഗുണങ്ങളാകയാൽ അവ സ്വാഭാവികമായും പരസ്പരം ഏറ്റുമുട്ടുന്നു. അതേസമയം അവയുടെ

സംയോജനവും കാണപ്പെടുന്നു. ഈ വൈരുദ്ധ്യാത്മകഗുണങ്ങ ളുടെ പരസ്പരമുള്ള ഏറ്റുമുട്ടലുകളും ഐക്യപ്പെടലുകളുമാണ് എല്ലാ മാറ്റങ്ങൾക്കും കാരണമായിത്തീരുന്നത്. അതായത് അവ വിരുദ്ധ പ്രവണതകളുടെ സമന്വയമായും പ്രവർത്തിക്കുന്നു. ഒരു വസ്തുവിനു ള്ളിലെ ഗുണങ്ങൾ തന്നെ പരസ്പരം ഇണങ്ങാത്ത വിപരീതങ്ങളായി വേർപിരിയുകയും അതോടൊപ്പം പരസ്പരം ബന്ധപ്പെട്ടുമിരിക്കുന്ന ഒരു പ്രവണതയാണിത്. പ്രകൃതിയിൽ ഇത്തരത്തിൽ കാണുന്ന പരസ്പരവർജ്ജകങ്ങളായ വിരുദ്ധപ്രവണതകളുടെ ഐക്യം അഥവാ വേർതിരിക്കാനാകായ്മയും തത്ഫലമായുണ്ടാകുന്ന ചലനങ്ങളും മാറ്റ ങ്ങളും ആണ് വിപരീതങ്ങളുടെ ഐക്യനിയമം. വിരുദ്ധഗുണങ്ങളായ ആകർഷണ-വികർഷണണ ബലങ്ങളുടെ ഐക്യപ്പെടലുകളിലൂടെ യാണ് ചലനം സാധ്യമാകുന്നത്. ചലനമാണ് എല്ലാ മാറ്റങ്ങൾക്കും കാരണം. ചലനത്തിന് നിരവധി തലങ്ങളുണ്ട്. എല്ലാ ആകർഷണ ത്തിനും പ്രതിവിധിയായി ഒരു വികർഷണം നടക്കുമ്പോൾ മാത്ര മേ ചലനം സാധ്യമാകൂ. എന്നാൽ പ്രപഞ്ചത്തിലെ മൊത്തം ആകർഷണങ്ങളും വികർഷണങ്ങളും സന്തുലനം പ്രാപിക്കുകയും ചെയ്യപ്പെടുന്നു. ആകർഷണബലം കൂടുന്നത് ദ്രവ്യവും ഊർജ്ജവും സാന്ദ്രീകൃതമാകാനും, വികർഷണബലംകൂടുന്നത് ഇവനേർത്തു പോകാനുംഇടയാക്കുന്നു.

വിദ്യുത്കാന്തികബലം, ധനആണവബലം, ഋണആണവബലം, ഗുരുത്വാകർഷണബലം എന്നിവമൂലമുള്ള ആകർഷണ-വികർഷണ ങ്ങളും പ്രതിപ്രവർത്തനങ്ങളുമാണ് സൂക്ഷ്മ-സ്ഥൂലപ്രപഞ്ചത്തിന്റെ രൂപീകരണത്തിനും നിലനിൽപ്പിനും മാറ്റങ്ങൾക്കും കാരണം.

വിരുദ്ധഗുണങ്ങളോടെയുള്ള ഋണവൈദ്യുതിയും ധനവൈദ്യുതിയും പ്രതിപ്രവർത്തിക്കുകയും യോജിക്കുകയും ചെയ്യുന്നതിലൂടെയാണ് വിദ്യുച്ഛക്തി പ്രവർത്തനസജ്ജമാകുന്നത്. ആറ്റങ്ങളുടെ സംയോജനം പുതിയ മൂലകങ്ങളുടെ രൂപീകരണത്തിനും വിയോജനം മൂലകങ്ങളുടെ നാശത്തിനും കാരണമാകും.

സചേതന പ്രപഞ്ചത്തിലും ഈ പ്രവണത കാണാം. ജൈവപ രിണാമം, അതായത് ഒരു ജീവി മറ്റൊന്നായി പരിണമിക്കുന്നത്, പാരമ്പര്യവും പരിസ്ഥിതിയും തമ്മിലുള്ള വൈരുദ്ധ്യത്തിൽ നിന്നാണ്. പാരമ്പര്യമായി ഉണ്ടായ ശരീരപ്രകൃതി വ്യത്യസ്ത പരി സ്ഥിതിയുമായി ഏറ്റുമുട്ടുമ്പോൾ ജീവികളിൽ വ്യത്യാസമുണ്ടാകുന്നു. ഇവയുടെ സമന്വയം പുതിയ ജീവികളിലേക്കുള്ള പരിണാമത്തിനു കാരണമാകുന്നു. ഗണിതത്തിൽ ധനാത്മക-ഋണാത്മക സംഖ്യകൾ,

ശരീരശാസ്ത്രത്തിൽ കോശങ്ങളുടെ നിർമ്മാണവും നാശവും, ശ്വാസോച്ഛ്വാസങ്ങൾ, ജനിമൃതികൾ, വളർച്ചയും നാശവും, ലിംഗവ്യത്യാസങ്ങൾ തുടങ്ങിയ വിരുദ്ധപ്രവണതകളുടെ ഐക്യപ്പെടലുകളാണ് ജീവികളുടെ വളർച്ചക്കും നിലനിൽപ്പിനും പ്രത്യുത്പാദനത്തിനും മാറ്റങ്ങൾക്കും കാരണം. സമൂഹത്തിലും ഇത്തരം വൈരുദ്ധ്യങ്ങളും സമന്വയവും ഉണ്ട്. ഉദാഹരണമായി ഉൽപാദനശക്തികളും ഉൽപാദനബന്ധങ്ങളും, ചൂഷക-ചൂഷിത വർഗ്ഗങ്ങളും അവതമ്മിലുള്ള സമരങ്ങളും, ആത്മീയവാദവും ഭൗതികവാദവും, ധർമ്മവും, അധർമ്മവും സുഖ-ദുഖങ്ങൾ, തുടങ്ങിയവ വിപരീതഗുണങ്ങളും അവയുടെ ഐക്യവുമാണ്. ഇവ പ്രകൃതിയേയും സമൂഹത്തേയും മുന്നോട്ടാനയിക്കുന്ന ചാലകശക്തികളാണ്. പ്രകൃതിയിലും സമൂഹത്തിലും പ്രത്യക്ഷപ്പെടുന്ന പന്ത്രണ്ട് വിപരീതങ്ങളും അവയുടെ ഐക്യവും പ്രതിഭാസങ്ങളുടെ ചാലകശക്തിയാകുന്നതെങ്ങനെയന്ന് ലെനിൻ വിവരിക്കുന്നുണ്ട്.

2. അളവ് ഗുണമായും തിരിച്ചും രൂപാന്തരപ്പെടുന്നതിന്റെ നിയമം

ഓരോ വസ്തുവിനും പ്രതിഭാസത്തിനും സ്വന്തമായ വ്യക്തിത്വമുണ്ട്. ആന്തരികവും ബാഹ്യവുമായ വ്യക്തിത്വം. ഇതിൽ ആന്തരികമായ വ്യക്തിത്വത്തെ ഗുണമെന്നു പറയുന്നു. ഒരു വസ്തുവിനെ മറ്റുള്ളവയിൽ നിന്നും വ്യത്യസ്തമാക്കുന്നത് അതിന്റെ ഗുണമാണ്. ബാഹ്യമായ വ്യക്തിത്വമാണ് അളവ്. പ്രകൃതിയിൽ ഗുണപരമായ മാറ്റമുണ്ടാകുന്നത് പദാർത്ഥമോ അതിൽ അളവോ, ഊഷ്മാവോ സാന്ദ്രതയോ മർദ്ദമോ ബലങ്ങളോ-ചലനമോ- കൂട്ടുകയോ കുറയ്ക്കുകയോ ചെയ്യുന്നതിലൂടെയാണെന്ന് ഈ നിയമം വ്യക്തമാക്കുന്നു. അതായത് അളവിൽ വരുന്ന മാറ്റം ഗുണത്തിൽ മാറ്റം വരുത്തുന്നു. വസ്തുവിന്റെ എല്ലാ ഗുണങ്ങളുമുള്ള തന്മാത്രയെ വീണ്ടും വിഭജിച്ചാൽ അതിന്റെ ഗുണം തന്നെ മാറുന്നു. ആറ്റങ്ങളുടെ കൂടിച്ചേരലിനുള്ള എണ്ണത്തിന്റെ ഏറ്റക്കുറച്ചിലനുസരിച്ച് വ്യത്യസ്തങ്ങളായ തന്മാത്രകളാകുന്നു. ഗുണവും അളവും ബന്ധപ്പെട്ടിരിക്കുന്നു. അളവിൽ മാറ്റം വരുമ്പോൾ പുതിയ ഗുണത്തിനു കാരണമാകുന്നു. വസ്തുവിന്റെ ഗുണത്തിൽ മാറ്റം വരുമ്പോൾ വസ്തുതന്നെ മാറുന്നു. അളവിൽനിന്നു ഗുണത്തിലേക്കുള്ള മാറ്റം ചിലപ്പോൾ പെട്ടെന്നുണ്ടാകുന്നു, എടുത്തുചാട്ടത്തിന്റെ സ്വഭാവത്തോടുകൂടിയതാകുന്നു. അത് വിപ്ലവമാകുന്നു.

വെള്ളം നീരാവിയാകുന്നതും മഞ്ഞുകട്ടയാകുന്നതും അതിനുള്ളിലെ തന്മാത്രകളുടെ താപം കൂട്ടുകയോ കുറയുകയോ

ചെയ്യുമ്പോഴാണ്. വെള്ളത്തിന്റെ ഗുണം ഈ രണ്ടുഘട്ടങ്ങളിലും വ്യത്യാസപ്പെടുന്നു എന്ന വസ്തുത ഹെഗലിനെ ഉദ്ധരിച്ചുകൊണ്ട് എംഗൽസ് വ്യക്തമാക്കുന്നു. അതുപോലെ അളവിലുള്ള വർദ്ധനവ് ഗുണപരമായ മാറ്റത്തിനുകാരണമാകുന്നു. ഒരു പ്രസവം അത്തരം മാറ്റത്തിന് ഉദാഹരണമായി മാർക്സ് ചൂണ്ടിക്കാട്ടുന്നു.

സമൂഹത്തിലെ വർഗ്ഗവൈരുദ്ധ്യങ്ങൾ അതിന്റെ മൂർദ്ധന്യത യിലെത്തുമ്പോൾ പുതിയ സാമൂഹികസൃഷ്ടിക്കു കാരണമാകുന്നു. ചൂഷിതരുടെ അസംതൃപ്തി ആദ്യം കാര്യമായ പ്രതികരണമുണ്ടാക്കി ല്ല. എന്നാൽ വൈരുദ്ധ്യം വർദ്ധിച്ചു വരുന്നതനുസരിച്ച് അസംതൃപ്തി വളരുകയും ഒടുവിൽ അനിയന്ത്രിതമായ അവസ്ഥയിൽ എത്തുകയും പ്രതികരണം കൊടുങ്കാറ്റായി വളരുകയും അത് സാമൂഹ്യവ്യവസ്ഥ യെത്തന്നെ മാറ്റി പ്രതിഷ്ഠിക്കുന്നതിന് കാരണമാകുകയും ചെയ്യുന്നു.

3. നിഷേധത്തിന്റെ നിഷേധം

പ്രകൃതിയിലും സമൂഹത്തിലും താഴ്ന്നപടിയിൽനിന്നും ഉയർന്ന പടിയിലേക്കുള്ള മാറ്റം സദാ നടന്നുകൊണ്ടിരിക്കുന്നു. പഴയതിനെ നിഷേധിച്ച് പുതിയതുണ്ടാകുന്നു. ലളിതമായതിൽനിന്ന് സങ്കീർണ്ണ തയിലേക്ക് മാറ്റപ്പെടുന്നു. ഓരോ വസ്തുവിനുമുള്ളിലും തമ്മിലുമുള്ള വിരുദ്ധഗുണങ്ങളുടെ ഫലമായുണ്ടാകുന്ന സ്വയം ചലനത്തിന്റെ ഫലമായി പഴയത് മാറ്റപ്പെടുകയും തൽസ്ഥാനത്ത് ഗുണപരമായി ഉയർന്ന പുതിയ ഒന്ന് ഉണ്ടാകുകയും ചെയ്യുന്നതിനെയാണ് നിഷേ ധത്തിന്റെ നിഷേധം എന്ന് പറയുന്നത്. ഹെഗൽ വിശദീകരിച്ചതു പോലെ, പഴയതിനെ പൂർണ്ണമായി നിഷേധിച്ചുകൊണ്ടല്ല പുതിയത് ഉണ്ടാകുന്നത്, മറിച്ച് അതിനെ പരിവർത്തനപ്പെടുത്തിക്കൊണ്ടാണ്. ആറ്റങ്ങൾ സംയോജിച്ച് വസ്തുവിന്റെ തന്മാത്രയുണ്ടാകുന്നു. ആറ്റ ത്തിൽനിന്നും വ്യത്യസ്ത ഗുണമുള്ളതാണ് തന്മാത്ര. ആറ്റം നശിക്കു ന്നില്ല, പരിവർത്തനം വരുത്തുക മാത്രമേ ചെയ്യപ്പെടുന്നുള്ളൂ. നിഷേ ധമെന്നത് ഈ പരിവർത്തനമാണ്. ധാന്യം മുളച്ച് ചെടിയാകുന്നത് വിത്തിനെ രൂപാന്തരപ്പെടുത്തിക്കൊണ്ടാണ്. ചെടി വളർന്ന് കായ്ച്ച് വീണ്ടും ധാന്യത്തെ ഉത്പാദിപ്പിക്കുന്നു. വെറും ആവർത്തനമല്ല, ധാന്യത്തിന്റെ ഗുണത്തിലും എണ്ണത്തിലും വർദ്ധനവുണ്ടാകുന്നു. ചെടിയിൽ നിന്ന് വിത്ത് മുളക്കുന്നത് പുതിയതൊന്നിനെ ഉത്പാദി പ്പിക്കാനാണ്. ഈ പുതിയതിലും അതിന്റെ വളർച്ചയ്ക്കും നാശത്തിനും ആധാരമായ വൈരുദ്ധ്യങ്ങൾ ഉണ്ടായിരിക്കും. നിഷേധം എന്നതു കൊണ്ട് നിലവിലുണ്ടായിരുന്നതിന്റെ മാറ്റത്തേയും തത്ഫലമായു ണ്ടാകുന്ന പുതിയതിന്റെ സൃഷ്ടിയേയും കുറിക്കുന്നു.

നിഷേധത്തിന്റെ നിഷേധം മനുഷ്യന്റെ ചരിത്രപരമായ വികാസത്തിലും ദൃശ്യമാണ്. ഉല്പാദനോപാധികളുടെ സാങ്കേതികതയുടെ അടിസ്ഥാനത്തിൽ ഉയർന്നുവന്നിട്ടുള്ള സാമൂഹികവ്യവസ്ഥകൾ ഉദ്ഭവിക്കുകയും പുരോഗമനപരമായ മാറ്റങ്ങളിലൂടെ വളർന്നു വരികയും വളർച്ചയുടെ ഒരു ഘട്ടത്തിലെത്തിയാൽ ക്ഷയിച്ചു തുടങ്ങുകയും കൂടുതൽ ഉയർന്ന തലത്തിലുള്ള മറ്റ് സാമൂഹികവ്യവസ്ഥകളായി രൂപാന്തരപ്പെടുകയും ചെയ്യുന്നു. അതായത് പഴയ സാമൂഹിക വ്യവസ്ഥ നശിച്ച്, അതിനെ നിഷേധിച്ച് അതിൽ നിന്ന് പുതിയതൊന്ന് ഉണ്ടാകുന്നു. പഴയതിന്റെ തനിയാവർത്തനമല്ല പുതിയത്, കൂടുതൽ പുരോഗമനപരമായ ഒന്നായിരിക്കും അത്. എന്നാൽ പുതിയത് പഴയതിൽ നിന്നുണ്ടായതാണ്. സാങ്കേതികയുടെ മാറ്റത്തിന്റെ ഫലമായുണ്ടായതാണ്. ഈ സാങ്കതികത പഴയതിന്റെ തുടർച്ചയും അതേസമയം അതിന്റെ രൂപാന്തരത്തിൽനിന്നും, നിഷേധത്തിൽനിന്നും ഉണ്ടായതാണ്.

"കോൺസ്റ്റാന്റിനോപ്പിളിന്റെ ഉയർച്ചയോടും റോമിന്റെ പതനത്തോടും കൂടി പ്രാചീനകാലം അവസാനിക്കുന്നു. മധ്യകാലത്തിന്റെ അവസാനം കോൺസ്റ്റാന്റിനോപ്പിളിന്റെ പതനവുമായി അഭേദ്യമാംവണ്ണം ബന്ധപ്പെട്ടിരിക്കുന്നു. പുതിയ യുഗമാകട്ടെ, യവനരിലേക്കുള്ള തിരിച്ചുവരവോടുകൂടിയാണ് ആരംഭിക്കുന്നത്-നിഷേധത്തിന്റെ നിഷേധം!"

നിഷേധത്തിന്റെ നിഷേധം എന്ന പ്രക്രിയ ചരിത്രത്തിൽ പ്രായോഗികമായതിന്റെ ഉദാഹരണമായി എംഗൽസ് പ്രകൃതിയുടെ വൈരുദ്ധ്യാത്മകത എന്ന ഗ്രന്ഥത്തിൽ ചൂണ്ടിക്കാട്ടുന്നു.

അടിമ-ഉടമ സമ്പ്രദായത്തിലെ ജീർണ്ണതകൾ അവസാനിപ്പിച്ച് ഫ്യൂഡലിസവും അതവസാനിപ്പിച്ച് മുതലാളിത്തവും രൂപംകൊണ്ടത് ഉദാഹരണമാണ്. പുതിയ സാമൂഹികവ്യവസ്ഥകൾ പഴയതിനെ നിഷേധിക്കുന്നതും എന്നാൽ പഴയതിനെക്കാൾ കൂടുതൽ പുരോഗമനപരവുമായിരുന്നു. മുതലാളിത്തത്തിൽ നിന്ന് കമ്യൂണിസത്തിലേക്കുള്ള മാറ്റവും അത്തരത്തിലുള്ളതായിരിക്കും.

ചരിത്രപരമായ ഭൗതികവാദം

വൈരുദ്ധ്യാത്മകഭൗതികവാദത്തിന് അനുബന്ധമായി സാമൂഹികരംഗത്തെ വളർച്ചയേയും മാറ്റങ്ങളേയും വിശദീകരിക്കുന്നതാണ് ചരിത്രപരമായ ഭൗതികവാദം. വൈരുദ്ധ്യാത്മക ഭൗതികവാദത്തിന്റെ ജൈവികഘടകമാണ് ചരിത്രപരമായ ഭൗതികവാദം. ഇത് സമൂഹത്തെ വർഗ്ഗവൈരുദ്ധ്യങ്ങളുടെ അടിസ്ഥാനത്തിൽ വിശകലനം ചെയ്യുന്നു. കമ്യൂണിസ്റ്റ് ഭരണവ്യവസ്ഥ സ്ഥാപിതമാകുന്നതിന്റെ അനിവാര്യത ചൂണ്ടിക്കാണിക്കുന്നു. നരവംശശാസ്ത്രം, ചരിത്രപുരോഗതി, ഉല്പാദനോപാധികളിലുണ്ടാകുന്ന മാറ്റം, ഉല്പാദനബന്ധങ്ങൾ തുടങ്ങിയവയെ ആധാരമാക്കിയാണ് ഈ വീക്ഷണത്തിന് രൂപം കൊടുത്തിട്ടുള്ളത്. ഇതിനായി നരവംശശാസ്ത്രജ്ഞനായ എൽ. എച്ച്. മോർഗന്റെ (1818-1881) ആശയങ്ങൾ, ഫ്രഞ്ച് വിപ്ലവാശയങ്ങൾ, ആഡം സ്മിത്തിന്റേയും റിക്കാർഡൊവിന്റേയും സാമ്പത്തിക സിദ്ധാന്തങ്ങൾ തുടങ്ങിയവയെല്ലാം നവീനമായ കാഴ്ചപ്പാടോടുകൂടി പുനരാവിഷ്കരിക്കപ്പെട്ടു. ഡാർവിന്റെ പരിണാമസിദ്ധാന്തത്തെ മാർക്സ് വിശദമായി പഠനവിധേയമാക്കിയില്ലെങ്കിലും അതിന്റെ അന്തസ്സത്തയ്ക്ക് അനുപൂരകമായ നിലപാടായിരുന്നു സ്വീകരിച്ചത്. മനുഷ്യൻ പ്രകൃതിയുടെ സന്തതിയാണ്. പ്രകൃതിയുടെ സവിശേഷതകൾ മനുഷ്യസമൂഹത്തിലും നിലനിൽക്കുന്നു. പ്രകൃതിയിലെ ഇതര ജീവികളെപ്പോലെ മനുഷ്യനും ഭക്ഷണത്തിനായി ഉപയോഗമൂല്യമുള്ള പ്രകൃതി വിഭവങ്ങളെയാണ് ആശ്രയിച്ചിരുന്നത്. എന്നാൽ ഇതരജീവികളിൽ നിന്ന് വ്യത്യസ്ഥമായി

മനുഷ്യൻ വ്യത്യസ്ഥങ്ങളായ കാരണങ്ങളാൽ അവനാവശ്യമായ ഉപഭോഗസാധനങ്ങൾ കൃഷിയിലൂടെയും മറ്റും സ്വയം കൂട്ടായി ഉത്പാദിപ്പിക്കാനാരംഭിച്ചു. സാമൂഹ്യമായുള്ള ഈ അദ്ധ്വാനമാണ് സമ്പത്തിന്റേയും സംസ്കാരത്തിന്റേയും ഉറവിടം. അതായത്, മനുഷ്യരുടെ വളർച്ചയ്ക്ക് അവന്റെ അദ്ധ്വാനം നിർണ്ണായകഘടകമാണ്. അതിനാൽ മനുഷ്യചരിത്രം ക്രിയാത്മകമായി നിർമ്മിക്കുന്നതും വളരുന്നതും സാമൂഹ്യമായ അദ്ധ്വാനം കാരണമാണ്. "അദ്ധ്വാനം സമ്പത്തിന്റേയും സംസ്കാരത്തിന്റേയും ഉറവിടമായിത്തീരുന്നത് സാമൂഹ്യ അദ്ധ്വാനം എന്ന-അഥവാ അതുതന്നെ മറ്റൊരു വിധത്തിൽ പറഞ്ഞാൽ സമൂഹത്തിലും സമൂഹം മുഖേനയും നടത്തുന്ന അധ്വാനമെന്ന നിലക്കുമാത്രമാണ്". (മാർക്സ്-ഗോഥാപരിപാടിയെക്കുറിച്ചുള്ള വിമർശനം.) ചരിത്രരചനയിലും വീക്ഷണത്തിലും നടമാടിയിരുന്ന അരാജകത്വം അവസാനിപ്പിക്കാൻ ചരിത്രപരമായ ഭൗതികവാദം വഴിതെളിച്ചതായി ലെനിൻ ചൂണ്ടിക്കാട്ടുന്നു.

പ്രപഞ്ചത്തിലെ എല്ലാ വസ്തുക്കളിലും വിരുദ്ധശക്തികൾ നിലനിൽക്കുകയും അവ പരസ്പരം സംഘട്ടനങ്ങളിൽ ഏർപ്പെടുകയും ചെയ്യുന്നു എന്ന് വിവരിച്ചത് ഓർക്കുമല്ലോ. ഭൗതികവസ്തുക്കളിലും അതിന്റെ ഭാഗമായുള്ള മനുഷ്യസമൂഹത്തിലും ഈ ഏറ്റുമുട്ടൽ കാണാം. ഈ പ്രക്രിയയിലൂടെയാണ് പഴയത് നശിച്ച് അതിൽ നിന്നും പുതിയ പ്രതിഭാസങ്ങളും സമൂഹവും ഉടലെടുക്കുന്നത്. സമൂഹത്തിന്റെ ഗതിയെ നിർണ്ണയിക്കുന്നത് സമ്പത്തുല്പാദനവുമായി ബന്ധപ്പെട്ട ശക്തികളാണ്. ഉത്പാദനമെന്നത് പ്രകൃതിയുടെ മേൽ മനുഷ്യാദ്ധ്വാനം പ്രയോഗിക്കുന്നതിലൂടെ സാദ്ധ്യമാകുന്ന ഒരു പ്രക്രിയയാണ്. ഓരോ കാലഘട്ടത്തിലും സമൂഹത്തിന്റെ ഘടന നിർണ്ണയിക്കുന്നത് അതത് കാലഘട്ടത്തിലെ ഉല്പാദനത്തിന്റെ സാങ്കേതിക നിലയാണ്. ഒരുല്പന്നമുണ്ടാക്കാൻ ഭൂമിയും അസംസ്കൃതവസ്തുക്കളും ഉപകരണങ്ങളുമാവശ്യമാണ്. അതാണ് ഉത്പാദനോപാധികൾ. ഇവകൊണ്ടുമാത്രം ഉത്പാദനം നടക്കുകയില്ല. അതിന് മനുഷ്യാദ്ധ്വാനം വേണം. ഉല്പാദനോപധികളും മനുഷ്യാദ്ധ്വാനവും ചേരുന്നതാണ് ഉത്പാദനശക്തികൾ. ഉത്പാദനോപാധികളുടെ ഉടമയും മനുഷ്യശക്തിയുടെ ഉടമയും വർഗ്ഗാധിഷ്ഠിതവ്യവസ്ഥയിൽ വ്യത്യസ്തരായിരിക്കും. അതിനാൽ ഈ ശക്തികൾ തമ്മിൽ ഒരു ബന്ധം ഉടലെടുക്കേണ്ടത് അനിവാര്യമാകുന്നു. ഇതാണ് ഉത്പാദനബന്ധങ്ങൾ. ഉൽപ്പാദനശക്തികളും ഉൽപ്പാദനബന്ധങ്ങളും ചേർന്നതാണ് ഉൽപ്പാദനരീതി അഥവാ സാമ്പത്തിക വ്യവസ്ഥ. ഈ ബന്ധങ്ങളാണ് സാമൂഹികക്രമത്തെ നിർണ്ണയിക്കുന്നത്. എന്നാൽ

ഉൽപ്പാദനശക്തികൾ നിരന്തരവികസനത്തിന് വിധേയമാണ്. അവ മാറുന്നതനുസ്സരിച്ച് ഉത്പാദനബന്ധങ്ങളും മാറുന്നു. അതിനൊത്ത് സാമ്പത്തിക വ്യവസ്ഥയും മാറുന്നു. ഉൽപ്പാദനേതരഘടകങ്ങളെങ്കിലും സമൂഹത്തിൽ നിർണ്ണായകസ്വാധീനം ചെലുത്തുന്ന സാംസ്കാരിക മണ്ഡലം സാമ്പത്തിക വ്യവസ്ഥ എന്ന അടിത്തറയിൽനിന്ന് ഉയർന്നു വരുന്ന മേൽപ്പുരയാണ്. ഉത്പാദനബന്ധത്തിലെ മാറ്റത്തിന്റെ അടിസ്ഥാനത്തിലാണ് അടിമ-ഉടമ സമ്പ്രദായം, ഫ്യൂഡലിസം, മുതലാളിത്തം തുടങ്ങിയ സാമ്പത്തികവ്യവസ്ഥകൾ ഉടലെടുത്തത്. ഉത്പാദനോപാധികളുടെ ഉടമയും മനുഷ്യശക്തിയുടെ ഉടമയും തമ്മിൽ ബന്ധപ്പെടാൻ നിർബന്ധിതരാണെങ്കിലുംഒരേതാത്പര്യമുള്ളവരല്ല. എന്നുമാത്രമല്ല, വിരുദ്ധതാത്പര്യത്തോടെയുള്ളവരുമാണ്. ഉത്പാദനോപകരണങ്ങളുടെ ഉടമ ഉല്പന്നത്തിന്റെ അഥവാ സമ്പത്തിന്റെ ഉടമയാണ്. സമ്പത്തിന്റെ ഉടമ സമൂഹത്തിലെ നിർണ്ണായകശക്തിയാണ്, അയാൾക്ക് ഭരണകൂടത്തെ സ്വാധീനിക്കാനാകും, മറ്റുള്ളവരെ തന്റെ ചൊൽപ്പടിക്ക് നിർത്താനാകും. അദ്ധ്വാനശക്തിയുടെ ഉടമയെ നിയന്ത്രിക്കാനാകും. അയാൾ സമൂഹത്തിന്റേയും ഭരണകൂടത്തിന്റേയും അധികാരിയായിരിക്കും. സമ്പത്ത് വർദ്ധിപ്പിക്കുക എന്നതായിരിക്കും ഉത്പാദനോപാധികളുടെ ഉടമയുടെ ലക്ഷ്യം. അതിനായി അയാൾ എപ്പോഴും അദ്ധ്വാനശക്തിയെ ചൂഷണം ചെയ്തുകൊണ്ടിരിക്കും. ഇത് ഇവർതമ്മിൽ ഏറ്റുമുട്ടലിലേക്ക് വഴിതെളിക്കും. അടിമ-ഉടമ സമ്പ്രദായത്തിൽ അടിമയെക്കൊണ്ട് പരമാവധി പണിയെടുപ്പിച്ചു. അവനെ വിൽക്കാനും വധിക്കാനുമുള്ള അധികാരം ഉടമക്കുണ്ടായിരുന്നു. ഇതിനെതിരേയുള്ള പ്രതിഷേധം നിഷ്ഠൂരമായി അടിച്ചമർത്തി.

ഫ്യൂഡലിസത്തിൽ ഉത്പാദനോപാധിയായ ഭൂമിയുടെ ഉടമ രാജാവോ മതപരമായ സ്ഥാപനങ്ങളോ ആയിരുന്നു. ഈ ഭൂമി ഇടത്തട്ടുകാരായ പ്രഭുക്കൾ വഴി കർഷകനുനൽകി. ഒരു പിരമിഡിന്റെ ഘടനയായിരുന്നു സമൂഹത്തിന്. ആരാധനയേയും വിശ്വാസത്തേയും ചൂഷിതരെ മെരുക്കുന്നതിനും ഭരണകൂടം എന്ന സംവിധാനം വഴി അവരെ അടിച്ചമർത്തുന്നതിനും പ്രയോജനപ്പെടുത്തി. ഉൽപ്പന്നത്തിന്റെ സിംഹഭാഗവും മുകൾത്തട്ടിലേക്ക് കൊടുക്കണമായിരുന്നു. ചൂഷിതരായ കർഷകരുടെ പ്രതിഷേധം ഇവിടേയും വന്നു. എന്നാൽ ഉത്പാദനോപാധികളുടെ ഉടമക്കായിരുന്നു ഇവിടേയും അന്തിമവിജയം നേടാനായത്. അതിനാൽ ചൂഷണവ്യവസ്ഥ തുടർന്നു. എന്നാൽ മുതലാളിത്തത്തിന്റെ സംസ്ഥാപനത്തോടെ ചൂഷിതരുടെ സ്വഭാവം

മാറുന്നു. അടിമ- ഉടമ സമ്പ്രദായത്തിലെ അടിമയല്ല, ഫ്യൂഡലിസത്തിലെ കുടിയാനല്ല, മുതലാളിത്തത്തിലെ തൊഴിലാളി. തൊഴിലാളിവർഗ്ഗത്തിന് അദ്ധ്വാനശക്തിയല്ലാതെ മറ്റൊന്നും സ്വന്തമായില്ല. എന്നാൽ സംഘടിതരും വിദ്യാഭ്യാസമുള്ളവരുമാണ്. പണിമുടക്ക് പോലുള്ള ആയുധങ്ങളെടുത്ത് പ്രയോഗിക്കാൻ കെൽപ്പുള്ളവരാണ്. ചൂഷണത്തെക്കുറിച്ച് കൂടുതൽ ബോധവാന്മാരാണ്. മുതലാളിയും തൊഴിലാളിവർഗ്ഗവും തമ്മിലുള്ള വൈരുദ്ധ്യം വർദ്ധിച്ചുവരികയും അത് വർഗ്ഗസമരത്തിലേക്ക് നയിക്കപ്പെടുകയും അന്തിമമായി തൊഴിലാളി വർഗ്ഗം വിജയിച്ച് മുതലാളിത്തവ്യവസ്ഥക്ക് അന്ത്യം കുറിക്കുകയും ചെയ്യും. ഉല്പാദനത്തിന് മുതലാളി അനിവാര്യമല്ലാത്തതിനാൽ ഉപഭോഗവസ്തുക്കളുടെ ഉൽപാദനം നിർബാധം തുടരുമെന്ന് തെളിയിക്കപ്പെടും. വർഗ്ഗവ്യവസ്ഥയും ചൂഷണവും അവസാനിക്കും ആദ്യപടിയായി സോഷ്യലിസവും തുടർന്ന് കമ്യൂണിസവും സ്ഥാപിതമാകും.

ഈ പരിവർത്തനത്തിലേക്ക് നയിക്കപ്പെട്ട മനുഷ്യചരിത്രം ഇങ്ങനെ വിവരിക്കപ്പെടുന്നു;

കുരങ്ങുകൾക്കും മനുഷ്യനുമിടയിലുള്ള മനുഷ്യക്കുരങ്ങുകളിൽ നിന്നാണ് ആധുനിക മനുഷ്യൻ പരിണമിച്ചുണ്ടായത്. നടക്കുന്നതിനും മറ്റും കൈകൾ ഉപയോഗിച്ചിരുന്ന കുരങ്ങുകളിലൊരുവിഭാഗം നിവർന്നുനിൽക്കാൻ കെൽപ്പുനേടുകയും തത്ഫലമായി കൈകൾ സ്വതന്ത്രമാകുകയും ചെയ്തു. ഇത് ശാരീരികവും മാനസികവുമായ പരിണാമത്തിന് ഇടയാക്കി. കൈകളുടേയും തലച്ചോറിന്റേയും കൂട്ടായ പ്രവർത്തനം ഇര തേടുന്നതിനുള്ള ആയുധങ്ങളുടെ നിർമ്മാണത്തിലും പ്രതിഫലിച്ചു. അതോടെ മൃഗങ്ങളെ വേട്ടയാടുന്നതിനും ഭക്ഷ്യവസ്തുക്കൾ ശേഖരിക്കുന്നതിനും അപരിഷ്കൃതങ്ങളായ ശിലകൾ ഉപയോഗിക്കാൻ തുടങ്ങി. ഇതാണ് പുരാതനശിലായുഗം. സഹസ്രാബ്ദങ്ങളോളം ഈ ജീവിതക്രമം തുടർന്നു. ക്രമേണ ഇവയിൽ മൂർച്ചകൂട്ടുന്നതിന് ശീലിച്ചു. അത് നവീനശിലായുഗത്തിലേക്ക് നയിക്കപ്പെട്ടു. ഈ ജീവിതക്രമത്തിന് പടിപടിയായി മാറ്റങ്ങളുണ്ടായി. കാലക്രമേണ പൂർണ്ണമനുഷ്യൻ രൂപപ്പെട്ടു. “എപ്പോഴാണോ മനുഷ്യൻ നിലനില്പിനാവശ്യമായ സാധനങ്ങൾ സ്വയം ഉല്പാദിപ്പിച്ചു തുടങ്ങിയത്, അതോടു കൂടിയാണ് അവൻ മൃഗങ്ങളിൽനിന്ന് വ്യത്യാസപ്പെട്ട് ഉരുത്തിരിഞ്ഞത്. ” (ജർമ്മൻ പ്രത്യയശാസ്ത്രം) തലച്ചോറിന്റെ പ്രവർത്തനം പുരോഗമിച്ചത് ഒരു പ്രധാന സംഭവമായിരുന്നു. യഥാർത്ഥ മനുഷ്യന്റെ ജന്മം ഇതോടെയായിരുന്നു.

ആദിമകാല മനുഷ്യജീവിതം മൃഗതുല്യമായിരുന്നു. കൂട്ടമായി വേട്ടയാടിയും വനവിഭവങ്ങൾ ശേഖരിച്ചും മറ്റും ലഭിക്കുന്ന ഭക്ഷ്യപദാർത്ഥങ്ങൾ തുല്യമായി പങ്കിട്ട് ഉപജീവനം നടത്തിപ്പോന്നു. യാതൊരുവിധ വർഗ്ഗങ്ങളും ഉണ്ടായിരുന്നില്ല. വനവും വനവിഭവങ്ങളും പൊതുസ്വത്താണ്. സ്വകാര്യസ്വത്തോ, നിയമങ്ങളോ, ഭരണകൂടങ്ങളോ, ഭരണകർത്താക്കളോ അന്നുണ്ടായിരുന്നില്ല. കുറ്റവും ശിക്ഷയും ഇല്ലായിരുന്നു. ചൂഷണവും അടിച്ചമർത്തലുകളും ഇല്ലായിരുന്നു. മനുഷ്യൻ പ്രകൃതിയെ ചൂഷണം ചെയ്തില്ല. സഹസ്രാബ്ദങ്ങളോളം ഈ അവസ്ഥ തുടർന്നു. ഇതാണ് പ്രാകൃത കമ്യൂണിസം എന്നറിയപ്പെടുന്നത്.

മനുഷ്യസംസ്കാരത്തിന്റെ പ്രാക് ചരിത്രകാലഘട്ടങ്ങളെ നരവംശശാസ്ത്രജ്ഞനായ മോർഗൻ കാടത്തം, കിരാതത്തം, നാഗരികത എന്നിങ്ങനെ മൂന്നായി തിരിക്കുന്നു. ഇവയിലോരോന്നിനും നിമ്നഘട്ടം മധ്യഘട്ടം, ഉന്നതഘട്ടം എന്നിവയുണ്ട്. ഇക്കാര്യം എംഗൽസിന്റെ കുടുംബം, സ്വകാര്യസ്വത്ത്, ഭരണകൂടം എന്നിവയുടെ ഉത്ഭവം എന്ന ഗ്രന്ഥത്തിൽ വിശദമായി ചർച്ച ചെയ്യുന്നു.

മനുഷ്യനെ സാമൂഹ്യമായി ജീവിക്കാൻ പ്രേരിപ്പിച്ചത് ജീവസന്ധാരണത്തിനുവേണ്ടിയുള്ള ഉത്പാദനവ്യവസ്ഥയാണ്. ചില ജീവികളുടെ അമിതമായ പ്രകൃതിചൂഷണം മൂലമോ കാലാവസ്ഥാവ്യതിയാനം മൂലമോ വനവിഭവങ്ങൾ അപര്യാപ്തമായപ്പോൾ ധാന്യങ്ങൾ മണ്ണിൽ വീണ് മുളക്കുന്നത് നിരീക്ഷിച്ചതിൽ നിന്നും അനുയോജ്യമായ നദീതടങ്ങളിൽ കൃഷി ആരംഭിച്ചു. അതോടെ സ്ഥിരതാമസം ആരംഭിക്കേണ്ടി വന്നു. നാടോടിയായി ജീവിച്ചിരുന്ന മനുഷ്യൻ വീടുകൾ നിർമ്മിച്ച് ഒരു സ്ഥലത്ത് സ്ഥിരതാമസമാക്കി. കുടുംബജീവിതത്തിന് ആരംഭമായി. അതോടെ മനുഷ്യസംസ്കാരത്തിന് ഉദയംകുറിച്ചു. ഗോത്രങ്ങളുടെ ആവിർഭാവത്തിന് വഴിതെളിച്ചു. തീയുടെ ഉപയോഗം മനസ്സിലാക്കിയതും, മൃഗങ്ങളെ ഇണക്കിവളർത്താനാരംഭിച്ചതും ജീവിതത്തിൽഗുണപരമായ മാറ്റം വരുത്തി. ലോഹങ്ങൾ കണ്ടുപിടിച്ച് അവയുപയോഗിച്ച് കൂടുതൽ മേന്മയുള്ള ഉപകരണങ്ങൾ നിർമ്മിച്ചു തുടങ്ങിയതോടെ ഉൽപ്പാദന-നിർമ്മാണ പ്രവൃത്തികൾ കൂടുതൽ വികസിതമായി. ഇതാണ് ലോഹയുഗം എന്നറിയപ്പെടുന്നത്. കളിമൺ പാത്രങ്ങളുടെ നിർമ്മാണവും ഉപയോഗവും ശീലിക്കുകയും ഭക്ഷണം പാകംചെയ്ത് ഉപയോഗിക്കുന്നതിന് തുടക്കംകുറിക്കുകയും ചെയ്തു. പാത്രങ്ങളുടെ നിർമ്മാണം ധാന്യങ്ങൾ ശേഖരിച്ചുവച്ച് ഉപയോഗിക്കാൻ അവസരം നല്കി. തത്ഫലമായി വിശ്രമസമയം കൂടുതലായി ലഭിക്കുന്നതിനും ഉത്പാദയനേതാര

പ്രവൃത്തികൾക്ക് വിശിഷ്യാ സാംസ്കാരിക പ്രവർത്തനങ്ങൾക്കും കണ്ടുപിടുത്തങ്ങൾക്കും കൂടുതൽ അവസരമൊരുക്കുന്നതിനും കാരണമായി

ലോഹങ്ങളുടെ കണ്ടുപിടുത്തം പണിയായുധങ്ങൾ നിർമ്മിച്ച് പ്രകൃതിയെ കീഴടക്കാൻ മാത്രമല്ല ഉപയോഗിക്കപ്പെട്ടത് അതുപയോഗിച്ച് ആയുധങ്ങൾ നിർമ്മിക്കാനാരംഭിക്കുകയും ആക്രമണകാരികളായ മൃഗങ്ങൾക്കെതിരെ മാത്രമല്ല ശത്രുതയുള്ള മനുഷ്യർക്കെതിരെയും പ്രയോഗിക്കപ്പെടുകയും ആയുധം കൈവശമുള്ളവർ ശക്തരാകുകയും അതില്ലാത്തവരെ കീഴടക്കിവക്കാനും സാധിച്ചു. അമ്പും വില്ലിന്റെയും ഉപയോഗം മനസിലാക്കിയത് സമാന്തരമായി ഈ പ്രക്രിയകളെ സഹായിച്ചു. ഉല്പാദനോപാധികളിൽ പുരോഗതി കൈവന്നതോടെ ഒരാളിനാവശ്യമുള്ളതിലധികം ഭക്ഷ്യവസ്തുക്കൾ ഒരാളെക്കൊണ്ട് ഉണ്ടാക്കാൻ കഴിയുമെന്ന സ്ഥിതി സംജാതമായി. മിച്ചോല്പാദനം സമൂഹത്തിൽ ദൂരവ്യാപകമായ ഫലങ്ങൾ ഉളവാക്കി. ഒന്നാമതായി, തൊഴിൽ വിഭജനത്തിനുകാരണമായി. മുമ്പ് ഉല്പാദനവസ്തുക്കൾ തുല്യമായി പങ്കിട്ട് എടുക്കാൻ നിർബ്ബന്ധിതമായിരുന്ന സ്ഥാനത്ത് ഒരാൾ ഉല്പാദിപ്പിക്കുന്ന ഉപഭോഗവസ്തുക്കളിൽ മിച്ചമുള്ളത് കൈമാറ്റാമെന്ന അവസ്ഥയുണ്ടായി. സമൂഹത്തിലെ വ്യത്യസ്ഥവിഭാഗങ്ങൾ വ്യത്യസ്ഥ അദ്ധ്വാനപ്രക്രിയകളിൽ ഏർപ്പെടുകയും അവരുണ്ടാക്കുന്ന വ്യത്യസ്ഥ വസ്തുക്കളിലെ മിച്ചമുള്ളവ ആവശ്യക്കാർക്ക് വിതരണം ചെയ്യാനാരംഭിക്കുകയും ചെയ്തു. ചക്രങ്ങളുടെ കണ്ടുപിടുത്തം വാഹന നിർമ്മാണത്തിനും ഗതാഗതസൗകര്യങ്ങളുടെ ആരംഭത്തിനും അതു വഴി ഉത്പന്നങ്ങൾ ഒരു സ്ഥലത്ത് നിന്നും മറ്റൊരു സ്ഥലത്തേക്ക് കൊണ്ടുപോകുന്നതിനുമുള്ള അവസരമൊരുക്കി. അങ്ങനെ ഉൽപാദന-വിതരണ സമ്പ്രദായത്തിന് ആരംഭമായി.

രണ്ടാമതായി, തൊഴിൽ വിഭജനം മാനസിക-ശാരീരിക അദ്ധ്വാനമെന്ന തലത്തിലേക്ക് വളരുകയും സമൂഹത്തിലെ ഒരു വിഭാഗം ശാരീരിക അദ്ധ്വാനത്തിൽ നിന്ന് മാറിനിൽക്കുകയും ഉൽപാദനപ്രക്രിയയിലെ സംഘാടകരായി സ്വയം അവരോധിക്കപ്പെടുകയും ചെയ്തു. അതിനായി ആയുധബലവും പ്രയോഗിക്കപ്പെട്ടു. അങ്ങനെ കൂടുതലായി ഉല്പാദിപ്പിക്കുന്നത് ആയുധബലം കൊണ്ട് തട്ടിയെടുത്ത് അദ്ധ്വാനിക്കാതെ ജീവിക്കാനുള്ള സാഹചര്യം ഒരു ന്യൂനപക്ഷ വിഭാഗത്തിനു കൈവന്നു. ഒരു സംഘടിതഗോത്രം അത്രത്തോളം സംഘടിതരല്ലാത്ത വിഭാഗത്തെ അടിമകളാക്കി അവരെക്കൊണ്ട് തൊഴിലെടുപ്പിച്ച് ജീവിക്കാൻ തുടങ്ങി. പുതിയ

പുതിയ ആയുധങ്ങളും ഉല്പാദനോപാധികളും കണ്ടുപിടിക്കപ്പെട്ട തോടെ ഉല്പാദനവും ചൂഷണവും വർദ്ധിച്ചു. അടിമ-ഉടമസമ്പ്രദായം ആരംഭിച്ചു. ഭൂമി, പണിയായുധങ്ങൾ തുടങ്ങിയ ഉല്പാദനോപാധികൾ ആയുധബലമുള്ളവരുടെ-സ്വകാര്യസ്വത്തായി. അതില്ലാത്തവർ അടിമയായി, അദ്ധ്വാനവർഗ്ഗമായി മാറ്റപ്പെട്ടു. സ്വകാര്യസ്വത്തിന്റെ ആരംഭത്തോടെ വർഗ്ഗങ്ങൾ ഉടലെടുത്തു. പണിയെടുക്കുന്ന ഒരു വർഗ്ഗവും (ചൂഷിതവർഗ്ഗം) പണിയെടുപ്പിക്കുന്ന മറ്റൊരുവർഗ്ഗവും. (ചൂഷകവർഗ്ഗം). മർദ്ദനസഹായത്തിനായി നിയമങ്ങളും അവയുടെ സംരക്ഷണത്തിന് ഭരണകൂടവും (രാജാവ്, സൈന്യം, കോടതി എന്നീ സംവിധാനങ്ങളോടെ) ഉണ്ടായി. ആദിമകലത്ത് പ്രകൃതിശക്തികളെ ആരാധിച്ചിരുന്ന സ്ഥാനത്ത് പുതിയ ആരാധനാമൂർത്തികളും സമ്പ്രദായങ്ങളും വളർന്നു വന്നു. പുരോഹിതന്മാരും മതവും ഉടലെടുത്തു. അദ്ധ്വാനിക്കാതെ ജീവിക്കാൻ അവസരം വീണുകിട്ടിയതോടെ പുരോഹിന്മാർ ഭരണാധികാരിവർഗ്ഗത്തോടൊപ്പം നിലകൊള്ളുകയും പുതിയൊരു ചൂഷകവർഗ്ഗമായി പരിണമിക്കുകയും ചെയ്തു. മതത്തെ ചൂഷകവർഗ്ഗത്തിനനുഗുണമായി ചിട്ടപ്പെടുത്തി. ക്രമേണ കൃഷിയും കൈത്തൊഴിലുകളും വ്യാപകമായി. കുടുംബങ്ങളും ഗോത്രങ്ങളും ഗ്രാമങ്ങളും രാജ്യങ്ങളും രാജാക്കന്മാരും നാടുവാഴിത്തവുമുണ്ടായി. തുടർന്നിങ്ങോട്ടുള്ള എല്ലാ സാമ്പത്തിക വ്യവസ്ഥകളിലും വർഗ്ഗങ്ങൾ നിലനിന്നുപോന്നു. ഇതാണ് സമൂഹത്തിലെ സകല കഷ്ടതകളുടേയും അടിസ്ഥാനകാരണം. ഇതിനെതിരെ ചൂഷിതവർഗ്ഗം പലതരത്തിൽ, നിശ്ശബ്ദമായും അല്ലാതെയും സമരം ചെയ്തുപോന്നു. നാളിതുവരെയുള്ള മനുഷ്യന്റെ ലിഖിതചരിത്രം വർഗ്ഗസമരങ്ങളുടെ ചരിത്രമാണെന്ന് മാർക്സിസം വിവരിക്കുന്നു. ഭൂമി പൊതുസ്വത്താക്കി നിർത്തിയിരുന്ന പണ്ടത്തെ പ്രാകൃത സമ്പ്രദായങ്ങളുടെ സാമൂഹ്യ ഘടന അവശേഷിച്ച ശേഷമുണ്ടായിട്ടുള്ള മനുഷ്യവംശചരിത്രമാകെത്തന്നെ വർഗ്ഗസമരങ്ങളുടെ ചരിത്രമാണ്; ചൂഷകരും ചൂഷിതരും, ഭരിക്കുന്നവരും മർദ്ദിതരും തമ്മിലുള്ള പോരാട്ടത്തിന്റെ ചരിത്രമാണ്. (എംഗൽസ് കമ്യൂണിസ്റ്റ് മാനിഫെസ്റ്റോയുടെ 1888-ലെ ഇംഗ്ലീഷ് പതിപ്പിനുള്ള മുഖവുരയിൽ ഈ വർഗ്ഗസമരസിദ്ധാന്തത്തെ മാർക്സിന്റെ പ്രധാന ആശയങ്ങളിലൊന്നായി വിശേഷിപ്പിക്കുന്നു).

ഉത്പാദനോപാധികളുടെ വികാസം എന്നത് ഒരു തുടരൽ പ്രക്രിയയാണ്. പുതിയ ഉത്പാദനോപാധികൾ ഉപയോഗിക്കാൻ മൃഗങ്ങളെപ്പോലെ പണിയെടുക്കുകയും മൃഗതുല്യരായി ജീവിക്കുകയും ചെയ്യുന്ന അടിമകളെക്കൊണ്ട് കഴിയാതെ വരികയും അടിമ-ഉടമ വ്യവസ്ഥ തകരുകയും ചെയ്തു. പാടത്ത് പണിയെടുക്കുന്ന വിഭാഗം

ഉടമയുടെ സ്വത്ത് അഥവാ അടിമ അല്ലാതായി. അടിമ കർഷകനായി. കർഷകൻ ഉത്പാദിപ്പിക്കുന്നതിൽ വലിയൊരു പങ്ക് പാട്ടമായി ജന്മിക്ക് കൊടുക്കണമെന്നായി. ചെറുകിട ജന്മികളും അവയ്ക്കുമേൽ വൻകിട ജന്മികളും അവക്കുമേൽ രാജാവും ഉണ്ടായി. അത് ഫ്യൂഡലിസത്തിന്റെ പിറവിക്കു കാരണമായി. ഇത്തരത്തിലുള്ള നാട്ടുവാഴിത്തവും രാജവാഴ്ചയുമാണ് ലിഖിതചരിത്രത്തിന്റെ സിംഹഭാഗവും കൈയടക്കിയത്. ശാസ്ത്രസാങ്കേതികവിദ്യകളിലുണ്ടായ കുതിച്ചുചാട്ടം ഉത്പാദനോപകരണങ്ങളുടെ അഭൂതപൂർമായ വികാസത്തിന് ഇടയാക്കി. ഇത് യൂറോപ്പിൽ വ്യവസായ വിപ്ലവത്തിനു കാരണമായി. ആഫ്രിക്ക, അമേരിക്ക പോലുള്ള പുതിയ വൻകരകളിലേക്കുള്ള പര്യവേഷണങ്ങളും ഏഷ്യൻ രാജ്യങ്ങളിലേക്കുള്ള പുതിയ സമുദ്രമാർഗ്ഗങ്ങൾ കണ്ടെത്തിയതും യൂറോപ്യന്മാരുടെ മുന്നിൽ കോളനിവാഴ്ചയുടെ വാതായനങ്ങൾ തുറക്കപ്പെട്ടു. ഇത് അസംസ്കൃതവസ്തുക്കളുടെ ലഭ്യതയ്ക്കും നിർമ്മിത ഉല്പന്നങ്ങളുടെ കമ്പോളത്തിനും വഴിയൊരുക്കി. കൂടാതെ ആഫ്രിക്കൻ രാജ്യങ്ങളിൽനിന്ന് ആളുകളെ പിടിച്ചുകൊണ്ടുവന്ന് അടിമകളാക്കി അവരെക്കൊണ്ട് കഠിനമായി പണിയെടുപ്പിച്ച് വളരുന്നതിന് പ്രഭുക്കന്മാർക്കും പുത്തൻ മുതലാളിമാർക്കും അവസരമൊരുക്കപ്പെട്ടു ഇവയെല്ലാം മുതലാളിത്തത്തിന്റെ വളർച്ചയെ സഹായിച്ചു. അങ്ങനെ ഫ്യൂഡലിസം വ്യവസായവിപ്ലവാരംഭത്തോടെ മുതലാളിത്തത്തിന് വഴിമാറി. വ്യവസായവിപ്ലവം മുതലാളിത്തത്തിന് അടിത്തറയിട്ടു.

പ്രഭുക്കന്മാരിലൊരു വിഭാഗം വൻകിടവ്യവസായികളായി മാറി. ചൂഷണത്തിന്റെ തോതും രീതികളും ശക്തമായി. ഭരണകൂടത്തിന്റെ രൂപത്തിനും മാറ്റങ്ങളുണ്ടായി. ഫ്യൂഡലിസത്തിനെതിരേ യൂറോപ്പിൽ ശക്തമായ വിപ്ലവങ്ങൾ പൊട്ടിപ്പുറപ്പെട്ടു. ഫ്രഞ്ച് വിപ്ലവം ഉദാഹരണമാണ്. പല രാജ്യങ്ങളിലും രാജവാഴ്ച ജനാധിപത്യഭരണത്തിന് വഴിമാറി. പുറമേക്ക് സ്വാതന്ത്ര്യം, സമത്വം, സാഹോദര്യം, ജനാധിപത്യം തുടങ്ങിയ ആദർശങ്ങൾ പറയുമ്പോഴും മുതലാളിത്തം വർഗ്ഗാടിസ്ഥാനത്തിലുള്ള സമ്പദ്വ്യവസ്ഥയായതിനാൽ മേൽ ആദർശങ്ങൾക്ക് കടകവിരുദ്ധമായ സാമൂഹിക വ്യവസ്ഥയായാണ് യഥാർത്ഥത്തിൽ പരിണമിച്ചത്. ചൂഷണവും യുദ്ധങ്ങളും വെട്ടിപ്പിടിക്കലുകളും ഈ വ്യവസ്ഥിതിയുടേയും മുഖമുദ്രയായിരുന്നു. മുതലാളിത്തം കമ്പോളവ്യവസ്ഥയിൽ അധിഷ്ഠിതമായ സമ്പദ്വ്യവസ്ഥയായതിനാൽ കമ്പോളം വെട്ടിപ്പിടിക്കുന്നതിനുവേണ്ടിയുള്ള മത്സരങ്ങൾ സാമ്രാജ്യങ്ങൾ തമ്മിലുള്ള യുദ്ധങ്ങൾക്കു കാരണമായി. (പില്ക്കാലത്ത് ഇത് ലോകമഹായുദ്ധങ്ങൾക്കുവരെ കാരണമായി). സാമ്രാജ്യത്വം

യാതൊരു മനസ്സാക്ഷിയുമില്ലാതെ ജനങ്ങളെ കൊന്നുതള്ളി. പ്രകൃതി സമ്പത്ത് കൊള്ള ചെയ്യുന്നതിന് രാഷ്ട്രങ്ങളിൽ അതിക്രമിച്ചുകടന്ന് ജനങ്ങളെ കൂട്ടക്കൊലചെയ്തു. (ഇന്ന് ലോകമുതലാളിത്തത്തിന്റെ നേതൃത്വം വഹിക്കുന്ന അമേരിക്കൻ ഐക്യനാടുകൾ ചെയ്തുകൊണ്ടിരിക്കുന്ന കൊള്ളരുതായ്മകളെ ചെറുക്കാൻ കഴിയാത്ത തലത്തിലെത്തിയിരിക്കുന്നു).

ശാസ്ത്രീയമായ തെളിവുകളുടെ അടിസ്ഥാനത്തിൽ ആവിഷ്കരിച്ചതെന്ന് പ്രത്യക്ഷത്തിൽത്തന്നെ ബോധ്യപ്പെടുന്ന മേൽ വിവരിക്കപ്പെട്ട മനുഷ്യസമൂഹത്തിന്റെ വികാസചരിത്രത്തിൽ നിന്നും നമുക്ക് ബോധ്യപ്പെടുന്ന വ്യക്തമായ ചിത്രം ഇതാണ്: ഉൽപ്പാദനപ്രക്രിയയുടെ വികാസത്തിന്റെ ഫലമായി ഒരാളിന്റെ ആവശ്യത്തിലധികമായുള്ള ഉല്പന്നങ്ങൾ ഒരാളെക്കൊണ്ട് ഉല്പാദിപ്പിക്കാൻ കഴിവുറ്റതാക്കുകയും ഈ അവസരം പ്രയോജനപ്പെടുത്തിക്കൊണ്ട് ആയുധബലമുള്ള ഒരു സംഘടിതവിഭാഗം ജനങ്ങൾ അത്രത്തോളം സംഘടിതമല്ലാത്ത, എന്നാൽ അദ്ധ്വാനിച്ച് സാംസ്കാരികമായി ജീവിക്കാനാരംഭിച്ച മറ്റൊരുവിഭാഗത്തെ കീഴ്പ്പെടുത്തി, അവരുടെ അദ്ധ്വാനോപകരണങ്ങൾ സ്വന്തമാക്കി, അവരെക്കൊണ്ട് അദ്ധ്വാനിപ്പിച്ച് ഉല്പന്നത്തിന്റെ സിംഹഭാഗവും കരസ്ഥമാക്കി ജീവിക്കാൻ തുടങ്ങുകയും അതൊരു സാമൂഹികവ്യവസ്ഥയായി രൂപാന്തരം പ്രാപിക്കുകയും ചെയ്തതാണ് അദ്ധ്വാനവർഗ്ഗത്തിന്റെ ദുരിതങ്ങൾക്കും ചൂഷണാധിഷ്ഠിത -വർഗ്ഗാധിഷ്ഠിത സമ്പദ്വ്യവസ്ഥക്ക് ആരംഭം കുറിച്ചതിനും കാരണം. ഈ പ്രക്രിയ തുടർന്നുവന്ന എല്ലാ വർഗ്ഗാധിഷ്ഠിത സമ്പദ്വ്യവസ്ഥയിലും രൂപഭാവവ്യത്യാസങ്ങളോടെ തുടരുന്നു. മുതലാളിത്ത സമ്പദ്വ്യവസ്ഥയാണ് ഇതിന്റെ ഏറ്റവും വികസിത രൂപം. ഈ ചരിത്രവസ്തുതയുടെ വെളിച്ചത്തിൽ സമൂഹത്തിലെ ഓരോ വ്യക്തിയും സ്വന്തമായി ഒരു നിലപാട് സ്വീകരിക്കാൻ ബാധ്യസ്ഥമാണ്. ഇതിൽ അദ്ധ്വാന വർഗ്ഗത്തോടൊപ്പം, അവരുടെ മോചനത്തിനായുള്ള നിലപാടിനോടൊപ്പമാണോ, അതല്ല, അവരെ ചൂഷണം ചെയ്യുന്നവരോടൊപ്പമാണോ ചേർന്നു നിൽക്കുന്നത് എന്നാതാണ് ആ നിലപാട്.

ഒരു വ്യക്തിയുടെ സാമൂഹ്യദർശനം അയാൾ, അല്ലെങ്കിൽ അവൾ ഇക്കാര്യത്തിൽ സ്വീകരിക്കുന്ന നിലപാടനുസ്സരിച്ച് നിർണ്ണയിക്കപ്പെടുന്നു. മാനവികപക്ഷത്തുനിന്നുകൊണ്ട് ചിന്തിക്കുന്നവർ സ്വാഭാവികമായും അടിച്ചമർത്തപ്പെട്ടവരുടെ ചേരിയിലായിരിക്കും, അവരുടെ സാമൂഹികമോചനദർശനത്തോടൊപ്പം-കമ്യൂണിസത്തോടൊപ്പമായിരിക്കും. മാനവികതക്കെതിരേ ചിന്തിക്കുന്നവർ സ്വാഭാവികമായും

ചൂഷകരുടെ- അടിച്ചമർത്തുന്നവരുടെ ചേരിയിൽ, ഇന്ന്, മുതലാളിത്തചേരിയിൽ നിലകൊള്ളും. ഓരോ വ്യക്തിയും താൻ ഏത് വർഗ്ഗത്തിലാണ് ജനിച്ചത് എന്നതല്ല, മറിച്ച് ഏത് ചേരിയിലാണ് നിലകൊള്ളുന്നത് എന്നതാണ് പ്രസക്തമായ കാര്യം.

മിച്ചമൂല്യസിദ്ധാന്തം

മാർക്സിസത്തിന്റെ നട്ടെല്ലെന്നു വിശേഷിപ്പിക്കാവുന്നത് അതിലെ സാമ്പത്തികശാസ്ത്രത്തെയാണ്. ചരിത്രപരമായ ഭൗതികവാദം മാർക്സിസത്തിലെ സാമ്പത്തികശാസ്ത്രത്തിൽ അധിഷ്ഠിതമാണ്. ബ്രിട്ടീഷ് സാമ്പത്തികശാസ്ത്രജ്ഞനായ ആഡം സ്മിത്ത് മുതലാളിത്ത സമ്പദ്‌വ്യവസ്ഥയുടെ ആരംഭകാലത്ത് അതിനെ വിശകലനം ചെയ്യുന്നകാര്യത്തിൽ മികച്ച സംഭാവനകൾ നൽകി. ഒരു ഉല്പന്നത്തിന്റെ മൂല്യം അതുണ്ടാക്കാൻ വേണ്ടിവരുന്ന തൊഴിലുമായി ബന്ധപ്പെട്ടുകിടക്കുന്നതായി ആഡം സ്മിത്ത് തന്റെ "രാഷ്ട്രങ്ങളുടെ സമ്പത്തിന്റെ പ്രകൃതിയിലേക്കും കാരണങ്ങളിലേക്കും ഒരന്വേഷണം" (1776) എന്ന ഗ്രന്ഥത്തിലൂടെ വ്യക്തമാക്കി. ഈ തൊഴിൽമൂല്യസിദ്ധാന്തത്തെ മാർക്സ് സ്വീകരിച്ചു. ഒരു ചരക്കിന്റെ മൂല്യത്തെ നിർണ്ണയിക്കുന്നത് അതിന്റെ ഉല്പാദനത്തിൽ ചെലുത്തപ്പെടുന്ന സാമൂഹിക അദ്ധ്വാനത്തിന്റെ പരിമാണമാണെന്ന് മാർക്സ് കൂലി, വില, ലാഭം എന്ന തന്റെ ലഘുഗ്രന്ഥത്തിൽ വിശദീകരിക്കുന്നു. ഈ തൊഴിൽ മൂല്യസിദ്ധാന്തത്തിൽ നിന്നദ്ദേഹം മിച്ചമൂല്യം എന്ന ആശയം കടഞ്ഞെടുത്തു. മിച്ചമൂല്യസിദ്ധാന്തം രൂപപ്പെടുത്തിയതാണ് മാർക്സിന്റെ മികച്ച സംഭാവനകളിലൊന്ന്.

"അദ്ധ്വാനശക്തിയുടെ മൂല്യത്തെ നിർണ്ണയിക്കുന്നത് അതിനെ നിലനിർത്താനോ പ്രത്യുല്പാദിപ്പിക്കാനോ ആവശ്യമായ അദ്ധ്വാനത്തിന്റെ പരിമാണമാണ്. ഒരു തൊഴിലാളിക്ക് ലഭിക്കുന്നത് അവന്റെ അദ്ധ്വാനശക്തി പ്രത്യുല്പാദിപ്പിക്കാൻ അവശ്യം വേണ്ടതായ

കൂലിയാണ്. അതിനുവേണ്ടതായ സമയം വളരെ കുറച്ചു മതി. എന്നാൽ അവന്റെ അദ്ധ്വാനശക്തി നിറവേറ്റാൻ ഇടയുള്ള അദ്ധ്വാനത്തിന് യാതൊരു പരിധിയും കല്പിക്കുന്നില്ല. തൊഴിലുടമ അവനെക്കൊണ്ട് കഴിയുന്നതിന്റെ പരമാവധിയോ അഥവാ കൂടുതൽ സമയമോ പണിയെടുപ്പിക്കുന്നു. അതായത് അദ്ധ്വാനശക്തി പ്രത്യുല്പാദിപ്പിക്കാൻ ആറുമണിക്കൂർ പണിയെടുത്താൽ മതിയാവുമെങ്കിൽ അതിന്റെ കൂലി നൽകുകയും പന്ത്രണ്ട് മണിക്കൂർ പണിയെടുപ്പിക്കുകയും ചെയ്യുന്നു. ഈ മിച്ചാദ്ധ്വാനം മിച്ചമൂല്യത്തെ സൃഷ്ടിക്കുന്നു. തൊഴിലാളി ഉല്പാദിപ്പിച്ച ഉല്പന്നത്തിന്റെ വിനിമയമൂല്യം അവനു നൽകിയ കൂലിയേക്കാൾ വളരെ വലുതാണ്." (കൂലി, വില, ലാഭം-കാൾ മാർക്സ്, ചിന്ത പബ്ലിഷേർസ്). ഉല്പാദനബന്ധത്തിലെ മറ്റു ഘടകങ്ങൾക്കൊന്നും ഇത്തരത്തിൽ മിച്ചമൂല്യസൃഷ്ടിക്കുള്ള കഴിവില്ല.

ഒരുല്പന്നത്തിന്റെ വിനിമയമൂല്യവും ഉല്പാദനത്തിന് ചെലവായ തൊഴിൽ ഉൾപ്പെടെയുള്ളവയുടെ മൂല്യവും തമ്മിലുള്ള വ്യത്യാസമാണ് മിച്ചമൂല്യം. മുതലാളിയുടെ സമ്പത്തിന്റെ വളർച്ചയ്ക്കു നിദാനം മിച്ചമൂല്യമാണെന്ന് മാർക്സ് സമർത്ഥമായി ചൂണ്ടിക്കാണിച്ചു. തൊഴിലാളികളെക്കൊണ്ട് കൂടുതൽ സമയം പണിയെടുപ്പിക്കുന്നു. എന്നാൽ അയാൾ ഉല്പാദിപ്പിച്ച ഉല്പന്നത്തിന്റെ വിനിമയമൂല്യത്തിനു തുല്യമായ വേതനം തൊഴിലാളിക്ക് നൽകുന്നില്ല. പ്രവർത്തനങ്ങൾ കൂടുതലായി വിപുലീകരിക്കാനുള്ള മൂലധനമായി തൊഴിലുടമ ഇതിനെ ഉപയോഗപ്പെടുത്തുന്നു. ഇങ്ങനെ പലപ്പോഴായി തൊഴിലാളിയിൽനിന്നും മുതലാളി തട്ടിയെടുക്കുന്ന സമ്പത്താണ് മൂലധനത്തിന്റെ അടിത്തറ. മുതലാളിക്കു കിട്ടുന്ന ലാഭത്തിന്റെ കാരണം അയാളുടെ ദീർഘവീക്ഷണം കൊണ്ടോ മിടുക്കുകൊണ്ടോ ഉണ്ടാകുന്നതല്ല, മറിച്ച് ഈ മിച്ചമൂല്യമാണ്. ഇതഃപര്യന്തമുള്ള സാമ്പത്തികവളർച്ചയെക്കുറിച്ച് വിശദീകരിക്കുന്നതിനായാണ് മാർക്സ് 'മൂലധനം' എന്ന ബൃഹത് ഗ്രന്ഥം രചിച്ചത്.

എല്ലാ ധനവും മൂലധനമല്ല. ലാഭം സമ്പാദിക്കാനുള്ള ഉത്പാദനത്തിനുവേണ്ടി ധനം വിനിയോഗിക്കപ്പെടുമ്പോൾ മാത്രമാണ് മൂലധനമാകുന്നത്. മറ്റൊരു വിധത്തിൽ പറഞ്ഞാൽ ഒരു നിശ്ചിത സാമൂഹിക ബന്ധമാണത്. ഉല്പാദനഉപാധികളെ ചൂഷണോപാധികളാക്കി ഉപയോഗിക്കപ്പെടുന്ന സാമൂഹിക ബന്ധത്തിൽ മാത്രമേ ധനം മൂലധനമാക്കപ്പെടുന്നുള്ളൂ. "ഒരു പ്രത്യേക, ചരിത്രപരമായി നിശ്ചിതമായ, സാമൂഹ്യബന്ധമാണ് മൂലധനം"-(ലെനിൻ). ഉപഭോഗത്തിനുവേണ്ടി ചെലവഴിക്കപ്പെടുന്ന ധനം മൂലധനമല്ല. മുതലാളിത്തത്തിൽ

മൂലധനത്തിന്റെ ഉടമ മുതലാളിയാണ്. ഈ വ്യവസ്ഥയിലെ മൂലധനമെന്നാൽ മറ്റുള്ളവരുടെ അദ്ധ്വാനശക്തിയുടെ ഫലമായുണ്ടായ ഉത്പാദനോപകരണങ്ങളുടെ മേലുള്ള സ്വകാര്യസ്വത്തവകാശമാണ്. അതിനെ മിച്ചമൂല്യം സൃഷ്ടിക്കാനായി ഉപയോഗിക്കുന്നു. ഒരു ഉല്പന്നം ഉത്പാദിപ്പിക്കാൻ ഭൂമി, തൊഴിൽ, പണം, സംഘാടനം തുടങ്ങിയ ഘടകങ്ങൾ ആവശ്യമാണ്. എന്നാൽ ഇതെല്ലാമുള്ള ഒരു സാധാരണ കർഷകനോ കൈതൊഴിൽ ചെയ്യുന്നവനോ ചൂഷണം നടത്തുന്നില്ല;അയാൾ മറ്റുള്ളവരുടെ യജമാനനാകുകയോ മറ്റൊരാളിന്റെ അദ്ധ്വാനഫലം (മിച്ചമൂല്യം)തട്ടിയെടുക്കുകയോ ചെയ്യുന്നില്ല. മറ്റൊരാളിന്റെ അദ്ധ്വാനഫലം (മിച്ചമൂല്യം) തട്ടിയെടുത്ത് ചരക്ക് (ലാഭമുണ്ടാക്കുന്നതിനുള്ള ഉത്പ്പന്നം) ഉത്പാദിപ്പിക്കാനുള്ള സമ്പത്ത് ആയി മൂലധനത്തെ മുതലാളി ഉപയോഗിക്കുന്നു. അസംസ്കൃതസാധനങ്ങളുടെ വിലകുറച്ചും ഉല്പന്നത്തിന്റെ കമ്പോളവില സ്വാഭാവികവിലയെക്കാൾ പലതരത്തിൽ വർദ്ധിപ്പിച്ചും അയാൾ മൂലധനം വർദ്ധിപ്പിക്കുന്നതിനുള്ള മേഖല വിപുലമാക്കുന്നു.

ആദ്യകാല മൂലധനത്തിന്റെ ഉൽപ്പത്തി നഗ്നമായ കൈയേറ്റമായിരുന്നു. എന്നാൽ പിൽക്കാലത്ത് പരോക്ഷമായ ചൂഷണമാണ് അതിനായി സ്വീകരിച്ചതും ഇന്നും തുടരുന്നതും. മൂലധനം മുതലാളിത്തത്തെ ശക്തിപ്പെടുത്തുകയും പലവിധരൂപപരിണാമങ്ങൾക്ക് വിധേയമാക്കപ്പെടുകയും ചെയ്യുന്നു.

ചാക്രിക സാമ്പത്തിക പ്രതിസന്ധി

മുതലാളിത്തം ആസൂത്രണരഹിതമായ ഉല്പാദനസമ്പ്രദായമാണ് പിന്തുടരുന്നത്. ലാഭേച്ഛ മാത്രമാണ് അതിനെ നയിക്കുന്നത്. ഇത് അമിതോല്പാദനത്തിനും അനാവശ്യസാധനങ്ങളുടെ ഉല്പാദനത്തിനും കാരണമാകുന്നു. പുതിയ സാങ്കേതികവിദ്യകളുടെ ഉപയോഗംമൂലവും അമിതോല്പാദനമുണ്ടാകും. കൂടാതെ നവീനസാങ്കേതികവിദ്യകളുടെ പ്രയോഗം തൊഴിലവസരങ്ങളെ കുറക്കുകയും തൊഴിലില്ലായ്മ സൃഷ്ടിക്കുകയും ചെയ്യും. ജനങ്ങളുടെ വാങ്ങൽശേഷി ക്ഷയിക്കുന്നു. ഉല്പാദനവർദ്ധനവനുസ്സരിച്ച് ഉല്പന്നങ്ങൾ വാങ്ങാനാളില്ലാത്ത സാഹചര്യം സംജാതമാകുന്നു. കമ്പോളം ലഭ്യമല്ലാതെ വരികയും തത്ഫലമയി തൊഴിൽശാല അടച്ചിടേണ്ടതായും വരുന്നു. നിലവിലുള്ള തൊഴിലാളികളുടെ തൊഴിൽ നഷ്ടപ്പെടുന്നതോടെ ജനങ്ങളുടെ വാങ്ങൽശേഷി വീണ്ടുംക്ഷയിക്കുന്നു. ദുരിതം ഇരട്ടിക്കുന്നു. കമ്പോളത്തിന്റെ തകർച്ച രൂക്ഷമാകുന്നു. സമ്പദ് വ്യസ്ഥയാകെ തകർച്ചയെ നേരിടുന്നു. ജനജീവിതം ദുസ്സഹമാകുന്നു. ഇതിൽനിന്ന് കരകയറുവാൻ വർഷങ്ങൾ വേണ്ടിവരും. ക്രമേണ എല്ലാം പഴയപടിയാകും. ഈ പ്രക്രിയ ആവർത്തിച്ചുകൊണ്ടേയിരിക്കും.

"ആധുനിക വ്യവസായത്തിന് അതിരുകളില്ലാതെ വളരാനുള്ള വമ്പിച്ച കഴിവ് അനിവാര്യമായ ഒരു പ്രകൃതിനിയമമായി തീർന്നിട്ടുള്ളതായി നമുക്ക തോന്നുന്നു. ഈ വളർച്ച വലിപ്പത്തിൽ മാത്രമല്ല ഗുണത്തിലുമുണ്ട്. എത്ര തടസ്സവും അതിന് പുല്ലാണ്. ആധുനിക വ്യവസായോല്പന്നങ്ങൾക്കുള്ള കമ്പോളങ്ങളുടെ ക്ലിപ്തത, അവർക്കുള്ള

ചെലവ് ഇതാണ് ആ വളർച്ചയ്ക്കുള്ള തടസ്സം. എന്നാൽ കമ്പോളങ്ങൾക്ക് ഗുണത്തിലും വലിപ്പത്തിലും വളരാനുള്ള പ്രാപ്തിയെ പ്രാഥമികമായി നിയന്ത്രിക്കുന്നത് വ്യത്യസ്തങ്ങളായ ചില നിയമങ്ങളാണ്. ഈ നിയമങ്ങൾ അത്രതന്നെ ഊർജ്ജിതമായി പ്രവർത്തിക്കുന്ന നിയമങ്ങളല്ലതാനും. കമ്പോളങ്ങൾക്ക് ഉല്പാദനത്തോടൊപ്പം വളരാൻ കഴിയുന്നില്ല. അങ്ങനെ ഒരു സംഘട്ടനം അനിവാര്യമായിത്തീരുന്നു. പക്ഷേ ഈ സംഘട്ടനത്തിന് മുതലാളിത്തോല്പാദനരീതിയെത്തന്നെ അട്ടിമറിക്കാൻ കഴിയാത്തിടത്തോളം കാലം കുഴപ്പത്തിന് ശരിക്കുള്ള പരിഹാരം കണ്ടെത്താൻ കഴിയുന്നില്ല. അതുകൊണ്ട് ഇത്തരം സംഘട്ടനങ്ങൾ ആനുകാലികങ്ങളായി ഉണ്ടായിക്കൊണ്ടിരിക്കുന്നു. മുതലാളിത്ത ഉല്പാദനം മറ്റൊരു വിഷമവൃത്തത്തെക്കൂടി സൃഷ്ടിച്ചിരിക്കുന്നു." (സോഷ്യലിസം സാങ്കല്പികവും ശാസ്ത്രീയവും - എംഗൽസ്, ചിന്തപബ്ലിഷേഴ്സ്, പേജ്-91, അവതരണം-കെ. എൻ. ഗണേശ്). "ഫ്യൂരിയേ ആദ്യത്തെ കുഴപ്പത്തെപ്പറ്റി പറഞ്ഞപ്പോൾ ഇങ്ങനെ നിർവചിക്കുകയുായി, 'ക്രൈസെപ്ലിത്തോറിക്ക്' (സമൃദ്ധികൊണ്ടുണ്ടാകുന്ന കുഴപ്പം). ഇതിലും നല്ലൊരു നിർവചനം സാദ്ധ്യമല്ല." (അതേ പുസ്തകം-പേജ്-92).

ഈ സാമ്പത്തിക പ്രതിസന്ധി കാലാകാലങ്ങളിൽ മുതലാളിത്തത്തെ വേട്ടയാടുകയും സാമാന്യജനതയുടെ ജീവിതത്തിൽ വമ്പിച്ച ദുരിതത്തിന് കാരണമാകുകയും ചെയ്യുന്നു.

തൊഴിലാളിവർഗ്ഗം എന്ന പുതിയ ശക്തി

മുതലാളിത്തത്തിന്റെ വരവോടെ സമൂഹത്തിൽ അന്നുവരെ ഇല്ലാതിരുന്ന പുതിയൊരു ചൂഷിതവർഗ്ഗം ഉടലെടുത്തു. അദ്ധ്വാനശക്തിമാത്രം കൈമുതലുള്ള, എന്നാൽ കൂടുതൽ പ്രബുദ്ധമായ, പ്രവർത്തനശേഷിയും ചിന്താശേഷിയുമുള്ള തൊഴിലാളിവർഗ്ഗത്തിന്റെ ആവിർഭാവമാണത്. തെഴിലാളിവർഗ്ഗത്തിന്റെ സഹായമില്ലാതെ മുതലാളിത്തത്തിന് നിലനിൽപ്പില്ല. മുമ്പുണ്ടായിരുന്ന അടിമ-ഉടമ വ്യവസ്ഥയിൽ അടിമയുടെ അദ്ധ്വാനശക്തിയുടെ അവകാശി ഉടമയായിരുന്നു. കുടിയാൻ വ്യവസ്ഥയിൽ അധ്വാനശക്തിയുടെ അവകാശി ജന്മിയായിരുന്നു. അടിമക്കും കുടിയാനും കൂലി നൽകപ്പെട്ടിരുന്നില്ല. നിലനിൽപ്പിനുള്ള ഉപാധി മാത്രമാണ് നൽകിയിരുന്നത്. അടിമ ഉടമയോടും കുടിയാൻ ജന്മിയോടും നേരിട്ട് ബന്ധിതരായിരുന്നു. എന്നാൽ മുതലാളിത്തത്തിൽ അദ്ധ്വാനശക്തിയുടെ അവകാശി തൊഴിലാളിയാണ്. തൊഴിലാളിക്ക് പ്രതിഫലം നൽകപ്പടുന്നു. കൂലിവേല സമ്പ്രദായമാണിവിടെ. തൊഴിലാളി സ്വതന്ത്രനാണ് എന്ന് ഇതുകൊണ്ടർത്ഥമാക്കപ്പെടുന്നില്ല. തന്റെ അദ്ധ്വാനശക്തി കിട്ടുന്ന കൂലിക്ക് വില്ക്കയല്ലാതെ തൊഴിലാളിക്ക് മറ്റു മാർഗ്ഗമൊന്നുമില്ല. അദ്ധ്വാനശക്തിയും ഒരു ചരക്കായി മാറ്റപ്പെടുന്നു. പരോക്ഷമായ ബന്ധനമാണ് മുതലാളിത്തത്തിലെ തൊഴിലാളിക്ക് നേരിടേണ്ടിവരുന്നത്. കാരണം അദ്ധ്വാനശക്തിയല്ലാതെ യാതൊരുവിധ ഭൗതികസമ്പത്തും സ്വന്തമായില്ലാത്തതാണ് തൊഴിലാളിവർഗ്ഗം. “ബൂർഷ്വാസി-അതായത് മൂലധനം വികാസം പ്രാപിക്കുന്ന അതേ

അനുപാതത്തിൽത്തന്നെ ആധുനിക തൊഴിലാളിവർഗ്ഗവും വളരുന്നു. ജോലികിട്ടാൻ കഴിയുന്ന കാലത്തോളം മാത്രം ജീവിക്കുകയും തങ്ങളുടെ അദ്ധ്വാനം മൂലധനത്തെ വർദ്ധിപ്പിക്കുന്ന കാലത്തോളം മാത്രം ജോലികിട്ടുകയും ചെയ്യുന്ന പണിക്കാരുടെ ഒരു വർഗ്ഗമാണ് തൊഴിലാളിവർഗ്ഗം"(കമ്യൂണിസ്റ്റ് മാനിഫെസ്റ്റോ).

"ഏതെങ്കിലും മൂലധനം കൊണ്ടുണ്ടാവുന്ന ലാഭത്തിൽനിന്നല്ലാതെ, പൂർണ്ണമായും സ്വന്തം അദ്ധ്വാനം വിൽക്കുന്നതിൽനിന്നുമാത്രം തങ്ങളുടെ ഉപജീവനമാർഗ്ഗം സമ്പാദിക്കുന്ന, സമൂഹത്തിലെ ആ വർഗ്ഗമാണ് തൊഴിലാളിവർഗ്ഗം. അവരുടെ സുഖവും ദുഃഖവും, അവരുടെ ജീവിതവും മരണവും, അവരുടെ നിലനിൽപ്പാകെത്തന്നെ, അദ്ധ്വാനത്തിനുള്ള ചോദനത്തേയും, അതുകൊണ്ടുതന്നെ ബിസിനസ്സ് മെച്ചപ്പെടുത്തുകയും മോശപ്പെടുകയും ചെയ്യുന്ന കാലങ്ങൾ മാറിമാറി വരുന്നതിനേയും നിരങ്കുശമായ മൽസരത്തിന്റെ ഫലമായ ചാഞ്ചാട്ടങ്ങളേയും ആശ്രയിച്ചിരിക്കുന്നു. തൊഴിലാളിവർഗ്ഗം അഥവാ അദ്ധ്വാനം കൊണ്ടുമാത്രം ജീവിക്കേണ്ടിവരുന്നവരുടെ വർഗ്ഗം, ഒറ്റ വാക്കിൽപ്പറഞ്ഞാൽ, പത്തൊമ്പതാം നൂറ്റാണ്ടിലെ പണിയെടുക്കുന്നവരുടെ വർഗ്ഗമാണ്. " (ഏംഗൽസ്-എന്താണ് തൊഴിലാളിവർഗ്ഗം എന്ന ലേഖനത്തിൽ).

പണിയെടുക്കുന്ന വർഗ്ഗം എല്ലാക്കാലത്തും ഉണ്ടായിരുന്നു. അവരെല്ലാം തൊഴിലാളിവർഗ്ഗത്തിൽപ്പെടുന്നില്ല എന്ന് ഏംഗൽസ് വ്യക്തമാക്കുന്നു. എല്ലായ്പ്പോഴും പട്ടിണിപ്പാവങ്ങളും പണിയെടുക്കുന്ന വർഗ്ഗങ്ങളും നിലനിന്നിട്ടുണ്ട്. പണിയെടുക്കുന്നവർ "എല്ലായ്പ്പോഴും ഏറിയകൂറും പട്ടിണിപ്പാവങ്ങളായിരുന്നു. പക്ഷേ നേരത്തേ പറഞ്ഞ സാഹചര്യങ്ങളിൽ ജീവിക്കുന്ന പട്ടിണിപ്പാവങ്ങളായ പണിക്കാർ, അതായത് അദ്ധ്വാനം കൊണ്ട് മാത്രം ജീവിക്കേണ്ടിവരുന്നവർ എല്ലായ്പ്പോഴും നിലനിന്നിട്ടില്ല". (ഏംഗൽസ്-എന്താണ് തൊഴിലാളിവർഗ്ഗം എന്ന ലേഖനത്തിൽ).

("മാനസികവും ശാരീരികവുമായി അദ്ധ്വാനിക്കുന്നവർ എല്ലാം തൊഴിലാളികൾ" എന്ന നിർവ്വചനം പിന്നീടുണ്ടായതാണ്).

നഷ്ടപ്പെടാനായി ഒന്നുമില്ലാത്ത അവർ മുതലാളിത്ത ചൂഷണത്തിനെതിരെ ശക്തമായ സമരത്തിലേർപ്പെടുമെന്നും അതോടെ ചൂഷണത്തിനെതിരായ എതിർപ്പ് ശക്തിപ്പെടുമെന്നും മാർക്സിസം അഭിപ്രായപ്പെടുന്നു "നാളിതുവരെ നിലനിന്ന എല്ലാ സമൂഹങ്ങളുടേയും ചരിത്രം വർഗ്ഗസമരങ്ങളുടെ ചരിത്രമാണ്"(കമ്യൂണിസ്റ്റ് മാനിഫെസ്റ്റോ). ലിഖിതചരിത്രം മുഴുവൻ എന്ന് പിന്നീട് കൂട്ടിച്ചേർക്കപ്പെട്ടു. ഈ

കാലഘട്ടം മുഴുവൻ വർഗ്ഗസമരം തുടർന്നിരുന്നു. "ഈ വർഗ്ഗസമരചരിത്രം പല പരിണാമങ്ങളിലൂടേയും കടന്നുപോന്ന് ഇന്ന് ഒരു പ്രത്യേക ഘട്ടത്തിലെത്തിയിരിക്കുകയാണ്. ഈ ഘട്ടത്തിന്റെ സവിശേഷത ഇതാണ്" (എംഗൽസ് കമ്യൂണിസ്റ്റ് മാനിഫെസ്റ്റോയുടെ 1888-ലെ ഇംഗ്ലീഷ് പതിപ്പിനുള്ള മുഖവുരയിൽ). തൊഴിലാളിവർഗ്ഗത്തിന്റെ ആവിർഭാവത്തോടെയാണ് ഈ സവിശേഷത കൈവരുന്നതും വർഗ്ഗസമരത്തിന് മൂർത്തരൂപം കൈവരുന്നതും. അതോടൊപ്പം ശക്തിയും ഐകരൂപ്യവും കൈവരും. "വ്യവസായത്തിന്റെ വികാസത്തോടുകൂടി തൊഴിലാളിവർഗ്ഗം എണ്ണത്തിൽ പെരുകുക മാത്രമല്ല ചെയ്യുന്നത്; കൂടുതൽ വലിയ സമൂഹങ്ങളിൽ കേന്ദ്രീകൃതമായിത്തീരുകയും അവരുടെ കരുത്ത് വളരുകയും ആ കരുത്തിനെപ്പറ്റി അവർക്ക് കൂടുതൽ ബോധമുണ്ടാകുകയും ചെയ്യുന്നു.

യന്ത്രോപകരണങ്ങൾ തൊഴിലുകൾ തമ്മിലുള്ള വ്യത്യാസത്തെ തേച്ചുമാച്ചുകളയുകയും മിക്കവാറും എല്ലായിടത്തും കൂലിനിരക്ക് ഒരേ നിലവാരത്തിലേക്ക് ചുരുക്കുകയും ചെയ്യുന്നതനുസരിച്ച് തൊഴിലാളിവർഗ്ഗത്തിന്റെ അണികൾക്കിടയിലുള്ള വിവിധ താത്പര്യങ്ങളും വ്യത്യസ്ത ജീവിതസാഹചര്യങ്ങളും അധികമധികം സമീകരിക്കപ്പെടുന്നു. മുതലാളികൾ തമ്മിൽ മൂത്തുവരുന്ന കിടമത്സരവും തത്ഫലമായ വ്യാപാരപ്രതിസന്ധികളും തൊഴിലാളികളുടെ കൂലി അധികമധികം അസ്ഥിരമാക്കിത്തീർക്കുന്നു. അധികമധികം വേഗത്തിൽ വികസിച്ചുകൊണ്ടിരിക്കുന്ന യന്ത്രോപകരണങ്ങളുടെ അവിരാമമായ അഭിവൃദ്ധി തൊഴിലാളികളുടെ ഉപജീവനത്തെ വർദ്ധമാനമായ അളവിൽ അപകടത്തിലാക്കുന്നു. മുതലാളിയും തൊഴിലാളിയും തമ്മിൽ ഒറ്റയ്ക്കൊറ്റയ്ക്കുണ്ടാകുന്ന സംഘട്ടനങ്ങൾ രണ്ടു വർഗ്ഗങ്ങൾ തമ്മിലുള്ള സംഘട്ടനങ്ങളുടെ സ്വഭാവം അധികമധികം കൈക്കൊള്ളുന്നു. അതോടെ തൊഴിലാളികൾ ബൂർഷ്വാസിക്കെതിരായി സംഘങ്ങൾ (ട്രേഡ് യൂണിയനുകൾ) രൂപീകരിക്കുവാൻ തുടങ്ങുന്നു; കൂലിനിരക്കു നിലനിർത്തുവാൻവേണ്ടി ഒന്നിച്ചുചേരുന്നു. ഇടയ്ക്കുണ്ടാകുന്ന ഈ കലാപങ്ങൾ നടത്താൻ മുൻകൂട്ടി തയ്യാറെടുക്കുന്നതിനുവേണ്ടി അവർ സ്ഥിരം സംഘങ്ങൾ രൂപീകരിക്കുന്നു." (കമ്യൂണിസ്റ്റ് മാനിഫെസ്റ്റോ-പേജ് 41, ചിന്ത പബ്ലിഷേഴ്സ്).

തൊഴിലാളി സംഘടനകൾ രൂപം കൊള്ളുന്നതും ശക്തിപ്രാപിക്കുന്നതും സംബന്ധിച്ച് ഇവിടെ വിവരിക്കപ്പെട്ടിരിക്കുന്നു.

വർഗ്ഗസമരത്തിന്റെ അനിവാര്യതയും വിജയവും

മുതലാളിത്തം തൊഴിലാളികളെ പരമാവധി ചൂഷണംചെയ്യാനുള്ള അവസരമൊരുക്കുകയും അവരിൽ അരക്ഷിതത്വബോധം വളർത്തുകയും ചെയ്യുന്നു. വ്യാപകമായ പിരിച്ചുവിടൽ, വിലക്കയറ്റം എന്നിവ കൃത്രിമമായി സൃഷ്ടിക്കപ്പെടുന്നു. തൊഴിലാളികളുടെ ജീവിതം നരകതുല്യമാകുകയും നിലനിൽപ്പിനായി സമരമല്ലാതെ അവരുടെ മുന്നിൽ മറ്റുമാർഗ്ഗങ്ങളില്ലാത്തസാഹചര്യം സംജാതമാക്കപ്പെടുകയും ചെയ്യുന്നു.

അതോടെ മുതലാളിത്തചൂഷണത്തിനെതിരേ സംഘടിതതൊഴിലാളിവർഗ്ഗം അന്തിമസമരത്തിന് തയ്യാറാകും. ഈ വർഗ്ഗസമരത്തിൽ എണ്ണത്തിൽ കൂടുതലുള്ള തൊഴിലാളിവർഗ്ഗം വിജയം വരിക്കും. അളവ് ഗുണമായി മാറും. അനിവാര്യമായ വർഗ്ഗസമരം വിജയിക്കുകയും തൊഴിലാളിവർഗ്ഗ ഭരണകൂടം നിലവിൽ വരികയും ചെയ്യും. തൊഴിലാളികൾക്കുമുൻതൂക്കമുള്ള തൊഴിലാളിവർഗ്ഗ സർവ്വാധിപത്യഭരണകൂടം സാർവ്വദേശീയമായി സ്ഥാപിതമാകും. ഇവ ചരിത്രപരമായി അനിവാര്യമായ പ്രക്രിയയാണ്. ചരിത്രപരമായ ഭൗതികവാദത്തിന്റെ അടിസ്ഥാനത്തിലാണ് ഈ പ്രവചനം നടത്തിയത്.

തൊഴിലാളികളുടെ നേതൃത്വത്തിൽ അധികാരത്തിൽ വരുന്ന ഭരണകൂടം സ്വകാര്യസ്വത്ത് എന്ന സംവിധാനം അവസാനിപ്പിക്കുകയും ഉല്പാദനോപാധികൾ പൊതു ഉടമസ്ഥതയിലാക്കുകയും

വർഗ്ഗരഹിതഭരണത്തിന് ആരംഭം കുറിക്കുകയും ചെയ്യും. സ്വകാര്യ സ്വത്ത്, വർഗ്ഗങ്ങൾ എന്നീ സ്ഥാപനങ്ങൾ കാരണം ഉണ്ടായിട്ടുള്ള തിന്മകൾ തുടച്ചുനീക്കപ്പെട്ടും. തുടക്കത്തിൽ സോഷ്യലിസ്റ്റ് ഭരണസം വിധാനവും തുടർന്ന് കമ്യൂണിസവും സ്ഥാപിക്കപ്പെട്ടും. സോഷ്യലി സവും കമ്യൂണിസവും തമ്മിലുള്ള വ്യത്യാസത്തെ ലെനിൻ ഇങ്ങനെ വിശദീകരിക്കുന്നു;

"സോഷ്യലിസം എന്ന പദം, മുതലാളിത്തത്തിൽനിന്ന് ഉയർ ന്നുവരുന്ന പുതിയ സമുദായത്തിന്റെ ആദ്യഘട്ടത്തെ കുറിക്കുന്നു. കമ്യൂണിസമെന്ന പദമാകട്ടെ, അതിന്റെ കൂടുതലുയർന്ന അടുത്ത ഘട്ടത്തെ കുറിക്കുന്നു. ഇതാണ് സോഷ്യലിസവും കമ്യൂണിസവും തമ്മിലുള്ള ശാസ്ത്രീയമായ ഏക വ്യത്യാസം" (ലെനിൻ - സമാഹൃ തകൃതികൾ-വാല്യം 29, പേജ്, 420). കമ്യൂണിസം സ്ഥാപിതമാകു ന്നതോടെ ചൂഷണവും മർദ്ദനവും അവസാനിക്കും. കാലക്രമേണ ഭരണകൂടം ആവശ്യമില്ലാതെവരും. സമത്വസുന്ദരമായ കമ്യൂണിസ്റ്റ് ജീവിതക്രമം-ശാസ്ത്രീയസോഷ്യലിസം സ്ഥാപിതമാകും. ചരിത്രത്തി ന്റെ അനിവാര്യമായ പരിണാമമാണ് കമ്യൂണിസ്റ്റ് വ്യവസ്ഥ.

മാർക്സിസത്തിന്റെ പ്രസക്തി

നല്ല ലോകം സൃഷ്ടിക്കുകയും മനുഷ്യനെ ദുരിതത്തിൽ നിന്ന്മോചിപ്പിക്കുകയും ചെയ്യുകയെന്നത് ലോകത്തിൽ ജനിച്ച് ജീവിച്ച് മൺമറഞ്ഞ എല്ലാ മനുഷ്യസ്നേഹികളായ ജനസേവകരുടെയും അഭിലാഷവും സ്വപ്നവുമായിരുന്നു. അതിനായി അവർ അക്ഷീണം ആത്മാർത്ഥമായി പ്രയത്നിക്കുകയും ആശയങ്ങൾ മെനയുകയും ഉദ്ബോധനങ്ങൾ നടത്തുകയും ചെയ്തു. പലരും ദാനവും ധർമ്മാധിഷ്ഠിത ജീവിതവും ആത്മീയതയുമാണ് പോംവഴിയെന്ന് പഠിപ്പിക്കുകയും അവർ നടത്തിയ ഉദ്ബോധനങ്ങൾ അനുയായികൾ രേഖപ്പെടുത്തിവച്ചത് പിൽക്കാലങ്ങളിൽ പവിത്രഗ്രന്ഥങ്ങളായി പരിണമിക്കുകയും ചെയ്തു. അവയിൽ പലതും പിൽക്കാലത്ത് മതങ്ങളായി പരിണമിച്ചു. അവ കോടാനുകോടി ജനങ്ങളുടെ ജീവിതത്തെ നൂറ്റാണ്ടുകളായി നിയന്ത്രിക്കുകയും പരുവപ്പെടുത്തുകയും ചെയ്തുകൊണ്ടേയിരിക്കുന്നു. മുമ്പ് സൂചിപ്പിച്ചതുപോലെ അവക്കൊന്നിനും നല്ല സാമൂഹികസൃഷ്ടിയെന്ന ലക്ഷ്യം നേടിയെടുക്കുന്നതിന് നൂറ്റാണ്ടുകളായിട്ടും സാഹചര്യമൊരുക്കാൻ കഴിഞ്ഞില്ല എന്ന് ഇന്ന് ചരിത്രത്തിലേക്ക് തിരിഞ്ഞുനോക്കുന്ന ഏതൊരാൾക്കും ബോധ്യമാകും. എന്തുകൊണ്ട് കഴിഞ്ഞില്ല എന്ന അന്വേഷണം നമ്മെ മേൽപ്പറഞ്ഞ സാമൂഹികസിദ്ധാന്തങ്ങൾക്കെല്ലാം പൊതുവായുള്ള പോരായ്മ, ഒരു പ്രവാചകനും ഗ്രഹിക്കാൻ കഴിയാതിരുന്ന, സമൂഹത്തിന്റെ ഘടനയുടെ അടിസ്ഥാനശില എന്തെന്ന് നിർണ്ണയിക്കാൻ കഴിയാത്തതാണെന്ന സത്യത്തിലേക്ക് നമ്മെ കൊണ്ടുചെന്നെത്തിക്കുന്നു. ആ അടിസ്ഥാനശില

കണ്ടുപിടിച്ച എന്നതാണ് മാർക്സിസത്തെ മറ്റെല്ലാ മാനവമോചനപ്രസ്ഥാനങ്ങളിൽനിന്നും തത്ത്വങ്ങളിൽനിന്നും വ്യത്യസ്തമാക്കുന്നതും ശ്രദ്ധേയമാക്കുന്നതും. അതാണ് മാർക്സിസത്തിലെ അർത്ഥശാസ്ത്രം. സാമൂഹ്യഘടനയെ രൂപപ്പെടുത്തുന്നത് അതതുകാലത്ത് നിലനിൽക്കുന്ന ഉല്പാദനവ്യവസ്ഥകളും ബന്ധങ്ങളും വിതരണനിയമങ്ങളുമാണെന്നും ഉച്ചനീചത്വങ്ങൾക്കും കഷ്ടപ്പാടുകൾക്കും കാരണം ചൂഷണാധിഷ്ഠിതവും വർഗ്ഗാധിഷ്ഠിതവുമായ സാമ്പത്തികഘടനയാണെന്നും അവ മാറാതെ സമൂഹത്തെ എത്ര നന്നാക്കാൻ ശ്രമിച്ചാലും നന്നാകുകയില്ലെന്നുമുള്ള സത്യം ലോകത്തിനു ബോധ്യമാക്കിക്കൊടുത്തു എന്നതാണ് മാർക്സിന്റേയും മാർക്സിസത്തിന്റേയും പ്രസക്തി.

ചൂഷണാധിഷ്ഠിതസമ്പദ്‌വ്യവസ്ഥയുടെ ഉദ്ഭവവും വളർച്ചയും പരിണാമവും മാർക്സിസം വരച്ചുകാട്ടുന്നു. അതെങ്ങനെ അദ്ധ്വാനവർഗ്ഗത്തിന് ദോഷകരമായിരിക്കുന്നു എന്ന് ബോധ്യപ്പെടുത്തുന്നു. അതിനെ എങ്ങനെ മാറ്റാമെന്നും മനുഷ്യ നന്മയ്ക്കായി ഉടച്ചുവാർക്കാമെന്നും ചൂണ്ടിക്കാട്ടുന്നു, വഴികാട്ടുന്നു. ഇതാണ് മാർക്സിസത്തെ മറ്റെല്ലാ മനവവിമോചനശാസ്ത്രങ്ങളിൽനിന്നും വ്യത്യസ്തമാക്കുന്നതും പ്രായോഗികമാക്കുന്നതും. അതിനാൽ ചൂഷണവിധേയരായ ജനങ്ങൾ മാർക്സിയൻ സാമ്പത്തികശാസ്ത്രത്തെ തങ്ങളുടെ വിമോചനശാസ്ത്രമായി സർവ്വാത്മനാ ആഗോളമായി അംഗീകരിക്കുന്നു. ഈ അർത്ഥശാത്രം ലോകത്ത് ഉടലെടുത്തില്ലായിരുന്നെങ്കിൽ തൊഴിലാളികളുടേയും പട്ടിണിപ്പാവങ്ങളുടേയും ജീവിതം ഇന്നത്തെ ആധുനികസാങ്കേതികവിദ്യയുടെ വളർച്ചയുടെ പശ്ചാത്തലത്തിൽ എത്രയോ ദയനീയമായേനെ. മുതലാളിത്ത മത്സരാധിഷ്ഠിത സംവിധാനത്തിൽ വിജയിക്കാനാകാത്ത സാമാന്യജനത അതിജീവനത്തിന് മാർഗ്ഗമില്ലാതെ ചതഞ്ഞരയുമായിരുന്നു. ഡാർവ്വിൻ വികസിപ്പിച്ചെടുത്തതും എംഗൽസ് ചൂണ്ടിക്കാണിച്ചിട്ടുള്ളതുമായ ഭൂമിയിലെ മറ്റ് ജീവജാലങ്ങളനുവർത്തിക്കാൻ നിർബന്ധിതമായ പരിണാമശാസ്ത്രത്തിലെ അതിജീവനനിയമം തുടരുന്നതിലൂടെ 'തിര്യക്കുകളുടെ' ലോകത്തുനിന്ന് ഉയർത്താനുള്ള സ്വപ്നം കാണാൻപോലും മനുഷ്യസമൂഹത്തിന് അർഹതയുണ്ടാകുമായിരുന്നില്ല.

'അർഹതയുള്ളവയുടെ അതിജീവനം' എന്ന മാൽത്തൂഷിയൻ-മുതലാളിത്ത നിയമം സമൂഹത്തിലാകെ നടപ്പിലാക്കപ്പെടുകയും പാർശ്വവത്ക്കരിക്കപ്പെട്ടവരും സാധാരണക്കാരുമായ ജനങ്ങൾ നിഷ്കരുണം ചവിട്ടിമെതിക്കപ്പെടുകയും ചെയ്യുമായിരുന്നു. സാമൂഹികനേട്ടങ്ങളുടേയും വളർച്ചയുടേയും നേരവകാശികളായി

ചൂഷകർ വാഴ്ത്തപ്പെട്ടുമായിരുന്നു. ഇവയുടെ യഥാർത്ഥ അവകശികൾ ആരാണെന്ന് സമൂഹത്തെ ബോധ്യപ്പെടുത്തിയതും സാധാരണക്കാരനെ തങ്ങളുടെ അവകാശപ്പോരാട്ടങ്ങൽക്കുവേണ്ടി സംഘടിക്കാൻ അവസരമൊരുക്കിയതും മാർക്സിസമാണ്.

മാർക്സിയൻ സമ്പദ്വ്യവസ്ഥ സമൂഹത്തെ പുനർനിർമ്മിക്കുന്നതെങ്ങനെ?

മനുഷ്യനാവശ്യമായ ഉപഭോഗവസ്തുക്കളുടെ ഉല്പാദന-വിതരണ സംവിധാനമാണ് സാമൂഹികവ്യവസ്ഥയുടെ അടിത്തറയാകുന്നത്. ശാസ്ത്ര-സാങ്കേതിക ധൈഷണിക വളർച്ചയുടെ പിൻബലത്തിൽ മനുഷ്യൻ കൈവരിച്ചിട്ടുള്ള ഉല്പ്പാദന മികവിന്റെ ഗുണഭോക്താവും അധികാരിയും സ്വകാര്യസ്വത്തിൽ അധിഷ്ഠിതമായ വർഗ്ഗസമൂഹത്തിൽ ഉല്പ്പാദനോപാധികളുടെ ഉടമയാണ്. മുതലാളിത്തത്തിൽ അത് മുതലാളിയാണ്. ഉൽപ്പാദനവ്യവസ്ഥയുടെ അധികാരി സാമൂഹ്യവ്യവസ്ഥയുടെ അധികാരികൂടിയാണ്. ഭരണകൂടത്തെയാകെ നിയന്ത്രിക്കാൻ കെൽപ്പുള്ളയാളാണ്. അതിനാൽ അയാൾ ഉൽപ്പാദനവ്യവസ്ഥയെയാകെ തനിക്ക് ലാഭംകൊയ്യാനുള്ള ഉപാധിയാക്കി മാറ്റുന്നു. ഉൽപ്പാദനത്തിന് കാരണക്കാരായ തൊഴിലാളികളെ അതിനായി പരമാവധി ചൂഷണം ചെയ്യുകയും അത് നിർബ്ബാധം തുടരാൻ സമൂഹത്തെയാകെത്തന്നെ നിയന്ത്രണവിധേയമാക്കുകയും ചെയ്യുന്നു. കൂടാതെ അമിതലാഭമുണ്ടാക്കുന്നതിന് കൃത്രിമവിലക്കയറ്റം സൃഷ്ടിക്കുന്നു. അതിനായി മർദ്ദകഭരണകൂടത്തെ കരുവാക്കുന്നു. എന്നാൽ മാർക്സിയൻ സമ്പദ്വ്യവസ്ഥിതിയിൽ ഉൽപ്പാദനോപകരണങ്ങൾ പൊതു ഉടമസ്ഥതയിലാക്കപ്പെടുന്നു. മുതലാളികളുടെ സ്ഥാനത്ത് സമൂഹത്തെ അവരോധിക്കുന്നു. സാധനങ്ങൾ, സേവനങ്ങൾ തുടങ്ങിയവയുടെ ഉൽപ്പാദനത്തിന്റേയും വിതരണത്തിന്റേയും നിയന്ത്രണം സ്വകാര്യമേഖലയിൽനിന്ന്

പൊതുസമൂഹത്തിലേക്ക് എത്തിച്ചേരുന്നു. ഉൽപ്പാദനവ്യവസ്ഥയെ ത്വരിതപ്പെടുത്തുന്ന ശാസ്ത്ര-സാങ്കേതികപുരോഗതിയുടെ അവകാശികൾ സമൂഹത്തിലെഎല്ലാവരുമാകുകയും അവ ഉൽപ്പാദനപുരോഗതിക്ക് ഉപയോഗിക്കപ്പെടുകയും ചെയ്യുന്നു. തൊഴിലെടുക്കുന്നവരുടെ അദ്ധ്വാനത്തിന്റെ ഫലമായി ലഭിക്കുന്ന ഉൽപ്പന്നത്തിന്റെ നല്ലൊരു ഭാഗം വകമാറ്റിക്കൊണ്ടുപോകുന്ന (ചൂഷണം ചെയ്തുകൊണ്ടുപോകുന്ന) തൊഴിലുടമയുടെ അഭാവം തൊഴിലാളികളുടെ ജീവിതനിലവാരം മെച്ചപ്പെടുത്തുന്നതിന് സാഹചര്യമൊരുക്കപ്പെടുന്നു. വർഗ്ഗങ്ങളും വർഗ്ഗതാത്പര്യങ്ങളും അടിസ്ഥാനമാക്കിയുള്ള ഭരണസംവിധാനം ഇല്ലാതാകുന്നു. മുതലാളിയുടെ ലാഭത്തിനായി തൊഴിലാളികളുടെ കൂലികുറക്കൽ, പിരിച്ചുവിടൽ, ഉൽപ്പന്നങ്ങളുടെ വിലവർദ്ധിപ്പിക്കൽ തുടങ്ങിയ പ്രവണതകൾ എന്നെന്നേക്കുമായിഅവസാനിക്കുന്നു. തൊഴിലാളികളും ഉൽപ്പന്നങ്ങളും തമ്മിലുള്ള അന്യവൽക്കരണം അവസാനിക്കുന്നു. ചൂഷണത്തെ സഹായിക്കുന്ന ഭരണസംവിധാനം തകർക്കപ്പെടുന്നു. മുതലാളിമാർക്ക് സമൂഹത്തിലും ഭരണസംവിധാനത്തിലുമുണ്ടായിരുന്ന ദുസ്വാധീനം അവരുടെ തിരോധാനത്തോടെഅവസാനിക്കുന്നു. ഉൽപ്പാദനോപാധികളിന്മേലുണ്ടായിരുന്ന പിന്തുടർച്ചാവകാശം നിരോധിക്കപ്പെടുന്നു.

കമ്പോളത്തിനു വേണ്ടിയുള്ള മത്സരവും അതിന്റെപേരിലുള്ള യുദ്ധങ്ങളും അവസാനിക്കുന്നു. കരിഞ്ചന്തയും പൂഴ്ത്തിവയ്പ്പും കടങ്കഥയാകുന്നു. സമ്പത്തും സേവനങ്ങളും ഉൽപ്പന്നങ്ങളും ഒരു ചെറു ന്യൂനപക്ഷത്തിന്റെ പക്കൽമാത്രം കേന്ദ്രീകരിക്കുകയും അനുഭവവേദ്യമാക്കപ്പെടുകയും ചെയ്യുതുമൂലം ഭൂരിപക്ഷം വരുന്ന അദ്ധ്വാനവർഗ്ഗത്തിന് അത് അന്യമായിരുന്ന സ്ഥാനത്ത് എല്ലാവരുടെതുമായിത്തീരുന്നതുമൂലം ആവശ്യാനുസ്സരണം എല്ലാവർക്കുമായി വിതരണം ചെയ്യപ്പെടുന്നു. പൊതുവിതരണസംവിധാനം ശക്തിപ്പെടുന്നു. ഉൽപ്പാദനശക്തികളും ഉൽപ്പാദനബന്ധങ്ങളും തമ്മിലുള്ള വൈരുദ്ധ്യം അവസാനിക്കുന്നു. ചൂഷണത്തിനായുള്ള എല്ലാവിധ മർദ്ദകസംവിധാനങ്ങളും അവസാനിക്കുന്നു. ഓരോരുത്തരും അവനവനുവേണ്ടിയും മറ്റുള്ളവർക്കുവേണ്ടിയും തങ്ങളാൽ കഴിയുന്നതരത്തിൽ അദ്ധ്വാനിക്കുന്നതിനും ആവശ്യത്തിനു മാത്രമുള്ളവ സ്വീകരിക്കുകയും ചെയ്യുന്നതിനുള്ള മനോഭാവം സൃഷ്ടിക്കപ്പെടുന്നു. ഇത് മൊത്തത്തിലുള്ള സാമ്പത്തികപുരോഗതിക്ക് കാരണമാകും. തൊഴിലും തൊഴിലാളിയും കമ്പോളത്തിലെ ഒരു ചരക്കെന്ന അവസ്ഥ അവസാനിക്കുന്നതോടെ അവയുടെ മൂല്യം ഉയരുന്നു. യന്ത്രവത്ക്കരണംമൂലം തൊഴിലാളിയെ പുറത്താക്കുന്നതിനുപകരം തൊഴിൽ ലഘൂകരിക്കപ്പെടുന്നു.

തൊഴിലില്ലായ്മഅവസാനിക്കുന്നു. തൊഴിലവസരങ്ങൾ എല്ലാവർക്കുമായി ലഭ്യമാക്കുന്നു. ചരക്കുൽപ്പാദനം അവസാനിക്കുകയും മൂലധനത്തിന്റെ പിടിയിൽ നിന്നും സമൂഹം മോചനം നേടുകയും ചെയ്യുന്നു. മൂലധനത്തോട് സമൂഹം വിട പറയുന്നതോടെ അത് സൃഷ്ടിച്ചുകൊണ്ടിരുന്ന വിവരണാതീതമായ ദുരിതങ്ങൾക്കറുതി വരുകയും 'മാനുഷിക മൂലധനം' വികസിപ്പിക്കുന്നതിന് വേണ്ടി 'മാനവസാധ്യതകൾ' വികസിക്കാൻ സാഹചര്യം ഒരുക്കപ്പെടുകയും ചെയ്യുന്നു. "ഓരോരുത്തരുടെയും സ്വതന്ത്രവികാസം എല്ലാവരുടെയും സ്വതന്ത്രവികാസം ഉറപ്പുവരുത്തുന്ന ഒരു കൂട്ടായ്മ"യായി സമൂഹം മാറുന്നു. ഉൽപ്പാദനമേഖല ലാഭം വർദ്ധിപ്പിക്കുക എന്ന ലക്ഷ്യത്തിൽ നിന്ന് ക്ഷേമം ലഭ്യമാക്കുക എന്ന ലക്ഷ്യത്തിലേക്ക് തിരിയുന്നു. തൊഴിൽ സ്വാതന്ത്ര്യവും വിശ്രമത്തിനും വിനോദത്തിനുമുള്ള സമയവും ലഭ്യമാക്കപ്പെടുന്നു. സമൂഹം കൂടുതൽ ആവശ്യപ്പെടുന്ന ഉൽപ്പന്നങ്ങളുടെ ഉൽപ്പാദനത്തിന് മുൻഗണന നൽകുന്നു. സാമ്പത്തികപുരോഗതിയുടെ നേട്ടം ഏതാനും പേരുടെ കൈകളിൽ കേന്ദ്രീകരിക്കുന്നത് അവസാനിക്കുന്നത് മൂലം അത് എല്ലാവരുടേയും കൈകളിലെത്തിച്ചേരുന്നു. എങ്ങനെയും സമ്പത്തുണ്ടാക്കുക എന്ന രീതിയിൽനിന്ന് മോചനം നേടുന്നതോടെ അഴിമതി ഇല്ലാതാകുന്നു. ജനങ്ങളുടെ ജീവിതനിലവാരം ഉയരുന്നു. ദാരിദ്ര്യവും നിരക്ഷരതയും കടങ്കഥയാകുന്നു. എല്ലാവർക്കും വാസഗൃഹം, ചികിത്സാസൗകര്യം, വിദ്യാഭ്യാസത്തിനുള്ളഅവസരം, കലാ-സാഹിത്യ-വിനോദങ്ങളിലേർപ്പെടാനുള്ള അവസരം എന്നിവ ലഭ്യമാക്കപ്പെടുന്നു.

അടിത്തറയായ സാമ്പത്തികരംഗം ഇത്തരത്തിൽ ഉടച്ചുവാർക്കപ്പെടുന്നത് മേൽപ്പുരകളായ രാഷ്ട്രീയ ഘടനയേയും സാംസ്കാരികജീവിതത്തെയാകെ(പ്രത്യയശാസ്ത്രം)യും സ്വാധീനിക്കുന്നു. ജനങ്ങളിൽ ശാസ്ത്രീയമനോഭാവം വളരുകയും അന്ധവിശ്വാസങ്ങളിൽനിന്ന് മോചനം നേടുകയും ചെയ്യും. യഥാർത്ഥ സന്തുഷ്ടി ലഭിക്കുന്നതോടെ ഭാവനയിൽ മാത്രമുള്ള സന്തുഷ്ടി വാഗ്ദാനം ചെയ്യപ്പെടുന്ന മത-പുരോഹിത വിഭാഗത്തിന്റെ നീരാളിപ്പിടുത്തത്തിൽനിന്ന് വ്യക്തിയും സമൂഹവും മോചനം നേടുന്നു. അന്ധവിശ്വാസങ്ങൾക്ക് അറുതിയുണ്ടാകുന്നു. നൂറ്റാണ്ടുകളായി മനുഷ്യൻ ഈശ്വരന്മാരുടെ മുന്നിൽ കേണുവീണപേക്ഷിച്ചിട്ട് ലഭ്യമാകാത്ത കാര്യങ്ങൾ ലഭ്യമാകുന്നതിനുള്ള സാഹചര്യം സൃഷ്ടിക്കപ്പെടുന്നു. മതങ്ങളിലുള്ള വിശ്വാസം നഷ്ടപ്പെടുന്നതിലൂടെ നൂറ്റാണ്ടുകളായി മനുഷ്യരെ തമ്മിൽ വേർതിരിക്കുന്ന വലിയൊരു മതിൽക്കെട്ട് തകരുകയും ഐക്യവും സമാധാനവും

പുലരാൻ സാഹചര്യമൊരുക്കപ്പെടുകയും ചെയ്യുന്നു. സമ്പത്ത് നേടാനായി ചൂഷണവ്യവസ്ഥയിൽ മനുഷ്യൻ നേരിടേണ്ടിയിരുന്ന കിടമത്സരങ്ങൾ അവസാനിക്കുന്നതുമൂലം അതിന്റെ പേരിലുള്ള അക്രമങ്ങളും അവസാനിക്കുന്നു. നീതിനിഷ്ഠമായ സമൂഹം ഉരുത്തിരിയുന്നതോടെ മർദ്ദനോപകരണമായ ഭരണകൂടങ്ങളുടെ ആവശ്യകത പടിപടിയായി ഇല്ലാതാകുന്നു. രാഷ്ട്രം എന്ന സ്ഥാപനത്തിന്റെ ആവശ്യകത ഇല്ലാതാകുകയും സൈന്യവും ആയുധനിർമ്മാണവും ആവശ്യമില്ലാതെ വരികയും ചെയ്യും. ആയുധനിർമ്മാണത്തിനും സൈനികസേവനത്തിനും ചെലവഴിക്കപ്പെടുന്ന വമ്പിച്ച സമ്പത്തും പ്രയത്നവും പൊതുനന്മക്കായി പ്രയോജനപ്പെടുത്താനാകുന്നു പ്രാദേശികവും ദേശീയവുമായ അതിർവരമ്പുകൾ തകരുന്നു. ലോകം അതിവിശാലമായ ഒരു കുടുംബം ആയിത്തീരുന്നു. ചുരുക്കത്തിൽ മാർക്സിയൻ സമ്പദ്‌വ്യവസ്ഥ നടപ്പാക്കപ്പെടുന്നതോടെ മനുഷ്യസമൂഹത്തിലിന്നേവരെ പരിഹാരംകാണാതിരുന്ന നിരവധി കാതലായ പ്രശ്നങ്ങൾക്ക് പരിഹാരമുണ്ടാകുന്നു. മനുഷ്യഭാവനയിലെ ഏറ്റവും നല്ല സാമൂഹ്യസൃഷ്ടിക്ക് സ്വകാര്യസ്വത്ത്, ചൂഷണം തുടങ്ങിയ തിന്മകളുടെ തിരോധനത്തോടെ സാഹചര്യമൊരുക്കപ്പെടുന്നു.

മാർക്സിസം പ്രയോഗത്തിൽ

താത്ത്വികമായി അടിയുറച്ചതും സൂക്ഷ്മവുമായ കണ്ടെത്തലുകളും നിഗമനങ്ങളും വിലയിരുത്തലുകളും ഉൾക്കൊള്ളുന്നതുമായ മാർക്സിസം പത്തൊൻപതാം നൂറ്റാണ്ടിന്റെ അവസാനത്തിലും ഇരുപതാം നൂറ്റാണ്ടിന്റെ ആരംഭത്തിലും തൊഴിലാളിവർഗ്ഗത്തേയും അടിച്ചമർത്തപ്പെട്ടവരേയും സടകുടഞ്ഞെഴുന്നേല്പിക്കുന്നതിന് കാരണമായി. 'സർവ്വരാജ്യതൊഴിലാളികളേ സംഘടിക്കുക' എന്ന മുദ്രാവാക്യം (കമ്യൂണിസ്റ്റ് മനിഫെസ്റ്റോ)ചൂഷിതവർഗ്ഗത്തിന് ആവേശമായി മാറി. 'തൊഴിലാളികളേ നിങ്ങൾക്ക് നഷ്ടപ്പെടാനുള്ളത് കാൽച്ചങ്ങലകൾ മാത്രം, കിട്ടാനുള്ളതോ പുതിയൊരു ലോകം' തുടങ്ങിയ ഉദ്ബോധനങ്ങൾ ദിഗന്തങ്ങളിൽ മാറ്റൊലിക്കൊണ്ടു. ചെറുതും വലുതുമായ അനേകം സമരങ്ങൾക്കും തത്ഫലമായി തൊഴിലാളിവർഗ്ഗത്തിന്റെ നേതൃത്വത്തിൽ ഭരണകൂടങ്ങൾ അധികാരത്തിൽ വരുന്നതിനും കാരണമായി. മാർക്സിന്റെ ജീവിതകാലത്ത് പാരീസിൽ അത്തരത്തിലുള്ള ഒരു ഭരണകൂടം (പാരീസ് കമ്യൂൺ) അധികാരത്തിൽ വന്നത് ദിവസങ്ങൾക്കുള്ളിൽ തകർക്കപ്പെട്ടു. വ്യവസായവിപ്ലവാനന്തരം മാത്രമേ സോഷ്യലിസ്റ്റ് വിപ്ലവം നടക്കൂ എന്ന മാർക്സിസത്തിന്റെ പൊതുവായ വിലയിരുത്തലിനു വിരുദ്ധമായി, വ്യവസായവിപ്ലവം കടന്നു ചെല്ലാത്ത, എന്നാൽ, കാർഷികരംഗത്ത് പൊതു ഉടമസ്ഥത നടപ്പാക്കാനിടയായ റഷ്യയിൽ 1917-ൽ ഉണ്ടായ ഒക്ടോബർ വിപ്ലവം ചരിത്രസംഭവമായിരുന്നു. ലെനിന്റെ നേതൃത്വത്തിൽ അധികാരം പിടിച്ചെടുത്ത മാർക്സിസത്തിൽ അടിയുറച്ച

ബോൾഷെവിക് പാർട്ടി അവിടെ ഒരു തൊഴിലാളിവർഗ്ഗ ഭരണകൂടം സ്ഥാപിച്ചു. സോവിയറ്റ് യൂണിയൻ എന്നറിയപ്പെട്ട ഈ ഭരണകൂടം ഏഴ് ദശാബ്ദത്തോളം അവിടെ ഭരണം തുടർന്നു. റഷ്യൻ വിപ്ലവത്തിൽനിന്ന് പ്രചോദനമുൾക്കൊണ്ട് രണ്ടാം ലോകമഹായുദ്ധാനന്തര ചരിത്രപശ്ചാത്തലത്തിൽ ചൈന, വിയറ്റ്നാം ഉത്തരകൊറിയ, പോളണ്ട്, കിഴക്കൻ ജർമ്മനി, ക്യൂബ, റൊമേനിയ, ഹംഗറി, യുഗോസ്ലാവിയ, ചെക്കോസ്ലാവാക്യ, മംഗോളിയ, അൽബേനിയ, ബൾഗേറിയ തുടങ്ങി മറ്റുപല രാജ്യങ്ങളിലും സോവിയറ്റ് യൂണിയന്റെ സഹായത്തോടെയോ അല്ലാതെയോ തൊഴിലാളിവർഗ്ഗഭരണകൂടങ്ങൾ അധികാരത്തിൽ വന്നു. ലോകത്തിൽ അമേരിക്കൻ ഐക്യനാടുകൾ നേതൃത്വം നൽകുന്ന മുതലാളിത്ത ചേരിയെന്നും സോവിറ്റ് യൂണിയൻ നേതൃത്വം നൽകുന്ന കമ്യൂണിസ്റ്റ് ചേരിയെന്നും അറിയപ്പെട്ട രണ്ട് ശാക്തിക ചേരികൾ രൂപം കൊണ്ടു. ഇവ മുതലാളിത്തം ഉയർത്തിയ നിരവധി വെല്ലുവിളികളെ അതിജീവിച്ച് ഭരണത്തിൽ തുടർന്നു. 1990- കളിൽ സോവിയറ്റ് യൂണിയൻ തകർക്കപ്പെടുകയും ഈ ഭരണത്തിന് അന്ത്യമാകുകയും ചെയ്തു. സോവിയറ്റ് യൂണിയന്റെ തകർച്ചയോടെ ചൈന, ഉത്തരകൊറിയ, വിയറ്റ്നാം, ക്യൂബ തുടങ്ങിയ രാജ്യങ്ങളിലെ ഭരണകൂടങ്ങൾ ഒഴികെയുള്ളവ അട്ടിമറിക്കപ്പെട്ടു.

സോവിയറ്റ് യൂണിയന്റെ ശിഥിലീകരണം, അമേരിക്കയുടെ നേതൃത്വത്തിലുള്ള മുതലാളിത്ത ചേരിക്കുണ്ടായ മുന്നേറ്റം, ഏകധ്രുവലോകത്തിനു വേണ്ടിയുള്ള അതിന്റെ പരിശ്രമം തുടങ്ങിയ കാര്യങ്ങൾ മാർക്സിസത്തിന്റെ അടിസ്ഥാനത്തിൽ വിശദീകരിക്കേണ്ടതുണ്ട്. മാർക്സിസം വിഭാവനം ചെയ്തതുപോലെ ലോകമാകെ കമ്യൂണിസം സ്ഥാപിക്കപ്പെട്ടില്ലെന്നു മാത്രമല്ല, ഈ പേരിലുള്ള ഭരണകൂടങ്ങൾ പലതും തകരുകയും ചെയ്തു. കൂടാതെ വിവിധ ജനവിഭാഗങ്ങൾ മാർക്സിസത്തെ ശക്തമായി പ്രതിരോധിക്കുന്നു. ജനങ്ങൾ പലതരത്തിലുമുള്ള അടിച്ചമർത്തലുകൾക്കും ചൂഷണത്തിനും തത്ഫലമായുള്ള ദാരിദ്ര്യതയ്ക്കും മതപരമായ അക്രമങ്ങൾക്കും കഷ്ടപ്പാടുകൾക്കും അരക്ഷിതാവസ്ഥകൾക്കും യുദ്ധങ്ങൾക്കും മുതലാളിത്തം സൃഷ്ടിക്കുന്ന മറ്റു കടുത്ത പ്രതിസന്ധികൾക്കും കെടുതികൾക്കും വിധേയമാകുന്ന അവസരത്തിൽപ്പോലും പകരം കമ്യൂണിസം എന്ന ആശയത്തിന് പ്രചാരം ലഭിക്കുന്നില്ല. ബഹുഭൂരിപക്ഷം വരുന്ന അദ്ധ്വാനവർഗ്ഗമായ സാമാന്യജനതയുടെ ജീവിതനിലവാരം അഭൂതപൂർവ്വമായ ശാസ്ത്രസാങ്കേതിക പുരോഗതിയുടേയും അത്യുത്പാദന സൗകര്യങ്ങളുടേയും പശ്ചാത്തലവും സഹായവുമുണ്ടായിരുന്നിട്ടും ഒരു ചുവടുപോലും

ഉയരാത്ത സാഹചര്യം നിലനിൽക്കുമ്പോഴും കമ്യൂണിസ്റ്റ് വിപ്ലവം നടക്കാനുള്ള സാധ്യത പോലും ലോകത്തൊരിടത്തും പുതുതായി ഉരുത്തിരിയുന്നില്ല.

മാർക്സിസ്റ്റ്-ലെനിനിസ്റ്റ് ഭരണകൂടങ്ങളുടെ പൊതുസ്ഥിതി

നിലവിലുള്ളതും തകർക്കപ്പെട്ടതുമായ മാർക്സിസ്റ്റ് ഭരണകൂടങ്ങളിലെ അനുഭവങ്ങൾ കമ്യൂണിസം എന്ന സ്വപ്നം സാക്ഷാത്കരിക്കുന്നതിന് എത്രത്തോളം കഴിഞ്ഞിട്ടുണ്ട് എന്നും അത് തുടർന്ന് ശക്തിപ്പെടുത്തുന്നതിനും വ്യാപിപ്പിക്കുന്നതിനും പരിവർത്തനപ്പെടുത്തുന്നതിനും എന്ത് ചെയ്യണം എന്നും വിലയിരുത്തുന്നതിന് സഹായിക്കും. കൂടാതെ തകർക്കപ്പെട്ടതിന്റെ കാരണങ്ങളും അന്വേഷിക്കേണ്ടിയിരിക്കുന്നു. മാർക്സിന്റെ ഭാവനയിൽപ്പോലും കാണാൻ കഴിയാത്ത പോരായ്മകൾ കമ്യൂണിസം നടപ്പാകുന്നതിന് തടസ്സമായിരുന്നോ എന്നും പരിശോധിക്കേണ്ടിയിരിക്കുന്നു.

കമ്യൂണിസം പ്രാവർത്തികമാക്കാനുള്ള വിപുലവും വിജയകരവുമായ ആദ്യത്തെ ശ്രമം നടന്നത് 1917-ലെ ഒക്ടോബർ വിപ്ലവാനന്തരം സോവിയറ്റ് യൂണിയനിലായിരുന്നു(1917 മുതൽ 1922 വരെ സോവിയറ്റ് റഷ്യ, 1922 മുതൽ തകർക്കപ്പെടുന്നതുവരെ യൂണിയൻ ഓഫ് സോവിയറ്റ് സോഷ്യലിസ്റ്റ് റിപ്പബ്ലിക്ക്) എന്ന് സൂചിപ്പിച്ചത് ഓർക്കുമല്ലോ. ശാസ്ത്രീയസോഷ്യലിസം എന്ന ലക്ഷ്യത്തിലേക്കുള്ള ആദ്യത്തെ ഉറച്ച കാൽവെയ്പും പരീക്ഷണശാലയുമായിരുന്നു സോവിയറ്റ് യൂണിയൻ. അതിനാൽ സോവിയറ്റ് യൂണിയന്റെ ഉദയവും തകർച്ചയുടെ കാരണങ്ങളും പഠിക്കേണ്ടത് തൊഴിലാളി വർഗ്ഗ ഭരണത്തിൻ കീഴിലെ പ്രശ്നങ്ങളും പരിഹാരമാർഗ്ഗങ്ങളും എന്താണെന്ന് മനസ്സിലാക്കാൻ സഹായിക്കും. കൂടാതെ മനുഷ്യൻ

വ്യക്തിപരമായും സമഷ്ടിയായും എന്തെല്ലാം ആഗ്രഹിക്കുന്നു, ജീവിതം സംതൃപ്തവും പൂർണ്ണവുമാകാൻ എന്തെല്ലാം ഘടകങ്ങൾ അനിവാര്യമാണ് എന്നീ വസ്തുതകളും ബോധ്യപ്പെടുന്നതിന് സഹായകമാകും.

വ്യവസായവിപ്ലവം കടന്നു ചെല്ലാത്ത, ഫ്യൂഡലിസവും പ്രാങ്മുതലാളിത്തവും നിലനിന്നിരുന്ന, അഴിമതിയും അരക്ഷിതാവസ്ഥയും ദുർഭരണവും നടമാടിയിരുന്ന ഒരു സാമ്പത്തിക-സാമൂഹികജീവിതക്രമമായിരുന്നു വിപ്ലവത്തിനുമുമ്പ് റഷ്യയിൽ ഉണ്ടായിരുന്നത്. തൊഴിലാളിവർഗ്ഗം ശക്തിപ്രാപിച്ചിരുന്നില്ല. അങ്ങനെയുള്ള ഒരു രാജ്യത്താണ് കമ്യൂണിസ്സം വിഭാവനം ചെയ്യപ്പെടുന്ന ആദ്യ ഭരണകൂടം സ്ഥാപിതമായത്. അതിന്റെ സ്ഥാപകനും, "സമരമുറകളുടെ ആചാര്യനുമായ" ലെനിന് മാർക്സിസ്സത്തെക്കുറിച്ചുണ്ടായിരുന്ന അഗാധമായ അറിവും അചഞ്ചലമായ വിശ്വാസവും നേതൃത്വപാടവവും സംഘാടനശേഷിയും അവസരോചിതമായി തീരുമാനമെടുക്കാനുള്ള ഇച്ഛാശക്തിയും കഴിവും റഷ്യൻവിപ്ലവത്തിന്റെ വിജയത്തിനു കാരണമായി. അന്നു നിലനിന്ന അരക്ഷിതമായ രാഷ്ട്രീയകാലാവസ്ഥയെ മുതലെടുക്കുന്നതിനനുയോജ്യമായ സാംസ്കാരികപശ്ചാത്തലവും അനുഗുണമായി. ലെനിന്റെ (1870-1924)നേതൃത്വത്തിൽ ശാസ്ത്രീയസോഷ്യലിസം സ്ഥാപിക്കുക എന്ന ലക്ഷ്യത്തോടേയുള്ള നിരവധി ഭരണപരിഷ്കാരങ്ങൾ ആരംഭിച്ചു. ഇത് മാർക്സിസം -ലെനിനിസം എന്ന പേരിൽ അറിയപ്പെട്ടു. ലെനിന്റെ അകാലത്തിലുള്ള മരണത്തെത്തുടർന്ന് അധികാരത്തിൽ വന്ന ഭരണനേതൃത്വങ്ങളും അതിനായുള്ള പരിശ്രമങ്ങൾ നടത്തുകയായി. ആദ്യത്തെ കമ്യൂണിസ്റ്റ് ഭരണകൂടത്തെ എങ്ങനെയും തകർക്കുക എന്നത് മുതലാളിത്തത്തിന്റെ പ്രധാന അജണ്ടയായി. അതിനായി ജുഗുത്സാവഹമായ നടപടികൾ സ്വീകരിക്കപ്പെട്ടു. എന്നാൽ ഇത്തരം ബാഹ്യ ഇടപെടലുകൾക്കെതിരേ ശക്തമായ ചെറുത്തു നിൽപ്പുകൾ സംഘടിപ്പിച്ച് അവയെ അതിജീവിച്ചു.

ചുരുങ്ങിയ കാലംകൊണ്ട് പല രംഗങ്ങളിലും സോവിയറ്റ് യൂണിയൻ ലോകത്തിലെ ഒന്നാം സ്ഥാനത്തെത്തിയിരുന്നു. വികസിതമുതലാളിത്തരാജ്യങ്ങൾ സമ്രാജ്യത്വചൂഷണത്തിന്റെ സഹായത്തോടെ രണ്ടോ മൂന്നോ നൂറ്റാണ്ടുകൾകൊണ്ട് ആർജിച്ച നേട്ടങ്ങൾ സോവിയറ്റ് യൂണിയന് അര നൂറ്റാണ്ടുകൊണ്ട് ആർജ്ജിക്കാനായി എന്ന വസ്തുത കാണാതിരുന്നു കൂടാ. ആദ്യത്തെ ആറുദശാബ്ദങ്ങൾ സാമ്പത്തികരംഗത്തെന്നപോലെ മറ്റുരംഗങ്ങളിലും അനുപമമായ

പുരോഗതി കൈവരിക്കാനായി. സൈനിക-ശാസ്ത്ര-സാങ്കേതിക രംഗങ്ങളിൽ അഭ്രുതപൂർവ്വമായ പുരോഗതി കൈവരിച്ചു. ചെമ്പടയേയും സോവിയറ്റ് നിലപാടുകളേയും വളരെ ഭയത്തോടുകൂടിയാണ് സാമ്രാജ്യത്വം വീക്ഷിച്ചിരുന്നത്. ലോകശാക്തികബലാബലങ്ങളെ നിർണ്ണായകമായി നിയന്ത്രിക്കാൻ സോവിയറ്റ് യൂണിയന് ദശാബ്ദങ്ങളോളം കഴിഞ്ഞു. പല രാജ്യങ്ങളിലേയും കടുത്ത മുതലാളിത്തചൂഷണത്തിനെതിരേ പോരാടുന്നതിന് ജനതയെ സഹായിക്കാൻ സോവിയറ്റ് യൂണിയനായി. സാമ്രാജ്യത്വത്തെ ചെറുത്തു തോല്പിക്കാൻ ജനങ്ങൾക്ക് കരുത്തുപകർന്നു. സമത്വം എന്ന ആശയം വനിതകളുടെ കാര്യത്തിലും പ്രാവർത്തികമാക്കാൻ നടപടി സ്വീകരിച്ചു. സ്ത്രീകൾക്ക് തുല്യതയും വോട്ടവകാശവും നൽകി. അവ സോഷ്യലിസ്റ്റ് ഭരണത്തിന്റെ നേട്ടങ്ങളിൽ ചിലതാണ്. എങ്കിലും സോവിയറ്റ് ഭരണക്രമത്തിലും സമൂഹത്തിലും വൈരുദ്ധ്യങ്ങൾ ഉടലെടുത്തു. അവ അതിന്റെ തകർച്ചയ്ക്ക് കാരണമായി. സോവിയറ്റ് യൂണിയനിലെ പ്രബലമായ ഒരു വിഭാഗം ജനത ആ ഭരണക്രമത്തെ വെറുക്കുകയായിരുന്നു, അതിൽ നിന്നും പുറത്തുകടക്കാൻ വെമ്പൽ കൊണ്ടു. സോവിയറ്റ് ഭരണകൂടത്തെ രണ്ടാംലോകമഹായുദ്ധത്തിനിടെ തകർക്കാനുള്ള സാമ്രാജ്യത്വത്തിന്റെ പരിശ്രമം വിജയം കണ്ടില്ല. എന്നാൽ അതിനെ തകർക്കുക എന്ന ലക്ഷ്യം നേടാൻ സാമ്രാജ്യത്വത്തിനായി. സോവിയറ്റു ഭരണത്തിനുള്ളിലെതന്നെ വൈരുദ്ധ്യങ്ങളേയും നേതൃത്വത്തേയുമാണ് അതിനായി അവർ ഉപയോഗിച്ചത്.

സോവിയറ്റ് ഭരണവ്യവസ്ഥയ്ക്കുള്ളിലെ വൈരുദ്ധ്യങ്ങൾ എന്തെല്ലാമായിരുന്നു? മാർക്സിസത്തിൽനിന്നും വ്യതിചലിച്ച ഭരണരീതിയാണോ അതിന്റെ തകർച്ചയ്ക്കു കാരണം? ജനങ്ങൾക്ക് അസ്വീകാര്യമായ എന്തെല്ലാം അവിടെ നടപ്പാക്കപ്പെട്ടു? വെറും ബാഹ്യ ഇടപെടലുകൾ കൊണ്ടാണോ അത് തകർന്നത്? മാർക്സിസത്തിലെ പോരായ്മ, അഥവാ അതു നടപ്പാക്കിയതിലെ പോരായ്മ, പ്രയോഗത്തിന്റെ തത്വശാസ്ത്രമായി വികസിപ്പിക്കുന്നതിൽ ഉണ്ടായ വീഴ്ച, സാമ്രാജ്യത്വ ശക്തികളുടെ ഇടപെടൽ ഇവയിൽ ഏതെങ്കിലുമോ ഇവയെല്ലാമോ ആണോ ഈ തകർച്ചയ്ക്ക് കാരണം?

സോഷ്യലിസം കെട്ടിപ്പടുക്കുക എന്ന ലക്ഷ്യത്തോടെ ഏഴു ദശാബ്ദത്തിലധികം കാലം അക്ഷീണം പരിശ്രമിച്ച ഒരു ജനതയും ഒരു ഭരണകൂടവും ഒരു സുപ്രഭാതത്തിൽ ആ ലക്ഷ്യം വലിച്ചെറിഞ്ഞതെന്തിന്? സാമ്രാജ്യത്വത്തിന്റേയും ഫാസിസത്തിന്റേയും

കടന്നുകയറ്റത്തെ ചെറുക്കുന്നതിന് കോടിക്കണക്കിന് ജനങ്ങളുടെ ജീവൻ ബലിയർപ്പിച്ച് പോരാടിയ ഒരു ജനത ആ സ്വപ്നങ്ങളിൽ നിന്നെല്ലാം പുറത്തുകടന്നതെന്തുകൊണ്ട്?. ഈ വകകാര്യങ്ങൾ വിശദമായ പഠനത്തിനുവിധേയമാക്കപ്പെടുകയും പരിഹാരം കണ്ടെത്തുകയും ചെയ്താൽ മാത്രമേ ചൂഷണമുക്തവും ഐശ്വര്യപൂർണ്ണമായ സാമൂഹികസൃഷ്ടി എന്ന മഹത്തായ ലക്ഷ്യം നേടിയെടുക്കുന്നതിനുള്ള പ്രയത്നം തുടരാനാകൂ.

ഗ്ലാസ്നസ്റ്റ്, പെരസ്ട്രോയിക്ക തുടങ്ങിയ പരിഷ്കാരങ്ങൾ ഗോർബചേവിന്റെ നേതൃത്വത്തിൽ അവിടെ നടപ്പാക്കാൻ തുടങ്ങിയ കാലത്തെ സോവിയറ്റ് യൂണിയനിലെ സാമ്പത്തികസ്ഥിതി പരിശോധിച്ചാൽ അതിന്റെ തകർച്ചയ്ക്ക് കാരണമായ പ്രധാന ഘടകങ്ങൾ വ്യക്തമാകും. സാമ്പത്തികരംഗത്ത് വൻശക്തി എന്ന് പുറമേക്ക് അറിയപ്പെട്ടിരുന്നെങ്കിലും യഥാർത്ഥത്തിൽ 1975-കളോടെ ഉല്പാദനമുരടിപ്പും ദാരിദ്ര്യവും നിലനിന്നിരുന്നു. ഉല്പാദനോപാധികൾ പൊതു ഉടമസ്ഥതയിൽ കൊണ്ടുവന്നപ്പോൾ ഉല്പാദനം വർദ്ധിച്ചില്ല. വ്യക്തികൾ സമൂഹത്തിനുവേണ്ടി അദ്ധ്വാനിച്ചില്ല. നിത്യോപയോഗസാധനങ്ങൾ എല്ലാവർക്കും വേണ്ടി വിതരണം ചെയ്യുന്നതിന് സംവിധാനം ഉണ്ടായിരുന്നെങ്കിലും ഉല്പാദനം കുറവായിരുന്നതിനാൽ ആവശ്യത്തിന് ലഭ്യമായില്ല. എല്ലായിടത്തും നീണ്ട ക്യൂ പ്രത്യക്ഷപ്പെട്ടു. ഉല്പന്നങ്ങൾക്ക് നിലവാരം കുറവായിരുന്നു. കൂടാതെ മുതലാളിത്തരാജ്യങ്ങളിലെ ഉല്പന്നങ്ങളുടെ ഉയർന്ന നിലവാരവും വൈവിധ്യങ്ങളും അവയെക്കുറിച്ചുള്ള വമ്പിച്ച മാധ്യമപ്രചാരണങ്ങളും പ്രലോഭനങ്ങളും സോവിയറ്റ് ജനതയിൽ വ്യാമോഹങ്ങൾക്ക് കാരണമാക്കി. സോവിയറ്റ് യൂണിയനോടൊപ്പം കൂട്ടിച്ചേർക്കപ്പെട്ട വിശാലമായ പ്രവിശ്യകളിൽ സന്തുലിതമായ വികസനം നടപ്പാക്കുന്നതിൽ ഭരണസംവിധാനം പരാജയപ്പെട്ടു.

മുതലാളിത്തരാജ്യങ്ങളിൽ നിന്നുണ്ടായ കടുത്ത ഉപരോധങ്ങളും എണ്ണ വിലയിലുണ്ടായ ചാഞ്ചാട്ടങ്ങളും സോവിയറ്റ് സമ്പദ്‌വ്യവസ്ഥക്ക് കനത്ത ആഘാതമായി.

ഈ കാലഘട്ടത്തിലെ സോവിയറ്റ് സമ്പദ് വ്യവസ്ഥയുടെ മുരടിപ്പിന്റെ കാരണമായി സീതാറാം യച്ചൂരി അഭിപ്രായപ്പെടുന്നു;

"എഴുപതുകളിൽ സോവിയറ്റ് സമ്പത് വ്യവസ്ഥയിലുണ്ടായ നിശ്ചലാവസ്ഥ ശരിയായി നാം തിരിച്ചറിയുന്നു. സാമ്പത്തിക മാനേജ്മെന്റ് രീതികളെ വികസ്വരമായ സാമൂഹിക ഉല്പാദന ശക്തികളുമായി ബന്ധപ്പെടുത്താത്തതിനാലാണ് ഈ നിശ്ചലത ഉണ്ടായതെന്നും നാം മനസ്സിലാക്കുന്നു. എന്നാൽ ഗോർബചേവ്

നേതൃത്വം സാമൂഹികവൽകൃതമായ ഉല്പാദനോപാധികൾക്ക് കീഴിലെ അനുഭവത്തിൽനിന്ന് പഠിക്കുന്നതിനു പകരം, സോഷ്യലിസത്തിന്റെ സാമ്പത്തിക വളർച്ചയുടെ പ്രശ്നങ്ങൾക്കുള്ള പരിഹാരമായി മുതലാളിത്ത പരിഷ്കാരങ്ങൾ നടപ്പാക്കണമെന്ന് വാദിച്ചു. സാർവ്വദേശീയ ബൂർഷ്വാസി ഒരിക്കലും സോഷ്യലിസം സ്ഥാപിക്കുന്നത്, അത് വികസിക്കുന്നത് സഹിച്ചിരുന്നില്ല. സോവിയറ്റ് യൂണിയനിൽ ഇടപെടാനുള്ള ഏറ്റവും നല്ല സാഹചര്യം സാർവ്വദേശീയബൂർഷ്വാസിക്കു ലഭിച്ചു. സോഷ്യലിസത്തെ തകർക്കുന്നതിനുള്ള പ്രതിവിപ്ലവത്തിന്റെ ആഭ്യന്തരശക്തികളെ ശക്തിപ്പെടുത്താനുള്ള അവസരം". (മതവും വർഗ്ഗീയതയും ആഗോളവൽക്കരണക്കാലത്ത്, സീതാറാം യച്ചൂരി-ചിന്ത പബ്ലിഷേഴ്സ്, പേജ്-34)

സോഷ്യലിസം കെട്ടിപ്പടുക്കുന്നതിന് അനുപേക്ഷണീയമായ സാമ്പത്തിക പരിഷ്കാരങ്ങൾ നടപ്പാക്കുന്നതിൽ വന്ന വീഴ്ച സൃഷ്ടിച്ച അവസരം മുതലെടുത്ത് സാർവ്വശീയബൂർഷ്വാസിയുടെ ശക്തമായ ഇടപെടലുകളാണ് സോവിയറ്റ് യൂണിയന്റെ തകർച്ചക്കു വഴിതെളിച്ച പ്രധാനകാരണമെന്ന യച്ചൂരിയുടെ വിലയിരുത്തൽ തികച്ചും വസ്തുതാപരമാണ്. പാരീസ് കമ്യൂണിനെ ദിവസങ്ങൾകൊണ്ട് തകർക്കാൻസാർവ്വശീയബൂർഷ്വാസിക്ക് സാധിച്ചെങ്കിലും സോവിയറ്റ് യൂണിയനെ തകർക്കാൻ അവർക്ക് ദശകങ്ങൾ വേണ്ടിവന്നു എന്ന നിലയിലേക്ക് സോഷ്യലിസം വളർന്നു എന്നതാണ് വസ്തുത.

പുതിയ സാഹചര്യവും സോഷ്യലിസ്റ്റ് സമ്പദ്വ്യവസ്ഥയും

പുതിയ സാഹചര്യത്തിൽ സോഷ്യലിസ്റ്റ് സമ്പദ് വ്യവസ്ഥയ്ക്ക് കാലിടറി. ഇതിന്റെ ദാർശനികമായ പശ്ചാത്തലം യച്ചൂരി വിശദമാക്കുന്നു. "സോവിയറ്റ് യൂണിയനിലെ പ്രതിവിപ്ലവശക്തികളുടെ വിജയവും മഹത്തായ ഒക്ടോബർ സോഷ്യലിസ്റ്റ് വിപ്ലവശക്തികളുടെ തകർച്ചയും സോഷ്യലിസ്റ്റ് അർത്ഥശാസ്ത്രത്തെ സംബന്ധിച്ച് സൈദ്ധാന്തികമായ അനേകം ചോദ്യങ്ങൾ ഉയർത്തുന്നുണ്ട്. ആധുനിക സമൂഹത്തിന്റെ ചലനനിയമങ്ങൾ എന്ന പ്രയോഗത്തിൽ മാർക്സിന്റെ വിശകലനങ്ങൾ ഒതുങ്ങിനിന്നു. ആധുനിക സമൂഹമെന്നാൽ മാർക്സിന് മുതലാളിത്തസമൂഹമായിരുന്നു. മറ്റുള്ള ഉല്പാദന രീതികളുടെ അർത്ഥശാസ്ത്രം പഠിക്കുന്നതിന് ഇനിയും ഏറെ കാര്യങ്ങൾ ചെയ്യാനുണ്ട്. സോഷ്യലിസത്തിന്റെ അർത്ഥശാസ്ത്രത്തിന്റെ കാര്യത്തിൽ ഇനിയുമേറെ ചെയ്യാനുണ്ടെന്ന് സോഷ്യലിസത്തിന്റെ അസ്തിത്വവും അനുഭവവും പഠിപ്പിച്ചു." (മതവും വർഗ്ഗീയതയും ആഗോളവൽക്കരണക്കാലത്ത്, ചിന്ത പബ്ലിഷേഴസ്, പേജ്-33). സോഷ്യലിസ്റ്റ് വിപ്ലവം നയിക്കുന്നതിനും പൂർത്തീകരിക്കുന്നതിനുമായുള്ള അർത്ഥശാസ്ത്രം വിജയകരമായി ആവിഷ്കരിക്കുന്നതിന് സോവിയറ്റ് യൂണിയന് കഴിഞ്ഞില്ലെന്ന് ഇവിടെ ചൂണ്ടിക്കാണിക്കപ്പെടുന്നു.

അതേസമയം മാർക്സിന് മുതലാളിത്താനന്തര അർത്ഥശാസ്ത്രത്തെ സംബന്ധിച്ച് വ്യക്തമായ കാഴ്ചപ്പാടുണ്ടായിരുന്നു. സ്വതന്ത്രരായ ഉത്പാദകരുടെ കൂട്ടായ്മ എന്നതായിരുന്നു ഇതിലെ സവിശേഷത.

പരമ്പരാഗത മൂലധനത്തെ പൂർണ്ണമായും അകറ്റിനിർത്തി, മാനുഷിക മൂലധനം വികസിപ്പിക്കുന്നതിന് ഊന്നൽ നൽകുന്നതാണ് മൂലധനത്തിനെതിരേയുള്ള ഈ ബദൽ സാധ്യത. 'ഓരോരുത്തരുടേയും സ്വതന്ത്രമായവികാസം എല്ലാവരുടേയും സ്വതന്ത്രമായ വികാസത്തിന്റെ മുൻ ഉപാധിയായിത്തീരുന്നു' എന്ന കാഴ്ചപ്പാടിലധിഷ്ഠിതമാണിത്. ഇക്കാര്യം മൈക്കേൽ ലെബോവിത്സ് എന്ന കനേഡിയൻ-ലാറ്റിനമേരിക്കൻ സോഷ്യലിസ്റ്റ് അദ്ദേഹത്തിന്റെ 'ഇന്നുതന്നെ കെട്ടിപ്പടുക്കുക 21-ാം നൂറ്റാണ്ടിലെ സോഷ്യലിസം' എന്ന ഗ്രന്ഥത്തിൽ ചർച്ചചെയ്യുന്നു. ഇത് ഒരു സ്വാവലംബിത വികസനമാതൃകയാണ്. ഉപഭോഗത്തിന് പ്രാധാന്യം നൽകുന്നതിനുപകരം, മാനവശേഷിയിലും അതിന്റെ വികസനത്തിലുമായിരിക്കണം നിക്ഷേപം സ്വീകരിക്കേണ്ടതെന്ന് നിഷ്കർഷിക്കുന്നു. "അതായത്, വിദ്യാഭ്യാസം, ആരോഗ്യം മുതലായവക്കാണ് കൂടുതൽ പണം ചെലവാക്കേണ്ടത്.' 'മാനുഷികമൂലധനം' വികസിപ്പിക്കുന്നതിനുവേണ്ടി അവരുടെ പ്രവർത്തനങ്ങളിലൂടെ മാനവസാദ്ധ്യതകൾ വികസിപ്പിക്കാനും കഴിയണം. 'സാഹചര്യങ്ങൾ മാറ്റുന്നതിനോടൊപ്പം അവനവനെത്തന്നെ മാറ്റുക' എന്ന, മാർക്സ് വിവരിച്ച, വിപ്ലവപ്രവർത്തനത്തിന്റെ സത്ത ഇതാണ്. പുതിയ, പുതിയ ഉപഭോഗങ്ങൾ സൃഷ്ടിക്കുന്ന പോപ്പുലിസത്തിൽ നിന്ന് വ്യത്യസ്തമായി ഈ ബദൽ മാതൃക ഒരു പുതിയതരം ഉൽപ്പാദനത്തിൽ ശ്രദ്ധ കേന്ദ്രീകരിക്കുന്നു. തങ്ങളുടെതന്നെ പ്രവർത്തനങ്ങളിലൂടെ ജനങ്ങളെ രൂപാന്തരപ്പെടുത്തുക, മാനവശേഷി വളർത്തുക."

"ഉൽപ്പാദനശക്തിയുടെ അടിത്തറ മനുഷ്യരാണ് എന്ന തിരിച്ചറിവിൽ അധിഷ്ഠിതമായ ഒരു വികസനസിദ്ധാന്തം മൂലധനസമ്പദ്‌വ്യവസ്ഥയുടേതിൽ നിന്ന് വ്യത്യസ്ഥമായ ഒരു ദിശയാണ് ചൂണ്ടിക്കാണിക്കുന്നത്. ബോധപൂർവ്വമുള്ള സഹകരണത്തിലൂടേയും, സമൂഹത്തിലും തൊഴിലിടങ്ങളിലുമുള്ള പ്രശ്നങ്ങൾക്ക് ജനാധിപത്യപരമായി പരിഹാരം കാണുന്നതിലൂടേയും ജനങ്ങൾക്കുണ്ടാകുന്ന ആത്മവിശ്വാസം സൃഷ്ടിക്കാൻ പരമ്പരാഗത സിദ്ധാന്തങ്ങളിൽ എന്താണുള്ളത്? മനുഷ്യന്റെ അദ്ധ്വാനശക്തി കെട്ടഴിച്ചുവിടുന്നതിലൂടെ ഉണ്ടാകുന്ന സാദ്ധ്യതകൾ അവയിൽ എവിടെയാണ് കാണാൻ കഴിയുക? മനുഷ്യരുടെ സർഗ്ഗാത്മകതയും അന്തർലീനമായ അറിവും മൂലധനത്തിന്റെ ആദേശങ്ങൾ വഴി സൃഷ്ടിക്കാവുന്നതല്ല. മനുഷ്യരുടെ സ്വാർത്ഥ താല്പര്യങ്ങൾക്കുപരിയായി സമൂഹത്തിന്റെയാകെ താത്പര്യങ്ങൾ പ്രതിഷ്ഠിക്കുന്ന, മാനവവികാസത്തിന്റെ പ്രദാനത്തിൽ (സപ്ലൈ) ഊന്നിയ ഒരു സിദ്ധാന്തം വമ്പിച്ച ജനപിന്തുണയോടെ മുന്നേറാൻ ഗവൺമെന്റിനെ സഹായിക്കുന്നു.ഇങ്ങനെയുള്ള ഒരു

ചട്ടക്കൂടിൽ , ജനങ്ങളുടെ ആവശ്യങ്ങളിൽ ഊന്നിയ മുതലാളിത്തേതര മേഖലകളുടെ വികാസം, മൂലധനത്തിന്റെ പണിമുടക്കിനെതിരേയുള്ള പ്രതിരോധം മാത്രമല്ല, സമൂഹത്തിന്റെ ജൈവികവികാസത്തിന്റെ ഭാഗം കൂടിയാണ്. ഇവിടെ സമ്പദ്വ്യവസ്ഥയെ നിയന്ത്രിക്കുന്ന എൻജിൻ മൂലധനത്തിന്റെ ആവശ്യങ്ങളല്ല, മനുഷ്യരുടെ ആവശ്യങ്ങളും ശേഷികളുമാണെന്ന വരുന്നു" (ഇന്നേതന്നെ കെട്ടിപ്പടുക്കുക 21-ാം നൂറ്റാണ്ടിലെ സോഷ്യലിസം പേജ്-51, കേരള ശാസ്ത്രസാഹിത്യ പരിഷത്ത് പ്രസിദ്ധീകരണം, പരിഭാഷ-എം.പി പരമേശ്വരൻ)

മനുഷ്യന്റെ മാനവികമായ എല്ലാ കഴിവുകളേയും കെട്ടഴിച്ചുവിട്ട് തനിക്കും സമൂഹത്തിനാകെയും പ്രയോജനപ്പെടുന്നതിനായുള്ള മൂലധനമാക്കി പരിവർത്തനപ്പെടുത്തി, ഓരോമനുഷ്യരിലും സ്വതന്ത്രവികാസം സാധ്യമാക്കി, അതിലൂടെ സമൂഹത്തിന്റെയാകെ സ്വതന്ത്രവികാസം സാധ്യമാക്കുക. അതുവഴി ജൈവികമായ ഒരു പുതിയ മനുഷ്യനേയും സമൂഹത്തേയും സൃഷ്ടിക്കുക എന്ന ബദൽ ആണ് മാർക്സ് വിഭാവനചെയ്തത്.

ഈ ബദൽ വിജയിക്കുന്നതിന് ഗവൺമെന്റ് പരമ്പരാഗതമൂലധനത്തോട് വിടപറയാൻ സന്നദ്ധമാകേണ്ടതുണ്ട്. പുതിയ സാഹചര്യങ്ങളിലുണ്ടാകാവുന്ന പ്രശ്നങ്ങൾക്ക് പ്രായോഗികമായ പരിഹാരം കാണേണ്ടതുണ്ട്. അല്ലാത്തപക്ഷം സ്വകാര്യമൂലധനത്തിലേക്ക് തിരിച്ചുപോകാൻ നിർബ്ബന്ധിതമാകും.

അതേസമയം, സോഷ്യലിസം കെട്ടിപ്പടുക്കുന്നത് മാനുഷിക വിഭവമെന്ന മൂലധനം അടിസ്ഥാനമാക്കിയാകേണ്ടതാണെന്ന പരമപ്രധാനമായ തത്വം മാർക്സിസ്റ്റ്-ലെനിനിസ്റ്റ് ഭരണാധികളാരും തന്നെ ഒന്നാമതായി നടപ്പാക്കേണ്ടതാണെന്ന് പരിഗണിച്ചതായി കാണുന്നില്ല. സോഷ്യലിസ്റ്റാനന്തര സമ്പദ്വ്യവസ്ഥ(കമ്യൂണിസ്റ്റ്) എങ്ങനെ സൃഷ്ടിക്കണം എന്ന കാര്യമായിരിക്കാം ഒരുപക്ഷേ മാർക്സ് ഇതുകൊണ്ടുദ്ദേശിച്ചത്.

സോവ്യറ്റ് യൂണിയൻ സ്വീകരിച്ച സോഷ്യലിസ്റ്റ് വികസനമാതൃകയിൽ (മാർക്സിസം-ലെനിനിസം) മുതലാളിത്താനന്തര സമ്പദ്വ്യവസ്ഥയിലെ പുതിയ പ്രവണതകളുടെ അടിസ്ഥാനത്തിൽ സ്വയം നവീകരിക്കാൻ സോഷ്യലിസത്തിനായില്ല എന്നും നിരീക്ഷിക്കുകയാണ് മേൽ ഉദ്ധരിച്ച പ്രസ്താവനയിലൂടെ യച്ചൂരി ചെയ്യുന്നത്. ടെറി ഈഗിൽടെനും മേൽപറഞ്ഞ ഗ്രന്ഥത്തിൽ ഇക്കാര്യം പരിശോധിക്കുന്നുണ്ട്. സോഷ്യലിസ്റ്റ് സാമൂഹ്യവ്യവസ്ഥയിൽ പൊതു ഉടമസ്ഥത, ഉത്പാദനം, വിതരണം തുടങ്ങിയവ എങ്ങനെ

ആയിരിക്കണമെന്നതിന് വ്യക്തമായ മാർഗ്ഗരേഖ തയാറാക്കപ്പെട്ടിട്ടില്ല. ഉത്പാദനോപാധികൾ സ്വരൂപിക്കൽ, ഉല്പന്നങ്ങളുടെ പ്രയോറിറ്റി നിർണ്ണയിക്കപ്പെടേണ്ടതെങ്ങനെ, മാർക്കറ്റിംഗ് അഥവാ വിതരണസംവിധാനം എന്താണ് തുടങ്ങിയ കാര്യങ്ങളിൽ സോഷ്യ സിസ്റ്റ് സാമൂഹ്യവ്യവസ്ഥ തീരുമാനമെടുക്കേണ്ടതുണ്ട്, സമത്വം എന്ന ആശയത്തിന്റെ പ്രായോഗികവ്യാപ്തിയും പരിമിതിയും കണക്കാക്കപ്പെട്ടിട്ടില്ല തുടങ്ങിയവയും അദ്ദേഹം പരിശോധിക്കുന്നു. ഉത്പാദനം പൊതു ഉടമസ്ഥതയിലാക്കപ്പെടുമ്പോൾ തൊഴിലാളികൾ പ്രവർത്തിക്കേണ്ടതെങ്ങനെ, അവരുടെ ഇടയിൽ കടന്നുകൂടാനിടയുള്ള അലസത, ഉത്തരവാദിത്വരാഹിത്യം, അഴിമതി, കൃത്യവിലോപം തുടങ്ങിയ ദുഷ്പ്രവണതകളെ പരിഹരിക്കേണ്ടതെങ്ങനെ തുടങ്ങിയ കാര്യങ്ങളിൽ ഉയർന്ന ധാർമ്മികബോധത്തിലധിഷ്ഠിതവും മനശ്ശാസ്ത്ര പരവുമായ നിലവാരം സൃഷ്ടിക്കുന്നതിൽ വന്ന വീഴ്ചയാണ് തകർച്ചക്ക് ഒരു കാരണമായി നമ്മുടെ മുന്നിൽ അനാവരണം ചെയ്യപ്പെടുന്നത്. സോഷ്യലിസത്തിനും തുടർന്ന് വരുന്ന കമ്യൂണിസത്തിനും ആവശ്യമായ അർത്ഥശാസ്ത്രത്തിന്റെ സ്വഭാവം പ്രായോഗികതയുടെ അടിസ്ഥാനത്തിൽ നിർണ്ണയിക്കപ്പെടേണ്ടതുണ്ട്. കമ്പോളാധിഷ്ഠിത സോഷ്യലിസം എന്ന ആശയം ഈ പശ്ചാത്തലത്തിൽ ചർച്ചയ്ക്ക് വിധേയമാക്കാവുന്നതാണ്. സർക്കാർ ഉടമസ്ഥതയിലോ തൊഴിലാളികളുടെ ഉടമസ്ഥതയിലോ ഉള്ള വ്യവസായശാലകൾ പരസ്പരം മത്സരിക്കുകയും സർക്കാർ ഇവയുടെ മത്സരത്തെ ഗുണപരമായി നിയന്ത്രിക്കുകയും ഇത് ഉത്പാദനത്തെ ത്വരിതപ്പെടുത്തുന്ന സാഹചര്യം സൃഷ്ടിക്കുകയും ചെയ്യുമെന്ന വിശ്വാസമാണ് ഇതിന്റെ വക്താക്കൾക്കുള്ളത് ഈ ആശയത്തിന് വ്യാപകമായ മാനങ്ങളുണ്ട്. കമ്യൂണിസ്റ്റ് ധൈഷണികമേഖലയിൽ മേൽ സൂചിപ്പിച്ച തലങ്ങളിൽ ചർച്ചകൾ ആരംഭിക്കേണ്ടിയിരിക്കുന്നു. പത്തൊമ്പതാം നൂറ്റാണ്ടിലുണ്ടായിരുന്ന സാങ്കല്പികസോഷ്യലിസത്തിന് ശാസ്ത്രീയമാർഗ്ഗം കണ്ടെത്തേണ്ട അനിവാര്യതയുടെ ഉത്തരവാദിത്വം മാർക്സ് വിജയകരമായി നിർവ്വഹിച്ചതുപോലെയുള്ള സാഹചര്യമാണിത്. അതിനായി പുതിയ കമ്യൂണിസ്റ്റാചാര്യന്മാരുടെ സൃഷ്ടിക്ക് സാഹചര്യം നിർബന്ധിതമാകാതിരിക്കില്ല എന്ന കാര്യം നിസ്തർക്കമാണ്.

വർഗ്ഗവ്യത്യാസങ്ങൾ, ചൂഷണം തുടങ്ങിയവക്ക് അന്ത്യമാകുകയും പൊതു ഉടമസ്ഥത-പൊതുവിതരണസമ്പ്രദായം തുടങ്ങിയവ വിജയകരമായി നിലവിൽ വരികയും ചെയ്യുമ്പോൾ സമൂഹത്തിനു കൈവരാവുന്ന നന്മകളെക്കുറിച്ചുള്ള മാർക്സിന്റെ വിലയിരുത്തൽ മാത്രമാണ് നമുക്കു മുന്നിൽ ആകെയുള്ള കൈമുതൽ. അതിൽ

ചവിട്ടിനിന്നുകൊണ്ടുള്ള മുന്നേറ്റപോക്കുമാത്രമാണ് ഇന്നു സോഷ്യലിസത്തിന് സാദ്ധ്യമായിട്ടുള്ളത്. ഈ പരിമിതിയാണ് സോഷ്യലിസം മുടന്തിനടക്കുന്നതിന് സാഹചര്യമൊരുക്കിയത്.

"മുമ്പുള്ളവർ തയാർ ചെയ്തുവച്ചിട്ടുള്ള ഭരണകൂടം വെറുതെയങ്ങ് കൈവശപ്പെടുത്തി സ്വന്തം ആവശ്യങ്ങൾക്കുവേണ്ടി അതിനെ അതേപടി ഉപയോഗിക്കുവാൻ തൊഴിലാളിവർഗ്ഗത്തിന് സാധ്യമല്ല" എന്ന് മാർക്സിസ്റ്റാചാര്യന്മാർ പ്രവചിച്ചിട്ടുള്ളത് ഇവിടെ സ്മരണീയമാണ്.

എന്നാൽ അർത്ഥശാസ്ത്രത്തിന്റെ അമൂർത്തത മാത്രമാണോ തകർച്ചയ്ക്കു നിദാനമെന്ന വസ്തുതയും പരിശോധിക്കപ്പെടണം.

പുറമേനിന്നുള്ള ശക്തമായ എതിർപ്പുകളെ അതിജീവിക്കുന്നതിന് രാജ്യത്തെ ഒരു വലിയ സൈനികശക്തിയായി സംരക്ഷിച്ചു നിർത്തേണ്ടത് അനിവാര്യമായിരുന്നതിനാൽ വരുമാനത്തിന്റെ സിംഹഭാഗവും സൈനികാവശ്യങ്ങൾക്കായി നീക്കിവക്കേണ്ടിവന്നു. രണ്ടാം ലോകമഹായുദ്ധത്തിൽ രാജ്യത്തെ സംരക്ഷിക്കുന്നതിന് വമ്പിച്ച ആളും അർത്ഥവും വിനിയോഗിക്കേണ്ടതായിവന്നു. സമ്പത്തിന്റെ നല്ലൊരു പങ്ക് മറ്റു രാജ്യങ്ങളിൽ വിപ്ലവം സംഘടിപ്പിക്കുന്നതിനായി വിനിയോഗിക്കപ്പെട്ടു. ഇത് പ്രശ്നത്തിന്റെ ആഴം വർദ്ധിപ്പിച്ചു. അതിനു മുമ്പ് നിലനിന്നിരുന്ന സാമ്പത്തിക ക്രമങ്ങളിൽ ഉണ്ടായിരുന്ന സ്വകാര്യസ്വത്ത്, ലാഭേച്ഛ എന്നീ ഘടകങ്ങൾ ഉല്പാദനവളർച്ചയെ സഹായിക്കുകയും കൂടുതൽ അദ്ധ്വാനിക്കുന്നതിന് തൊഴിലാളികളെ നിർബ്ബന്ധിക്കുന്നതിന് ഉടമകളെ പ്രേരിപ്പിക്കുകയും ചെയ്യുന്ന ഘടകങ്ങളായിരുന്നു. ഇവയ്ക്കു പകരമായി ഉത്പാദനവളർച്ച ത്വരിതപ്പെടുത്തുന്നതിന് 'ഓരോരുത്തരും തനിക്കുവേണ്ടിയും മറ്റുള്ളവർക്കു വേണ്ടിയും'അദ്ധ്വാനിക്കുകയെന്ന സോഷ്യലിസ്റ്റ് മന്ത്രം പ്രാവർത്തികമാകാനും ഉത്തേജകഹേതുവാകാനും സാഹചര്യമൊരുക്കപ്പെട്ടില്ല.

ഒരു ജനതയുടെ ജീവിതമാകെ ഉടച്ചുവാർക്കുന്ന അതിബൃഹത്തായൊരു സംവിധാനം ഒറ്റത്തവണയായി ധൃതിപിടിച്ച് നടപ്പിലാക്കാൻ ശ്രമിച്ചത് പരാജയത്തിന് മറ്റൊരു കാരണമായി.

ഇത്തരം പ്രതികൂല സാഹചര്യങ്ങൾ മാത്രമല്ല സോവിയറ്റ് യൂണിയന്റെ തകർച്ചയ്ക്ക് കാരണമായത്. വൈരുദ്ധ്യാത്മക ഭൗതികവാദത്തിലെ തത്ത്വങ്ങൾ ജനങ്ങളുടെമേൽ തെറ്റായി അടിച്ചേൽപ്പിക്കാൻ ശ്രമിച്ചതും തകർച്ചയുടെ കാരണങ്ങളിലൊന്നാണ്. ഒന്നാമതായി മതത്തേയും ദൈവത്തേയും ജനങ്ങളിൽനിന്ന് നിർബ്ബന്ധപൂർവ്വം

എടുത്തു മാറ്റണമെന്ന ധാരണയിൽ ലെനിനുശേഷം അധികാരത്തിലേറിയ മാർക്സിസ്റ്റ് ഭരണാധികാരികൾ ധരിച്ചുവശാകുകയും അത്തരത്തിൽ പ്രവർത്തിക്കുകയുമുണ്ടായി. അതിനായി മതപരമായ സ്വാതന്ത്ര്യം പരിമിതപ്പെടുത്തി. ജീവിതത്തെക്കുറിച്ച് ഒരു വ്യക്തമായ നിലപാടെടുക്കുന്നതിനും ആത്മീയദാഹങ്ങൾ നിർവ്വഹിക്കപ്പെടുന്നതിനും നിർവ്വാഹമില്ലാതെ വ്യക്തികൾ ആത്മസംഘർഷങ്ങൾക്കടിമയായി. കപട ആത്മീയവാദികൾക്ക് അവസരം മുതലെടുക്കുന്നതിന് സാഹചര്യമൊരുക്കപ്പെട്ടു. പോപ്പിന്റെ കപട ആത്മീയ പ്രേരണകളിൽ ജനങ്ങൾ വീണുപോയി. ഭൗതികവാദമാണ് ആദ്യം പ്രാവർത്തികമാക്കേണ്ടതെന്ന് സോഷ്യലിസ്റ്റ് ഭരണത്തിന് നേതൃത്വം നൽകിയ രാജ്യങ്ങളിലെ ഭരണാധികാരികൾ കരുതി. മനുഷ്യൻ ഭൗതികമായി അനുഭവിക്കുന്ന എല്ലാ ദുരിതങ്ങൾക്കും അന്ത്യമാകുമ്പോൾ, മതവും ഈശ്വരനും ആവശ്യമില്ല എന്ന് തോന്നുന്നുവെങ്കിൽ അവനവയെ ഉപേക്ഷിക്കും എന്നാണ് മാർക്സിസത്തിന്റെ കാതലായ ഒരു വിലയിരുത്തൽ എന്ന് കാണുന്നതിൽ പരാജയപ്പെട്ടു.

"മതപരമായ സന്താപമെന്നത് അതേസമയം തന്നെ യഥാർത്ഥ സന്താപത്തിന്റെ ഒരു ബഹിർസ്ഫുരണവും യഥാർത്ഥ സന്താപത്തിനെതിരായ പ്രതിഷേധവും കൂടിയാണ്. മതം മർദ്ദിതജീവിയുടെ നിശ്വാസമാണ്. ഹൃദയശൂന്യമായ ലോകത്തിന്റെ ഹൃദയമാണത്. അതുപോലെ തന്നെ ഉന്മേഷരഹിതമായ സാഹചര്യങ്ങളിലെ ലഹരിയുമാണത്," എന്ന മാർക്സിന്റെ പ്രശസ്തമായ വരികളുടെ ആശയതല വ്യാപ്തി ഉൾക്കൊള്ളാതെ തുടർന്നു വരുന്ന വാചകമായ "ജനങ്ങളെ മയക്കുന്ന മരുന്നാണത്". എന്ന വാചകത്തിന് അമിത പ്രാധാന്യം നൽകുകയും മയക്കുമരുന്നിന്റെ ദുരുപയോഗത്തെ കൈകാര്യം ചെയ്യുന്നതുപോലെ മതത്തേയും ആത്മീയതയേയും കൈകൈര്യം ചെയ്യുകയും വിപരീതഫലം ഏറ്റുവാങ്ങുകയുമുണ്ടായി. മത-ആത്മീയകാര്യങ്ങളിൽ മാർക്സ് അമിത താത്പര്യം വച്ചുപുലർത്തിയിരുന്നില്ല.

"ലോകം ദ്രവ്യത്തെക്കൊണ്ടാണോ, ആത്മാവിനെക്കൊണ്ടാണോ അതോ പച്ചനിറമുള്ള പാൽക്കട്ടികൊണ്ടാണോ ഉണ്ടാക്കിയിരിക്കുന്നതെന്നകാര്യം മാർക്സ് അമിതമൊന്നും തലപുണ്ണാക്കാത്ത ഒരു കാര്യമാണ്. അത്തരത്തിലുള്ള അതിഭൗതികമൂർത്തീകരണത്തോട് മാർക്സ് അവജ്ഞയാണ് പുലർത്തിയത്." (ടെറി ഈഗിൾടെൺ- എന്തുകൊണ്ട് മാർക്സ് ശരിയായിരുന്നു). മാർക്സ് പുലർത്താതിരുന്ന താല്പര്യമാണ് മാർക്സിസ്റ്റുകാർക്ക് ഇക്കാര്യങ്ങളിലുണ്ടായിരുന്നത്.

കമ്യൂണിസ്റ്റ് പാർട്ടികളുള്ളിലെ ജനാധിപത്യധ്വംസനവും ദീർഘകാലത്തെ ഏകകക്ഷി ഭരണവും അഴിമതിയിലേക്കും സ്വജനപക്ഷപാതത്തിലേക്കും വഴിതെളിക്കപ്പെട്ടു. ഭരണകൂടവും ജനങ്ങളും തമ്മിലുള്ള അന്തരം വർദ്ധിച്ചു. ഭരണത്തെ എന്തുവിലകൊടുത്തും നിലനിർത്തുകയെന്നത് മുഖ്യ അജണ്ടയാകുകയും അതിനായി അഭിപ്രായ സ്വാതന്ത്ര്യത്തെ കവർന്നെടുക്കുകയും പ്രതിഷേധിച്ചവരെ കഠിനശിക്ഷയ്ക്ക് വിധേയരാക്കുകയും ചെയ്തു. പൗരാവകാശങ്ങൾ തകർക്കപ്പെട്ടു. സാമ്രാജ്യത്വത്തിന്റെ ഇടപെടൽമൂലമുള്ള ബാഹ്യവും ആഭ്യന്തരവുമായ എതിർപ്പുകളെ അതിജീവിക്കുന്നതിനാണ് ഇത്തരം നടപടികൾ സ്വീകരിച്ചത്. എന്നാൽ ഇത് കടുത്ത അസംതൃപ്തിക്ക് കാരണമായി. സ്റ്റാലിനിസം രാജ്യത്തിന് ആന്തരികവും ബാഹ്യവുമായി ഗുണത്തെക്കാളേറെ ദോഷം വരുത്തി. കൂടാതെ മുതലാളിത്തത്തിന്റെ പ്രചാരണങ്ങളിലും പ്രലോഭനങ്ങളിലും ജനങ്ങൾ വീണു. ഭരണരംഗത്തെ ചുവപ്പുനാട, അഴിമതി, ആദർശങ്ങളിൽ നിന്നുള്ള കമ്യൂണിസ്റ്റ് പാർട്ടിയുടേയും നേതാക്കളുടേയും പിൻമാറ്റം, കമ്യൂണിസ്റ്റ് പാർട്ടി (ബോൾഷെവിക്ക് പാർട്ടി)യുടെ സെൽഭരണം, അമേരിക്കയുടെ നേതൃത്വത്തിൽ സോഷ്യലിസത്തിനെതിരെയുള്ള ശക്തമായ പ്രചാരവേലയ്ക്ക് ഇൻഫർമേഷൻ ടെക്നോളജിയുടെ പുരോഗതി സഹായകമായത് തുടങ്ങിയവയെല്ലാം ഈ ഭരണത്തകർച്ചയ്ക്ക് ഉത്തേജകമായി.

ഭരണസംവിധാനത്തിലും കമ്യൂണിസ്റ്റ് പാർടിയുടെ ഉന്നതശ്രേണിയിലും വിപ്ലവാശയങ്ങളിൽ നിന്ന് വ്യതിചലിച്ച ശക്തരായ ഒരു മേലാളവിഭാഗം, അതായത്, പാർടി-ഭരണകൂട മേലാളവിഭാഗം-എഴുപതുകൾക്ക് ശേഷം ജനാധിപത്യ വിരുദ്ധമായി വളർന്നുവരികയും കമ്യൂണിസ്റ്റ് ആദർശങ്ങളിൽ നിന്ന് വ്യതിചലിക്കുകയും ഇക്കൂട്ടരുടെ വൈയക്തിക താത്പര്യങ്ങൾക്കായി മുതലാളിത്ത പുനസ്ഥാപനത്തിലേക്ക് രാജ്യത്തെ നയിക്കാൻ പരിശ്രമിക്കുകയും ചെയ്തതാണ് സോവിയറ്റ് യൂണിയന്റെ തകർച്ചക്ക് വഴിതെളിച്ച പ്രധാന കാരണങ്ങളിലൊന്ന് എന്ന് ഡേവിഡ് എം. കോട്സ്, ഫ്രെഡ് വെയ്ർ എന്നിവർ ചേർന്ന് രചിച്ച 'മുകളിൽ നിന്നുള്ള വിപ്ലവം-സോവിയറ്റ് തകർച്ചയുടെ അന്തർനാടകങ്ങൾ' (കേരള ശാസ്ത്രസാഹിത്യപരിഷത്ത് മലയാളത്തിൽ പ്രസിദ്ധീകരിച്ചിട്ടുള്ളത്-പേജ്-62)എന്ന പ്രശസ്തമായ ഗ്രന്ഥത്തിൽ ചൂണ്ടിക്കാട്ടുന്നു. സോഷ്യലിസ്റ്റ് പൂർവ്വ ഭരണസംവിധാനങ്ങളിലെല്ലാം ഭരണത്തിന്റെ തലപ്പത്ത് അവരോധിതമായിരുന്നത് മേലാളവർഗ്ഗം തന്നെയായിരുന്നു. എന്നാൽ

അവർ നിലവിലുള്ള സംവിധാനത്തെ തകർക്കാനല്ല, നില നിർത്താനാണ് പരിശ്രമിക്കുന്നത്. കാരണം ഈ മേലാളവർഗ്ഗത്തിന് നിലവിലുള്ള ചൂഷണാധിഷ്ഠിത വ്യവസ്ഥിതി അധികാരത്തിന്റേയും സമ്പത്തിന്റേയും മറ്റു സുഖസൗകര്യങ്ങളുടേയും അവസരം ലഭ്യമാക്കപ്പെടുന്നതോടൊപ്പം അവയെല്ലാം ബന്ധുമിത്രാദികളിലേക്ക് കൈമാറ്റം ചെയ്യുന്നതിനുള്ള അവസരവും ലഭിച്ചിരുന്നു. എന്നാൽ സോവിയറ്റ് യൂണിയനിലെ മേൽപ്പറഞ്ഞ മേലാളവർഗ്ഗം വ്യത്യസ്തമായിരുന്നു. മേൽ സൂചിപ്പിച്ചതുപോലെ അധികാരത്തിന്റേയും സമ്പത്തിന്റേയും എല്ലാ സുഖസൗകര്യങ്ങളും നുകർന്നു കഴിയാനവസരം ലഭിച്ച അവർക്ക് പക്ഷേ, സോവിയറ്റ് യൂണിയനിൽ നിലവിലിരുന്ന സ്വകാര്യ ഉടമസ്ഥതക്കെതിരേയുള്ള നിയമങ്ങൾ മൂലം തങ്ങളുടെ സന്തതിപരമ്പരകൾക്ക് ഇത്തരം ഭൗതിക സൗകര്യങ്ങളെ കൈമാറ്റം ചെയ്യുന്നതിന് കഴിയുമായിരുന്നില്ല. മുതലാളിത്ത പുനഃസ്ഥാപനത്തിലൂടെ മാത്രമേ ഇക്കാര്യം സാധ്യമാകു എന്ന് തിരിച്ചറിഞ്ഞ മേലാളവർഗ്ഗം സോവിയറ്റ് വ്യവസ്ഥയെ തകർക്കുന്നതിന് നേതൃത്വം നൽകി. ഗോർബച്ചേബിന്റെ സോഷ്യലിസ്റ്റ് പരിഷ്കരണപ്രവർത്തനങ്ങളെ വഴിതിരിച്ചുവിടുന്നതിനും അട്ടിമറിക്കുന്നതിനുമുള്ള ശ്രമം വിജയിപ്പിക്കാൻ ഇക്കൂട്ടർക്കായി. ഇതേത്തുടർന്ന് ഗോർബച്ചേബിന്റെ കൈയിൽ നിന്ന് കാര്യങ്ങൾ കൈവിട്ടുപോകുന്ന അവസ്ഥ സംജാതമായി.

സോവിയറ്റ് യൂണിയനോടൊപ്പം ഭരണസംവിധാനം തകർന്ന മറ്റ് സോഷ്യലിസ്റ്റ് രാജ്യങ്ങളുടേയും സ്ഥിതി വ്യത്യസ്തമായിരുന്നില്ല. സാമ്പത്തികമായി അവ തകർന്ന് തരിപ്പണമായി. അഴിമതി സാർവത്രികമായി. ഭരണാധികാരികൾ സുഖലോലുപരും ഏകാധിപതികളുമായി.

ജനസംഖ്യയിൽ ഒന്നാം സ്ഥാനം വഹിച്ചിരുന്ന രാജ്യമായ ചൈനയെക്കൂടാതെ ഉത്തരകൊറിയ, വിയറ്റ്നാം, ക്യൂബ, ലാവോസ് തുടങ്ങിയ രാജ്യങ്ങളിലും കമ്യൂണിസ്റ്റ് സാമൂഹിക വ്യവസ്ഥ ലക്ഷ്യമാക്കുന്ന ഭരണസംവിധാനമാണ് നിലവിലുള്ളത്. ലോകജനസംഖ്യയിൽ അഞ്ചിലൊന്നു ഭാഗത്തോളം ഈ രാജ്യങ്ങളിൽ അധിവസിക്കുന്നു. ഉത്തര കൊറിയയാകട്ടെ, കടുത്ത സ്വേച്ഛാധിപത്യത്തിൻ കീഴിലാണ്. അവിടെ സാഹചര്യങ്ങളുടെ സമ്മർദ്ദത്താലോ മറ്റുകാരണങ്ങളാലോ എന്തു നടക്കുന്നുവെന്നത് സംബന്ധിച്ച് പുറംലോകത്തിന് അറിവില്ല. ജനങ്ങളുടെ ജീവിതനിലവാരം എത്രത്തോളമുണ്ടെന്നോ, പൗരാവകാശങ്ങൾ സംരക്ഷിക്കപ്പെടുന്നുണ്ടെന്നോ

നമുക്കറിയില്ല. ചൈന ഒരേസമയം പ്രതീക്ഷകളുടേയും ആശങ്കകളുടേയും സന്ദേശം നൽകുന്നു. സാമ്രാജ്യത്വത്തെ ചെറുത്തുകൊണ്ട് വികസനമുന്നേറ്റം നടത്തുന്നതോടൊപ്പം മുതലാളിത്തപരീക്ഷണങ്ങൾ നടത്തുന്നതിന്റേതായ വാർത്തകൾ ആശങ്കകളും ഉയർത്തുന്നു. സ്വയം സമ്പൂർണ്ണമായ ഒരു സോഷ്യലിസ്റ്റ് സാമ്പത്തിക വികസനശാസ്ത്രം വിജയകരമായി ആവിഷ്കരിക്കുന്നതിന് സാധിച്ചിട്ടില്ല എന്നാണ് ഇതിൽനിന്നും നാം മനസ്സിലാക്കേണ്ടത്. വിയറ്റ്നാം അമേരിക്കൻ സാമ്രാജ്യത്ത്വത്തിനെതിരേ ശക്തമായി പൊരുതി വിജയംകണ്ടു. ക്യൂബ സോഷ്യലിസത്തിൽ അടിയുറച്ച് നിലകൊള്ളുന്നു. എന്നാൽ യഥാർത്ഥ കമ്യൂണിസം ഈ രാജ്യങ്ങളിലും നടപ്പായിട്ടില്ലെന്ന് കാണാം. മാർക്സ് വിഭാവനം ചെയ്തതുപോലെ ലോകവ്യാപകമായി ഒറ്റയടിക്ക് കമ്യൂണിസ്റ്റ് ആധിപത്യത്തിലുള്ള തൊഴിലാളിവർഗ്ഗഭരണകൂടം സ്ഥാപിതമാകാത്തത് ഇവയ്ക്കെല്ലാം ഒരു കാരണമാകാം. ഒറ്റയായ രാജ്യങ്ങളിൽ സോഷ്യലിസം വിജയിപ്പിക്കാനാകില്ലെന്ന് പിൽക്കാല ചരിത്രം വിലയിരുത്തിക്കൊണ്ട് ടെറി ഈഗിൽടെൻ നിരീക്ഷിക്കുന്നു. കാരണം ശക്തമായ ലോകമുതലാളിത്തം അതനുവദിക്കില്ല. ബഹുവിധമായ ഉപരോധങ്ങൾ അവയുടെ മേൽ അടിച്ചേൽപ്പിച്ച് ആ രാജ്യങ്ങളുടെ സാമ്പദ്വ്യവസ്ഥയുടെ അടിത്തറ ഇളക്കും. സ്വന്തം സാമ്പത്തികസ്രോതസ്സിനുള്ളിൽനിന്നുകൊണ്ട് മാത്രം ഒരു രാജ്യത്തിനും സ്വന്തമായി നിവർന്നുനിൽക്കാനാകില്ല. സ്വാഭാവികമായും മുതലാളിത്തപുനസ്ഥാപനത്തിലേക്ക് വഴിതെളിക്കപ്പെടും.

"മാർക്സിസ്റ്റുകാരാരെങ്കിലും ഒരു രാജ്യത്തുമാത്രമായി സോഷ്യലിസം നേടിയെടുക്കുക സാദ്ധ്യമാണെന്ന് ചിന്തിച്ചിട്ടില്ല. പ്രസ്ഥാനമൊന്നുകിൽ സാർവ്വദേശീയമാണ്. അല്ലെങ്കിൽ ഒന്നുമല്ല. ഇത് വെളിവോട്ടുകൂടിയ ഒരു ഭൗതികവാദ അവകാശവാദമായിരുന്നു". (Why Marx was right- ഈഗിൽടെൻ).

കമ്യൂണിസം നേരിടുന്ന വെല്ലുവിളികൾ

മുതലാളിത്തവും അത്യാധുനിക മാധ്യമങ്ങളും മതങ്ങളും പ്രതിലോമശക്തികളും മറ്റും ചേർന്ന് ജനസഞ്ചയത്തെയാകെ കമ്യൂണിസത്തിനെതിരായി മസ്തിഷ്ക പ്രക്ഷാളനം ചെയ്തിരിക്കുകയാണിന്ന്. കമ്യൂണിസ്റ്റ് ദർശനത്തിന് നേരിട്ട അന്തർദ്ദേശീയമായി പ്രത്യയശാസ്ത്ര മേൽക്കോയ്മ നഷ്ടം, സോഷ്യലിസവും കമ്യൂണിസവും ലക്ഷ്യമാക്കിയുള്ള ഭരണകൂടങ്ങളുടെ തകർച്ച, സോഷ്യലിസം തുടരുന്ന രാജ്യങ്ങളിൽത്തന്നെ വിവിധതരത്തിലുള്ള അടിച്ചമർത്തലുകൾ, ജനാധിപത്യധ്വംസനങ്ങളും പാർട്ടി മേധാവിത്വവും, ഭരണകൂടം അനുദിനം ശക്തിപ്പെടുന്ന കാഴ്ച, അവയുടെ പിന്തിരിപ്പൻ നിലപാടുകൾ, മുതലാളിത്ത പരിഷ്കരണ പരിപാടികൾ, മുതലാളിത്തത്തിലേക്ക് തിരിച്ചുപോക്കിനുള്ള പ്രവണതകൾ, മാർക്സിസത്തിന്റെ പ്രചാരണത്തിലും ആശയവ്യാപനത്തിലും ഉണ്ടായ തിരിച്ചടി, നേതൃത്വത്തിന്റെ ധാർമ്മികമായ അധഃപതനം, കമ്യൂണിസ്റ്റ് സാമൂഹ്യക്രമം സ്ഥാപിക്കുന്നതു സംബന്ധിച്ച ദാർശനികമായ ധാരണയില്ലായ്മ, പ്രത്യയശാസ്ത്രരംഗത്ത്കാലാനുസൃതമായ മാറ്റങ്ങൾ ഉൾക്കൊള്ളാനുള്ള വിമുഖത, വിവിധ രാജ്യങ്ങളിലെ കമ്യൂണിസ്റ്റ് പാർട്ടികൾ തമ്മിൽ അന്തർദ്ദേശീയമായി ഐക്യമില്ലായ്മ, അമേരിക്കൻ നേതൃത്വത്തിലുള്ള സാമ്രാജ്യത്വ ശക്തികളുടെ വളർച്ച, മത-വർഗ്ഗീയ ശക്തികളിൽ നിന്നുള്ള തെറ്റിദ്ധാരണാജനകമായ ആശയപ്രചാരണങ്ങൾ, കമ്യൂണിസ്റ്റാശയങ്ങളെയും പ്രസ്ഥാനങ്ങളെയും നേതാക്കളെയും തകർക്കുന്നതിന് കരുതിക്കൂട്ടിയുള്ളതും സംഘടിതവുമായ ഇക്കൂട്ടരുടെ

ശ്രമങ്ങളുടെ വിജയം തുടങ്ങിയവ കമ്യൂണിസ്റ്റ് അനുഭാവികളിൽപ്പോലും ആശങ്കകൾക്ക് കാരണമാകുന്നു.

കമ്യൂണിസം നേരിടുന്ന സംഘടനാപരവും ദാർശനികവുമായ വെല്ലുവിളികളായി ഇവയെ കാണണം. നാട്ടുവാഴിത്ത - മുതലാളിത്ത ഭരണകൂടങ്ങളുടെ ദുഷ്ചെയ്തികളാൽ നട്ടംതിരിയുന്ന മറ്റ് രാജ്യങ്ങളിലെ ജനത കമ്യൂണിസത്തിലേക്ക് ആകർഷിക്കപ്പെടുന്നില്ല. എന്നു മാത്രമല്ല, ആ പേരു പോലും അകറ്റിനിർത്താൻ ആവേശം കാണിക്കുന്നതിനുള്ള കാരണം ഇത്തരം നിരാശാജനകമായ വസ്തുതകളാണ്.

മുതലാളിത്തത്തെ എതിർക്കാനുള്ള സംഘടനകൾ ഇടതുപക്ഷം എന്ന പേരിലാണ് അറിയപ്പെടാൻ ആഗ്രഹിക്കുന്നത്. അതായത് ചൂഷണാധിഷ്ഠിതരാജ്യങ്ങളിൽ കമ്യൂണിസ്റ്റ് തത്ത്വശാസ്ത്രം പ്രചരിക്കപ്പെടുകയും സ്വീകാര്യമാകുകയും ചെയ്യുന്നില്ല എന്ന വസ്തുത നാം ഉൾക്കൊള്ളണം. എന്തുകൊണ്ടാണിതു സംഭവിക്കുന്നത്? മാർക്സിയൻ തത്ത്വശാസ്ത്രമനുസരിച്ച് ഇതല്ല സംഭവിക്കേണ്ടിയിരുന്നത്.

മാർക്സിസ്സത്തിന് നേരിടേണ്ടിവന്ന പ്രതിസന്ധിയെ സംബന്ധിച്ച് ലെനിൻ പ്രസ്താവിച്ചിട്ടുള്ളത് ശ്രദ്ധിക്കുക:

“മാർക്സിസം ഒരു മാമൂൽ പ്രമാണമല്ല. പൂർത്തിയാക്കപ്പെട്ടതും മുൻകൂർ തയ്യാർ ചെയ്തതും മാറ്റമില്ലാത്തതുമായ ഒരു തത്ത്വസംഹിതയല്ല, നേരേമറിച്ച് പ്രവർത്തനത്തിനുള്ള ജീവത്തായ ഒരു വഴികാട്ടിയാണ് എന്നതുകൊണ്ടുതന്നെയാണ് സാമൂഹികജീവിതസാഹചര്യങ്ങളിൽ അദ്ഭുതാവഹമായ തിടുക്കത്തോടെ വന്ന മാറ്റത്തെ അതു പ്രതിഫലിപ്പിക്കാതെ തരമില്ലാതിരുന്നത്. ആഴമേറിയ ശിഥിലീകരണത്തിലും അനൈക്യത്തിലും സർവ്വവിധ ചാഞ്ചാട്ടങ്ങളിലും ചുരുക്കിപ്പറഞ്ഞാൽ മാർക്സിസത്തിൽ വന്ന ഗുരുതരമായ ഒരു ആന്തരിക പ്രതിസന്ധിയിൽ ഈ മാറ്റം പ്രതിഫലിച്ചു. ഈ ശിഥിലീകരണത്തെ ദൃഢമായി ചെറുക്കുകയെന്നത് മാർക്സിസത്തിന്റെ അടിസ്ഥാനപ്രമാണങ്ങൾ ഉയർത്തിപ്പിടിക്കാൻ വാശിയോടും വീറോടും കൂടി പൊരുതുകയെന്നത്, വണ്ടും ആവശ്യമായി വന്നു. ആദ്യത്തെ കാലഘട്ടത്തിൽ മാർക്സിസത്തെ ഒഴിവാക്കാൻ നിവൃത്തിയില്ലാത്ത വർഗ്ഗങ്ങളിലെ അങ്ങേയറ്റം വിപുലമായ വിഭാഗങ്ങൾ അങ്ങേയറ്റം ഏകപക്ഷീയവും വെട്ടിമുറിക്കപ്പെട്ട വിധത്തിലുമാണ് ആ സിദ്ധാന്തത്തെ ഉൾക്കൊണ്ടത്. ചില ‘മുദ്രാവാക്യങ്ങൾ’ അടവിന്റെ പ്രശ്നങ്ങൾക്കുള്ള ചില ഉത്തരങ്ങൾ, അവർ ഉരുവിട്ടു പഠിച്ചു. എന്നാൽ ആ ഉത്തരങ്ങൾക്കുള്ള മാർക്സിസ്റ്റ് മാനദണ്ഡങ്ങൾ എന്താണെന്ന് അവർ മനസ്സിലാക്കിയില്ല. സാമൂഹികജീവിതത്തിന്റെ വിവിധ തുറകളിൽ

നടന്ന 'എല്ലാ മൂല്യങ്ങളുടെയും പുനർമൂല്യം' മാർക്സിസത്തിന്റെ ഏറ്റവും അമൂർത്തവും സാമാന്യവുമായ താത്ത്വികാടിസ്ഥാനപ്രമാണങ്ങളെ 'തിരുത്തിയെഴുതു'ന്നതിലേക്കു വഴിതെളിച്ചു. ആദർശവാദത്തിന്റെ വിവിധ ഛായകളിലുള്ള ബൂർഷ്വാ തത്ത്വശാസ്ത്രത്തിന്റെ സ്വാധീനം, മാർക്സിസ്റ്റുകാർക്കിടയിൽ പ്രത്യക്ഷപ്പെട്ടു. ചിന്തിക്കാതെയും മനസ്സിലാക്കാതേയും ഉരുവിട്ടു പഠിച്ച 'മുദ്രാവാക്യ'ങ്ങളുടെ ആവർത്തനം പൊള്ളയായ വായാടിത്തത്തിന്റെ വിപുലമായ വളർച്ചയ്ക്കു വഴിതെളിച്ചു." (മാർക്സിസത്തിന്റെ ചരിത്രപരമായ വികാസത്തിന്റെ ചില സവിശേഷതകൾ-ലെനിന്റെ ലേഖനം-1910).

ഒരു നൂറ്റാണ്ടുമുമ്പ് മാർക്സിസത്തെ ബാധിച്ച ഗുരുതരമായ ആന്തരിക പ്രതിസന്ധിയെസംബന്ധിച്ചാണ് ലെനിൻ ഇവിടെ വിശദീകരിക്കുന്നത്. ആ പ്രതിസന്ധിയിൽനിന്നും കരകയറാൻ മാർക്സിസ്സത്തിന് ഇന്നും കഴിഞ്ഞിട്ടില്ല എന്നു കാണാം.

മുതലാളിത്തത്തിന് കമ്യൂണിസത്തേക്കാൾ മേന്മയോ?

ഒന്നര നൂറ്റാണ്ടുകാലമായി കമ്യൂണിസത്തിന്റെ വ്യാപനത്തെ തടയുന്ന മുതലാളിത്തത്തിന് കമ്യൂണിസത്തെ അപേക്ഷിച്ച് എന്തെങ്കിലും മേന്മ അവകാശപ്പെടാനാകുമോ? മുതലാളിത്തരാജ്യങ്ങളിൽ സ്വകാര്യസ്വത്തിനുള്ള സ്വാതന്ത്ര്യം, വ്യവസായ സ്വാതന്ത്ര്യം, നവം നവങ്ങളായ ഉല്പാദനോപാധികളുടേയും ഉല്പന്നങ്ങളുടേയും കണ്ടുപിടുത്തത്തിനും ഉത്പാദനക്ഷമത വർദ്ധിപ്പിക്കാനുമുള്ള അവസരം തുടങ്ങിയവ ഉണ്ട് എന്നും കമ്യൂണിസത്തിൻ കീഴിൽ ഇവ നിഷേധിക്കപ്പെടുമെന്നും പ്രചരിപ്പിക്കപ്പെടുന്നു.

കൂടാതെ ജനങ്ങളുടെ ജീവിതനിലവാരം ഉയരും, വ്യക്തികൾക്ക് അവരുടെ കഴിവനുസ്സരിച്ചുള്ള പ്രതിഫലം ലഭിക്കപ്പെടും, വിഭവങ്ങൾ ശരിയായി വിനിയോഗിക്കപ്പെടും, സാധനങ്ങൾ തെരഞ്ഞെടുക്കാൻ ഉപഭോക്താവിന് പരമാധികാരമുള്ളതുകൊണ്ട് ആവശ്യത്തിനനുസ്സരിച്ച് ഉൽപ്പാദനം ക്രമീകരിക്കപ്പെടുകയും വിലസംവിധാനം സ്വയം നിർണ്ണയിക്കപ്പെടുകയും ചെയ്യും, ബാഹ്യമായ നിയന്ത്രണങ്ങളുടെ (Laissez-faire) അഭാവത്തിൽ സമ്പദ്‌വ്യവസ്ഥ പുരോഗതിയുടെ പരമോന്നതിയിലെത്തുമെന്നും പ്രചരിപ്പിക്കപ്പെടുന്നു.

കൂടാതെ മുതലാളിത്തത്തിന്റെ വികസന വക്താക്കൾ അവകാശപ്പെടുന്നത്; മുതലാളിമാർ ഈ സമൂഹത്തിൽ വളർന്നുവരികയും കൂടുതൽ കൂടുതൽ ഫാക്ടറികളും മറ്റ് ഉല്പാദന-സേവന സംവിധാനങ്ങളും സ്ഥാപിക്കപ്പെടുകയും ചെയ്യപ്പെടുന്നതുമൂലം തൊഴിലവസരങ്ങളും

ജനങ്ങളുടെ സാമ്പത്തിക സ്ഥിതിയും മെച്ചപ്പെടുന്നു. വിദ്യാഭ്യാസ സ്ഥാപനങ്ങൾ, ആതുരാലയങ്ങൾ തുടങ്ങി സമൂഹത്തിന് അവശ്യം വേണ്ടതായ ഭരണകൂടത്തെക്കൊണ്ട് സ്ഥാപിക്കാൻ ശേഷിയില്ലാത്ത സ്ഥാപനങ്ങൾ സ്ഥാപിക്കപ്പെടുന്നു. കൂടാതെ. വ്യവസായസ്ഥാപനത്തിനും വികസനത്തിനുമാവശ്യമായ വായ്പയെടുക്കാനുള്ള ബാങ്കിംഗ് സംവിധാനങ്ങളിലൂടെയും, ഓഹരികമ്പോളം, ബോണ്ടുകൾ(കടപത്രം), തുടങ്ങിയ ഫിനാൻഷ്യൽ എക്കോണമി എന്ന ഗണത്തിൽപ്പെടുന്ന പേപ്പറധിഷ്ഠിത ധനകാര്യ മാർഗ്ഗങ്ങളിലൂടേയും മൂലധനസ്വരൂപണത്തിന് നിരവധി വഴികൾ മുതലാളിത്തത്തിനുണ്ട്. ഇത്തരം മൂലധനസ്വരൂപണം നിലവിലുള്ളതും പുതിയതുമായ ഉല്പന്നങ്ങളുടെ ഉല്പാദന വികസനത്തിനെ സഹായിക്കുന്നു. അതിനാൽ മുതലാളിത്തവികസനപാതയാണ് മെച്ചം.

ഈ വാദങ്ങൾ എത്രയോ അയഥാർത്ഥമാണെന്ന് നമുക്കുമുന്നിലുള്ള അനുഭവം വെളിവാക്കുന്നു. സമ്പദ്ഘടനയെ ഭരിക്കുന്ന സാമ്പത്തിക പ്രവത്തർനങ്ങളിൽ നിന്ന് പൂർണ്ണമായും പിൻവാങ്ങി കമ്പോളത്തെ സ്റ്റേറ്റിന്റെ നിയന്ത്രണങ്ങളിൽ നിന്ന് മുക്തമാക്കുക എന്ന താച്ചർ-റീഗൻ ആശയത്തിലധിഷ്ഠിതമായ ആഗോളവത്കരണം, ഉദാരവത്കരണം. സ്വകാര്യവത്കരണം തുടങ്ങിയ നവലിബറൽ പരിഷ്കാരങ്ങൾ ലോകസമ്പദ്‌വ്യവസ്ഥക്ക് വരുത്തിയ മാരകമായ പ്രഹരം സോഷ്യലിസ്റ്റിതരരാജ്യങ്ങളിലെ ജനജീവിതം നരകതുല്യമാക്കിയിട്ടുണ്ട് എന്ന വസ്തുത നമ്മുടെ മുന്നിൽ വ്യക്തതയോടെ നിലനിൽക്കുന്നു. മാത്രമല്ലാ, ഫിനാൻഷ്യൽ എക്കോണമി ചീട്ടുകൊട്ടാരം പോലെ തകർന്നടിയുകയും സമ്പദ്‌വ്യവസ്ഥക്ക് മാരകമായ പ്രഹരം ഏല്പിക്കുകയും ചെയ്യപ്പെടുന്നു. ഊഹക്കച്ചവടം, വാതുവയ്പുകൾ തുടങ്ങിയവ സാമ്പത്തികരംഗത്തെ അരാജകത്വത്തിലേക്ക് തള്ളിവിടുന്നു. മുതലാളിത്തത്തെ കടിഞ്ഞാണില്ലാതെ മദിക്കാൻ വിട്ടിട്ടുള്ള അമേരിക്ക, ബ്രിട്ടൻ തുടങ്ങിയ വികസിതരാജ്യങ്ങളിൽപ്പോലും (ഈ രാജ്യങ്ങളുടെ സാമ്പത്തിക വളർച്ചയുടെ അടിത്തറ ലോകത്തിലെ ദുർബ്ബലരാജ്യങ്ങളെ ചൂഷണം ചെയ്യതിലൂടെയും യുദ്ധോപകരണങ്ങളുടെ കയറ്റുമതിയിലൂടെയും ഉണ്ടായതാണെന്ന വസ്തുത പ്രസ്താവ്യമാണ്) സാമ്പത്തികരംഗത്ത് വമ്പിച്ച അരാജകാവസ്ഥയും ഉച്ചനീചത്വവും തൊഴിലില്ലായ്മയും നിലനിൽക്കുന്നു. സ്വതന്ത്രവിപണി എന്ന മുതലാളിത്താശയം വിപണിയുടെ നിയന്ത്രണാധികാരം കുത്തകവത്കരിക്കപ്പെടുകയും തത്ഫലമായി സാധനങ്ങളുടെ വിലനിലവാരം ഗണ്യമായി ഉയർത്തപ്പെടുകയും വാങ്ങൽശേഷി

നഷ്ടപ്പെടുന്ന ജനങ്ങൾ പട്ടിണികിടന്നുമരിക്കുന്ന അവസ്ഥയിലേക്ക് നിപതിക്കുകയും ചെയ്യുന്നു. ഉല്പാദന- വിതരണ മേഖലകളുടെ ചുമതല പൊതു ഉടമസ്ഥതയിലാകേണ്ട ആവശ്യകതയിലേക്കാണിത് വിരൽ ചൂണ്ടപ്പെടുന്നത്.

മുതലാളിത്തം മനുഷ്യവിരുദ്ധം

മുതലാളിത്തം പ്രചരിപ്പിക്കുന്ന മേന്മകളേയും മേൽപ്പറഞ്ഞ സ്വാതന്ത്ര്യങ്ങളേയും സംബന്ധിച്ച് നാം ചർച്ചചെയ്തതാണ്. മുതലാളിത്തവക്താക്കൾ അവകാശപ്പെടുന്നതിന് നേരേ വിപരീതമാണ്സംഭവിച്ചുകൊണ്ടിരിക്കുന്നത്. കുത്തകമുതലാളിമാരാണ് എല്ലാം നിശ്ചയിക്കുന്നതും നേടുന്നതും. സമ്പത്ത് ഏതാനും ചിലരുടെ കൈപ്പിടിയിലാകുന്നു. സ്വകാര്യസ്വത്തിനുള്ള അവകാശമെന്നത് സമ്പത്ത് അമിതമായി നേടാനുള്ള അവസരമായി പരിമിതപ്പെടുത്തപ്പെടുന്നു. അദ്ധ്വാനവർഗ്ഗത്തിന് അതപ്രാപ്യമാണ്. ധനികരെ കൂടുതൽ ധനികരും ദരിദ്രരെ കൂടുതൽ ദരിദ്രരുമാക്കുന്നു. ദേശീയവരുമാനം അസമമായി വിതരണം ചെയ്യപ്പെടുന്നു. സാമൂഹ്യനന്മ മുതലാളിത്തത്തിന് പ്രശ്നമേയല്ല. ലാഭക്കൊതി എന്ന ഒറ്റ ലക്ഷ്യം മുൻനിർത്തി സമ്പത്തുല്പാദനം നിയന്ത്രിക്കപ്പെടുന്നു. അവശ്യ സാധനങ്ങളുടെ ഉല്പാദനത്തിന് പ്രാധാന്യം കല്പിക്കുന്നില്ല. ഗുണനിലവാരത്തിൽ ശ്രദ്ധിക്കുന്നില്ല. പരസ്യങ്ങൾക്കും മറ്റുമായി സമ്പത്ത് വൻതോതിൽ ദുർവ്യയം ചെയ്യപ്പെടുന്നു. ചരക്ക് അഥവാ ലാഭം കൊയ്യാനുള്ള ഉൽപ്പന്നങ്ങൾ മാത്രമാണ് ഉൽപ്പാദിപ്പിക്കുന്നത്. യുദ്ധോപകരണങ്ങൾക്കും സുഖലോലുപതക്കും വേണ്ടിയുള്ള വസ്തുക്കളുടെ ഉൽപ്പാദനത്തിന് പ്രാമുഖ്യം നൽകുന്നു. കുത്തകവത്ക്കരണം സാമൂഹ്യതാത്പര്യത്തിന് എതിരാകുന്നു. പ്രായോഗികമായി വിലനിശ്ചയിക്കുന്നത് കുത്തകകളായിത്തീരുന്നു. തുടരെത്തുടരെയുണ്ടാകുന്ന സാമ്പത്തികപ്രതിസന്ധികൾ തൊഴിലില്ലായ്മയ്ക്കും ക്ഷാമത്തിനും മറ്റ് അസ്വസ്ഥതകൾക്കും

കാരണമാകുന്നു. മുതലാളിത്തവികസന പാത പിന്തുടരുന്ന മിക്ക രാജ്യങ്ങളും ദശകങ്ങളായി അവികസിതമായിത്തന്നെ കഴിയുന്നു. വൻതോതിലുള്ള പ്രകൃതിചൂഷണവും പരിസ്ഥിതിമലിനീകരണവും അനുവദിക്കപ്പെടുന്നു. ദാരിദ്ര്യവും നിരക്ഷരതയും തൊഴിലില്ലായ്മയും വിലക്കയറ്റവും വികസിതമുതലാളിത്തരാജ്യങ്ങളിൽപ്പോലും വ്യാപകമായി നിലവിലുണ്ട്. സ്ത്രീകൾക്കെതിരെയുള്ള ചൂഷണവും അടിച്ചമർത്തലുകളും കുട്ടികൾക്കെതിരെയുള്ള ക്രൂരതകളും മുതലാളിത്തത്തിൽ വ്യാപകമാണ്. ബാലവേല, അവയവവ്യാപാരം എന്നിവയിലൂടെ ചൂഷകർ ലാഭം കൊയ്യുന്നു. ലോകത്തുനിലനില്ക്കുന്ന മിക്ക മാനുഷിക പ്രതിസന്ധികൾക്കും പ്രശ്നങ്ങൾക്കും കാരണം മുതലാളിത്തമാണ്. ജനതാത്പര്യത്തിനെതിരായ ഭരണമാണ് നടക്കുന്നത്. യഥാർത്ഥ ജനാധിപത്യം മുതലാളിത്തഭരണത്തിൻ കീഴിലില്ല. ജനാധിപത്യമുണ്ടെന്ന് തോന്നിപ്പിക്കുന്ന ചെപ്പടിവിദ്യയാണുള്ളത്. അഭിപ്രായസ്വാതന്ത്ര്യം അടിച്ചമർത്തപ്പെടുന്നു. മാധ്യമഭീമന്മാർ അഭിപ്രായരൂപീകരണം നടത്തുന്നു. ജനങ്ങളുടെ യഥാർത്ഥപ്രശ്നങ്ങൾക്ക് ഒരിക്കലും പ്രാധാന്യം നൽകപ്പെടുന്നില്ല

യുദ്ധങ്ങളെ സൃഷ്ടിക്കുക, നശീകരണം നടത്തുക, ദാരിദ്ര്യം അടിച്ചേൽപ്പിക്കുക, യാചകരെ സൃഷ്ടിക്കുന്ന സാഹചര്യമൊരുക്കുക, ജനങ്ങളെ അസാന്മാർഗ്ഗികളും നീതിരഹിതരുമാക്കുന്ന സാഹചര്യം സൃഷ്ടിക്കുക, കള്ളന്മാരേയും കൊള്ളക്കാരേയും വ്യഭിചാരക്കാരേയും ചൂതാട്ടക്കാരേയും കൂട്ടിക്കൊടുപ്പുകാരേയും കുലിത്തല്ലുകാരേയും തട്ടിപ്പുകാരേയും (ലുംബൻ പ്രോലിറ്റേറിയറ്റ്)വർഗ്ഗീയവാദികളേയും ഭീകരവാദി സംഘങ്ങളേയും അധോലോകത്തേയും സൃഷ്ടിക്കുന്ന വ്യവസ്ഥിതിയെ വളർത്തുക, മദ്യവും മയക്കുമരുന്നും യഥേഷ്ടം വിതരണം ചെയ്യുക തുടങ്ങിയ എല്ലാവിധ ധാർമ്മിക ച്യുതികളേയും താലോലിക്കുന്നതാണ് മുതലാളിത്തം. അത് വ്യക്തികളിൽ സാമ്പത്തിക അനിശ്ചിതത്വത്തിന്റെ അന്തരീക്ഷം സൃഷ്ടിക്കുന്നു. തനിക്കും തന്റെ പിൻഗാമികൾക്കും ഭാവിയിൽ എന്തുസംഭവിക്കുമെന്നുള്ള ഉത്ക്കണ്ഠ അവരെ എങ്ങനേയും സ്വകാര്യസ്വത്ത് സ്വരൂപിക്കുന്നതിന് പ്രേരിപ്പിക്കുന്നു.

ജീവിതത്തെ പരസ്പരമുള്ള മത്സരമായി മാറ്റുകയും നിലനില്പിനായി എല്ലാവരും ചെയ്യുന്ന എല്ലാവർക്കുമെതിരേയുള്ള യുദ്ധമാക്കി അതിനെ പരിണമിപ്പിക്കുന്ന സാഹചര്യമൊരുക്കുകയുമാണ് മുതലാളിത്തം ചെയ്യുന്നത്. എല്ലാവിധ മാനുഷികബന്ധങ്ങളേയും മുതലാളിത്തം അറുത്തുമുറിച്ചു. "മനുഷ്യനും മനുഷ്യനും തമ്മിൽ,

നഗ്നമായ സ്വാർത്ഥതയൊഴികെ, ഹൃദയശൂന്യമായ 'രൊക്കം പൈസ'യൊഴികെ, മറ്റൊരു ബന്ധവും അതു ബാക്കിവച്ചില്ല". (കമ്യൂണിസ്റ്റ് മാനിഫെസ്റ്റോ). യുദ്ധോപകരണങ്ങൾ ഉൽപ്പാദിപ്പിച്ച് അവയുടെ വൽപ്പനക്കായി യുദ്ധങ്ങളും കെടുതികളും സൃഷ്ടിക്കപ്പെടുന്നു. പുരോഗമന ശക്തികളുടെ വളർച്ച തടയുന്നതിന് വർഗ്ഗീയ-ഭീകരവാദ ഗ്രൂപ്പുകളെ ലോകമെങ്ങും വളർത്തിക്കൊണ്ടു വരുന്നു. രാഷ്ട്രത്തിന്റെ നയങ്ങൾ മുതലാളിമാർക്കുവേണ്ടിയുള്ളതാണ്. നവ ഉദാരവത്കരണതന്ത്രങ്ങളിലൂടെയും ഫിനാൻസ് മൂലധനത്തിലൂടേയും ഈ ചൂഷണ വ്യവസ്ഥ ലോകവ്യാപകമാക്കി അവികസിതരാജ്യങ്ങളെ ചൂഷണത്തിന്റെ കെണിയിൽപ്പെടുത്തുന്നു. ഇത് മനുഷ്യനെ അധാർമ്മികനാക്കുന്നു. അടിക്കടിയുണ്ടാകുന്ന സാമ്പത്തിക കുഴപ്പങ്ങളെ അതിജീവിക്കുന്നതിന് 'വികസിതമുതലാളിത്തരാജ്യങ്ങൾ' മൂന്നാംലോകരാജ്യങ്ങളെ കെണിയിൽപെടുത്തി ചൂഷണത്തിന് വിധേയമാക്കുന്നു. യഥാർത്ഥത്തിൽ അനീതിയിൽ അധിഷ്ഠിതമായ ഒരു അരക്ഷിത സാമ്പത്തിക-സാമൂഹിക വ്യവസ്ഥയാണത്. മുതലാളിത്തത്തിന്റെ ജനിതകകോഡ് (DNA) അത്തരത്തിലുള്ളതാണ്. ഡിമാന്റ് വർദ്ധിപ്പിക്കുന്നതിന് ആനുപാതികമായി സമ്പത്ത് വ്യവസ്ഥ പരിപോഷിക്കപ്പെടുമെന്ന സൈദ്ധാന്തിക നിലപാടിന്റെ ഭാഗമായി, കൂലി വർദ്ധിപ്പിക്കുന്നതിലൂടെ ജനങ്ങളുടെ വാങ്ങൽശേഷി വർദ്ധിപ്പിച്ച് അതിലൂടെ ഡിമാൻഡ് കൂട്ടി, അതനുസരിച്ച് ഉത്പാദനം കൂട്ടാനായി പുതിയ നിക്ഷേപം സൃഷ്ടിക്കാൻ സാഹചര്യമൊരുക്കി കൂടുതൽ വ്യവസായങ്ങൾ സ്ഥാപിക്കപ്പെട്ട്, അതുവഴി തൊഴിലവസരം വർദ്ധിപ്പിച്ച് സമ്പദ് വ്യവസ്ഥയെ പുരോഗതിയിലേക്ക് നായിക്കാനാകുമെന്നും അതുവഴി മുതലാളിത്തത്തിലെ അരാജകത്വങ്ങളെ അതിജീവിക്കാമെന്നുമുള്ള ജോൺ മേയ്നാർഡ് കേയിൻസിന്റെ (1853-1946) ആശയങ്ങൾ താൽക്കാലിക പരിഹാരം മാത്രമായിരുന്നു. ദീർഘകാലാടിസ്ഥാനത്തിൽ അത് പരാജയപ്പെട്ടു. ഇത്തരം ചെപ്പടിവിദ്യകൾ കൊണ്ട് അതിജീവിക്കാവുന്നതല്ല മുതലാളിത്തത്തിലെ അധാർമ്മികത. മുതലാളിത്തത്തിനും കമ്യൂണിസത്തിനും ബദലായി കണക്കാക്കി നടപ്പാക്കാൻ ശ്രമിച്ച മിശ്രസമ്പദ്‌വ്യവസ്ഥയാകട്ടെ (Mixed economy) പരാജയപ്പെട്ട ഒരു പരീക്ഷണമായിരുന്നു. കാലക്രമേണ അത് മുതലാളിത്തമായി മാറുന്ന കാഴ്ചയാണ് നമ്മുടെ മുന്നിലുള്ളത്. അതുപോലെ ഗാന്ധിയൻ ഗ്രാമസ്വരാജ് പ്രായോഗികമാക്കാനുള്ള ആത്മാർത്ഥമായ ശ്രമത്തിന്റെ അഭാവത്തിൽ പരാജയപ്പെട്ടു. ഇവയെല്ലാം തന്നെ മുതലാളിത്തത്തിന്റെ വകഭേദമായി മാറുകയാണുണ്ടായത്.

ലോകത്തെ ഏതൊരു രാഷ്ട്രീയപ്രസ്ഥാനത്തിനും ഭരണകൂടത്തിനും മുന്നിൽ ഇന്ന് രണ്ട് സാമ്പത്തിക വികസനമാതൃകകളേയുള്ളൂ. ഒന്നുകിൽ മുതലാളിത്തപാത, അതല്ലെങ്കിൽ കമ്യൂണിസ്റ്റ് പാത. രണ്ടിനുമിടയിൽ ഒരു നിലപാടെടുക്കാൻ കഴിയില്ല. മുതലാളിത്തമാതൃകയിലുള്ള ഭരണത്തിനെതിരെ മനംമടുത്ത ജനങ്ങൾ പലപ്പോഴും അതിൽനിന്ന് രക്ഷപ്പെടാൻ കമ്യൂണിസത്തെ വരിക്കുന്നതിനുപകരം ഇക്കാര്യത്തിൽ വ്യക്തമായ നിലപാടില്ലാത്ത പ്രസ്ഥാനങ്ങളേയോ മതത്തിന്റെ പ്രതിലോമതാത്പര്യങ്ങളിലധിഷ്ഠിതമായ പ്രസ്ഥാനങ്ങളേയോ പല രാജ്യങ്ങളിലും മാറിമാറി അധികാരത്തിലെത്തിക്കാറുണ്ട്. എന്നാൽ നിരാശയായിരിക്കും ഫലമെന്ന് എപ്പോഴും തെളിയിക്കപ്പെട്ടതാണ്. അതുപോലെ ജനങ്ങളുടെ വിപ്ലവ-പ്രതിരോധ പ്രവർത്തനങ്ങളെ വിലക്കെടുത്ത് പ്രതിലോമതയുടെ പടുകുഴിയിൽ എത്തിക്കുന്നതിൽ മുതലാളിത്തത്തിന്റെ ഇത്തരം പ്രച്ഛന്നവേഷധാരികൾ പലപ്പോഴും ലക്ഷ്യം കൈവരിക്കുന്നതായി ചരിത്രം രേഖപ്പെടുത്തുന്നു.

മുതലാളിത്തം ഇന്നത്തെ നിലയിൽ തുടരാനാകില്ല എന്നു വ്യക്തമാണ്. ബോധപൂർവ്വമായ ഇടപെടലുണ്ടായാലത് സോഷ്യലിസമായി വികസിക്കപ്പെടുകയോ ഇടപെട്ടില്ലെങ്കിലത് വംശീയത, വർഗ്ഗീയത, സങ്കുചിത ദേശീയത, ഭീകരത എന്നിവയിലേക്കും ഒടുവിൽ സാമൂഹ്യമായ മ്യൂട്ടേഷൻ സംഭവിച്ച് സമൂഹത്ത വിനാശകരമായ മൗലികവാദത്തിലേക്കും ഫാസിസത്തിലേക്കും കാടത്തത്തിലേക്കും നയിക്കപ്പെടാൻ വഴിതെളിക്കുകയോ ചെയ്യുമെന്ന വസ്തുതയിലേക്കാണ് വിരൽ ചൂണ്ടപ്പെടുന്നത്. (ഉദാഹരണം താലിബാൻ, നവനാസികത), കടുത്ത വലതുപക്ഷ രാക്ഷ്ട്രീയത്തിക്ക് ഒരു വിഭാഗം ലോകരാജ്യങ്ങളുടെ ഇന്നത്തെ പ്രയാണം സൂചിപ്പിക്കുന്നത് ബഹുഭൂരിപക്ഷം ആളുകളും മാനവികതയുടെ മാതൃകയായ കമ്യൂണിസത്ത അകറ്റിനിർത്തുന്നതുമൂലം സംഭവിക്കുന്ന ഈ അപകടത്തിലേക്ക് പോകുന്നുവെന്നുള്ളതാണ്. മുതലാളിത്തം സാർവ്വലൗകിക മാനവരാശിയുടെയാകെ ഐക്യത്തിന് വിലങ്ങുതടിയായി വർത്തിക്കുന്നു. അതൊരിക്കലും രാഷ്ട്രങ്ങളുടെ അതിരുകൾ വിട്ടുള്ള സാമൂഹികവ്യവസ്ഥയെപ്പറ്റി ചിന്തിക്കുന്നേയില്ല. സങ്കുചിതദേശീയത, മത, വംശീയ വിഭാഗീയതകൾ എന്നിവയിൽ വിശ്വസിക്കുകയും ഭരണം നിലനിർത്തുന്നതിന് ഇവയെ യഥേഷ്ടം ഉപയോഗിക്കുകയും ചെയ്യുന്നു. അതിനാൽ രാഷ്ട്രങ്ങളുടെ അതിർവരമ്പുകൾ അനുദിനം ശക്തിപ്പെടുകയും അത് യുദ്ധങ്ങളിലേക്കും അനേകമാളുകളുടെ മരണത്തിനും ദുരിതത്തിനും വഴിതെളിക്കപ്പെടുന്നതിന് സാഹചര്യമൊരുക്കുകയും ചെയ്യുന്നു.

ഭരണകൂടങ്ങളുടെ മർദ്ദന ശക്തിയാലും അടിച്ചമർത്തൽ-കടന്നുകയറ്റ മനോഭാവത്താലും കഷ്ടതയ്ക്ക് കാഠിന്യമേറുന്നു. സമ്പുഷ്ടമാക്കാൻ സാധിക്കുന്ന മാനവജീവിതത്തെ നരകതുല്യമാക്കുന്നത് മുതലാളിത്തവും അതിനെ താങ്ങിനിർത്തുന്ന അന്ധവിശ്വാസത്തിലധിഷ്ഠിതമായ സങ്കുചിത മത-വർഗ്ഗീയ സ്ഥാപനങ്ങളുമാണ്. കമ്യൂണിസം വിഭാവനം ചെയ്യുന്ന സാർവലൗകിക ഐക്യമാകട്ടെ മാനവരാശിയെയാകെ ഒന്നായിക്കാണുകയും രാഷ്ട്രങ്ങളുടെ, മതങ്ങളുടെ, ദേശീയതയുടെ, വംശീയതയുടെ, അതിർവരമ്പുകളില്ലാത്ത മാനവസാഹോദര്യത്തിന് കളമൊരുക്കുകയും ചെയ്യുന്നു. "ഒരു വ്യക്തി മറ്റൊരു വ്യക്തിയെ ചൂഷണം ചെയ്യുന്നതിന് അറുതിവരുത്തുന്ന അതേ തോതിൽത്തന്നെ ഒരു രാഷ്ട്രം മറ്റൊരു രാഷ്ട്രത്തെ ചൂഷണം ചെയ്യുന്നതിനും അറുതിവരും. ഒരു രാജ്യത്തെ വർഗ്ഗങ്ങൾ തമ്മിൽ വൈരമില്ലാതാകുന്ന അതേ തോതിൽത്തന്നെ ഒരു രാഷ്ട്രത്തിന് മറ്റൊരു രാഷ്ട്രത്തോടും ശത്രുതയില്ലാതാകും." (കമ്യൂണിസ്റ്റ് മാനിഫെസ്റ്റോ).

ആധുനിക ഉത്പാദനോപാധികൾ വികസിതമായ 20-ാം നൂറ്റാണ്ടിന്റെ ആരംഭത്തോടുകൂടി, ശാസ്ത്രീയസോഷ്യലിസം എന്ന പ്രായോഗികമാർഗ്ഗം പൊതുസമൂഹത്തിനുമുന്നിൽ ആവിഷ്കരിക്കപ്പെട്ട പശ്ചാത്തലത്തിൽ, ലോകമാകെ ശാസ്ത്രീയ സോഷ്യലിസം സ്ഥാപിക്കുന്നതിന് സാമൂഹിക-രാഷ്ട്രീയ മണ്ഡലങ്ങളിലെ തലപ്പത്തുണ്ടായിരുന്നവർ ഒന്നടങ്കം തയാറാകുകയും അതിനുവേണ്ടി പ്രയോഗത്തിന്റെ തത്വശാസ്ത്രം വികസിപ്പിക്കുന്നതിന് സന്നദ്ധമായി, സമൂഹത്തെ വിപ്ലവകരമായി ഉടച്ചുവാർക്കുന്ന പ്രക്രിയയിൽ സർവ്വാത്മനാ ഏർപ്പെടുകയും ചെയ്തിരുന്നെങ്കിൽ ലോകത്തിന്റെ തുടർന്നുള്ള ചരിത്രം എന്താകുമായിരുന്നു എന്ന് ഒരുനിമിഷം ചിന്തിച്ചുനോക്കുക: രണ്ട് ലോകമഹായുദ്ധങ്ങൾ ഒഴിവാക്കപ്പെട്ടുമായിരുന്നു. കോടിക്കണക്കിനു കുഞ്ഞുങ്ങളുൾപ്പെടെയുള്ള മനുഷ്യജീവൻ കൊലചെയ്യപ്പെടുകയില്ലായിരുന്നു, ഹിറ്റ്ലറും മുസ്സോളിനിയും ഗ്യാസ് ചേംബറും മറ്റും അരങ്ങ് വാഴുകയില്ലായിരുന്നു. ആൻഫ്രാങ്കിനെപ്പോലെയുള്ള ആയിരക്കണക്കിന് നിഷ്കളങ്കരായ കുഞ്ഞുങ്ങളുടെ സ്വപ്നം ചതഞ്ഞരയുകയില്ലായിരുന്നു. ഹിരോഷിമയും നാഗസാക്കിയും വെണ്ണീറാകുകയില്ലായിരുന്നു. മനുഷ്യചരിത്രത്തിലെ ഏറ്റവും ക്രൂരതനിറഞ്ഞ നൂറ്റാണ്ട് എന്ന് ഇരുപതാം നൂറ്റാണ്ട് മുദ്രകുത്തപ്പെടുന്ന സാഹചര്യം ഉരുത്തിരിയുകയില്ലായിരുന്നു. ഏഷ്യയിലും ആഫ്രിക്കയിലും മറ്റു വൻകരകളിലും ക്ഷാമംമൂലം കോടിക്കാണക്കിനുപേർ മരിക്കുകയില്ലായിരുന്നു. മതാടിസ്ഥാനത്തിലുള്ള രാജ്യങ്ങൾ ഉയർന്നുവികയില്ലായിരുന്നു.

അഭയാർത്ഥികൾ സൃഷ്ടിക്കപ്പെടുകയില്ലായിരുന്നു. സ്ത്രീസ്വാതന്ത്ര്യം ഹനിക്കപ്പെടുകയില്ലായിരുന്നു. മതപരമായ കലാപങ്ങളെത്തുടർന്ന് മനുഷ്യൻ മൃഗീയമായി വധിക്കപ്പെടുകയില്ലായിരുന്നു. കോടിക്കണക്കിനുപേർ അക്ഷരവെളിച്ചം കാണാതെ ജീവിക്കേണ്ടിവരികയില്ലായിരുന്നു. ചുരുക്കത്തിൽ കഴിഞ്ഞ ഒന്നേകാൽ നൂറ്റാണ്ടിനിടയിൽ ലോകത്ത് അരങ്ങേറിയ ദുരന്തങ്ങൾ, പ്രകൃതിദുരന്തങ്ങളൊഴികെയുള്ളവ, വലിയതോതിൽ ഒഴിവാക്കപ്പെടുമായിരുന്നു. മനുഷ്യർ സാമ്പത്തികപുരോഗതിയുടെ കൊടുമുടിയിലെത്തുമായിരുന്നു, സാഹോദര്യത്തിന്റെ സ്വർഗ്ഗവാതിൽ തുറക്കപ്പെടുമായിരുന്നു. ആത്മീയമായി ഔന്നത്യത്തിലെത്തുമായിരുന്നു.

മനുഷ്യൻ ഗോവസൂരിപ്രയോഗം കണ്ടുപിടിച്ചതോടുകൂടി അത് പ്രായോഗിക്കാൻ തുനിഞ്ഞിറങ്ങുകയും വസൂരി എന്ന മാരകരോഗത്തെ ഭൂമുഖത്തുനിന്ന് കെട്ടുകെട്ടിക്കുകയും ചെയ്തത് എത്ര മാനവികമായതും പ്രായോഗികമായതുമായ പ്രവൃത്തിയായിരുന്നോ അതിനെക്കാളുമെത്രയോ മാനവികവും മഹത്തരവുമായതാകുമായിരുന്നു അതെന്നകാര്യത്തിൽ രണ്ടുപക്ഷമുണ്ടാകാനിടയില്ല.

അങ്ങനെയൊരു അവസരം ലോകത്തിനുമുന്നിൽ കെട്ടിയടക്കപ്പെട്ടത് മുതലാളിത്തദുരയും സങ്കുചിത മത-രാഷ്ട്രീയ-മത-നേതൃത്വവുമാണെന്നതിൽ സംശയമില്ല. ലോകത്തെവിടേയും ഉയർന്നുവരുന്ന വിമോചനപ്രസ്ഥാനങ്ങളേയും പ്രക്ഷോഭങ്ങളേയും ഏതു മാർഗ്ഗവുമുപയോഗിച്ച് തകർക്കുക, സോഷ്യലിസത്തിലേക്ക് കടന്ന രാജ്യങ്ങളെ യുദ്ധമോ ഉപരോധങ്ങളോ പ്രതിലോമശക്തികളേയോ ഉപയോഗിക്കിച്ച് അട്ടിമറിക്കുക തുടങ്ങിയ സംഘടിതപ്രവർത്തനങ്ങൾ മുതലാളിത്തശക്തികളിൽ നിന്നുണ്ടാകുന്നതാണ് സോഷ്യലിസം പ്രതിസന്ധി നേരിടുന്നതിനുള്ള പ്രധാന കാരണങ്ങളിൽ ചിലത്. പ്രധാനമായും അമേരിക്കൻ ഐക്യനാടുകളുടെ നേതൃത്വത്തിലുള്ള മുതലാളിത്തത്തിന്റെ ഭാഗത്തുനിന്നുള്ള മാനവികമുഖമില്ലാത്ത ശക്തമായ എതിർപ്പാണ് ശാസ്ത്രീയസോഷ്യലിസം പ്രായോഗികമാക്കുന്നതിനുണ്ടാകുന്ന സമകാലിക ലോകത്തെ ഏറ്റവും വലിയ തടസ്സം.

മുതലാളിത്തത്തിന്റെ പ്രാരംഭകാലത്ത് ഫ്യൂഡലിസത്തിനും രാജവാഴ്ചക്കും മതപരമായ അടിച്ചമർത്തലുകൾക്കും എതിരേയുള്ളതും, അതേസമയം സ്വാതന്ത്ര്യം, ജനാധിപത്യം, സാഹോദര്യം തുടങ്ങിയ പുരോഗമനപരവും വിപ്ലവകരവുമായ ആശയങ്ങളുയർത്തി ക്രിയാത്മകമായ ചരിത്രദൗത്യം നിർവഹിച്ച മുതലാളിത്തം പക്ഷെ, പിന്നീടുള്ള

പ്രയാണത്തിനിടയിൽ വർഗ്ഗ സമരത്തെ ചെറുക്കുക എന്ന ലക്ഷ്യത്തോടെ മതവുമായും അവശേഷിച്ച ഫ്യൂഡലിസവുമായും കൂട്ടുകൂടുകയും അതിന്റെ പുരോഗമനസ്വഭാവം ഉപേക്ഷിക്കുകയും ചെയ്തു. ഇന്ന് അതിന്റെ സഹജമായ ലാഭേച്ഛ (Profit motive) ഉല്പാദനവളർച്ചയെ സഹായിക്കുന്നു എന്ന ഒരേയൊരു മേന്മയാണ് മുതലാളിത്തത്തിന് ചൂണ്ടിക്കാണിക്കാനുള്ളത്. അതുകൊണ്ടുള്ള നേട്ടം മുതലാളിക്കു മാത്രമാണ്. ധാർമ്മികമായ എന്തെങ്കിലും മേന്മയുണ്ടെന്ന് സ്ഥാപിക്കപ്പെട്ടിട്ടില്ല. മാനവികമായ മേന്മയൊന്നും അവകാശപ്പെടാനില്ല. മാത്രമല്ല, അതിന്റെ നിലനിൽപ്പിനായി എന്തു ഹീനകൃത്യത്തിലേർപ്പെടാനും മടികാണിക്കാറുമില്ലെന്ന് നാളിതുവരെയുള്ള ചരിത്രം നമ്മെ പഠിപ്പിക്കുന്നു.

കമ്യൂണിസം പരാജയപ്പെട്ട ദർശനമാണോ?

മാർക്സിസം നടപ്പിലാക്കാൻ ശ്രമിച്ച രാജ്യങ്ങളിലൊന്നും അത് വിജയിച്ചിട്ടില്ല. സമത്വം സ്ഥാപിച്ചില്ല. ജനങ്ങളുടെ ദുരിതം അവസാനിപ്പിച്ചില്ല. അത് സ്വേച്ഛാധിപത്യവും അഴിമതിയും വളർത്തി. വികസനമുരടിപ്പിന് കാരണമായി. വാഗ്ദത്ത സ്വർഗ്ഗം സ്ഥാപിച്ചില്ല. നിരീശ്വരവാദികളുടെ സമൂഹം സൃഷ്ടിക്കാൻ ശ്രമിച്ച് പരാജയപ്പെട്ടു. യാതൊരു ശാസ്ത്രീയ അടിത്തറയും ഇതിനില്ല. ഇങ്ങനെ അനേകം വിമർശനങ്ങളാണ് കമ്യൂണിസത്തിനെതിരേ എതിരാളികൾ ഇന്ന് ഉയർത്തിവിടുന്നത്.

വിമർശകർ ആരോപിക്കുന്നതുപോലെ കമ്യൂണിസം പരാജയപ്പെട്ട ഒരു ദർശനമാണോ? ജനങ്ങൾ തള്ളിക്കളഞ്ഞ ഒരു തത്ത്വശാസ്ത്രമാണോ? അതു നടപ്പാക്കാൻ ശ്രമിച്ചയിടങ്ങളിലെല്ലാം തകർന്നടിഞ്ഞു എന്ന ആരോപണത്തിൽ കഴമ്പുണ്ടോ? അതൊരു ഉട്ടോപ്പിയൻ ആശയമാണോ?

ഇത്തരം വിമർശനങ്ങളുടെ കാതൽ സോവിയറ്റ് യൂണിയന്റെ തകർച്ചയും അതേത്തുടർന്ന് ലോകത്തുണ്ടായ സംഭവവികാസങ്ങളും നിലവിലുള്ള ചില സോഷ്യലിസ്റ്റ് രാജ്യങ്ങളുടെ ഭാഗത്തുനിന്നുണ്ടാകുന്ന കമ്യൂണിസത്തിന് മാതൃകാപരമല്ലാത്ത നിലപാടുകളുമാണ്.

മാർക്സിസ്റ്റ് ദർശനം ഉദയം കൊള്ളാത്ത ഒരു ആധുനികലോകത്തെക്കുറിച്ച് സങ്കല്പിച്ചുനോക്കുക. ബൂർഷ്വാ ജനാധിപത്യാശയങ്ങൾ ഉയർത്തിവിട്ട സാമൂഹിക സമത്വത്തിനായുള്ള (സ്വാതന്ത്ര്യം, സമത്വം, സാഹോദര്യം എന്നിവയായിരുന്നു ഫ്രഞ്ച് വിപ്ലവാശയങ്ങൾ എന്ന്

ഓർക്കുക) വിപ്ലവങ്ങളുടെ രക്തസാക്ഷികൾ പ്രധാനമായും ആദ്ധ്വാനിക്കുന്നവരായ സാധാരണതൊഴിലാളികളായിരുന്നെങ്കിലും അത്തരം വിപ്ലവങ്ങൾക്കെന്തുപറ്റിയെന്ന് നമുക്കറിയാം. 1789-ലെ ഫ്രഞ്ച് വിപ്ലവവും 1848-ലെ ജർമ്മനിയിലെ വിപ്ലവവും വളർന്നുവരുന്ന മുതലാളിത്തശക്തികൾ ഹൈജാക്ക് ചെയ്യുകയും ഇവിടങ്ങളിലെല്ലാം തൊഴിലാളികൾ നിഷ്ഠുരമായി അടിച്ചമർത്തപ്പെടുകയും മുതലാളിത്ത സംസ്ഥാപനം നടപ്പാക്കുകയും ഉച്ചനീചത്വങ്ങൾ പതിൻമടങ്ങ് ശക്തിയോടെ ദൃഢമാക്കപ്പെടുകയുമാണുണ്ടായത്. തൊഴിലാളി വർഗ്ഗത്തിന് മൂർത്തമായ ഒരാശയസംഹിതയോ അവരുടെ മോചന മാർഗ്ഗത്തെപ്പറ്റി ദിശാബോധമോ മാർക്സിസം രൂപം കൊള്ളുന്നതിന് മുമ്പ് ഇല്ലായിരുന്നു. ദാർശനികമായ അടിത്തറയില്ല എന്നതായിരുന്നു ഇത്തരം വിപ്ലവങ്ങളുടെ പരാജയത്തിന് പ്രധാന കാരണം. അതുപോലെ ലോകചരിത്രത്തിൽ എത്രയോ നിഷ്ഠുരമായ അടിച്ചമർത്തലുകൾക്കെതിരേ പ്രതിഷേധിക്കാനാകാതെ ജനത ചതഞ്ഞരഞ്ഞ അനുഭവമുണ്ടായിട്ടുണ്ട്. അനിവാര്യമായ പല വിപ്ലവങ്ങളും നടക്കാതെപോയിട്ടുണ്ട്. "സിദ്ധാന്തമില്ലാതെ പ്രയോഗമില്ല. പ്രയോഗമില്ലാത്ത സിദ്ധാന്തം വന്ധ്യമാണ്. സിദ്ധാന്തമില്ലാത്ത പ്രയോഗം അന്ധമാണ്" (ലെനിൻ).

മാർക്സിനുമുമ്പേ തന്നെ വർഗ്ഗവൈരുദ്ധ്യം എന്ന സങ്കല്പനം ഉരുത്തിരിഞ്ഞു വന്നിരുന്നെങ്കിലും തൊഴിലാളി എന്ന ചൂഷിതവർഗ്ഗവും മുതലാളി എന്ന ചൂഷകവർഗ്ഗവും നിലവിലുണ്ടെന്ന് വ്യക്തതയോടെ അവതരിപ്പിക്കുകയും മുതലാളിത്തചൂഷണമാണ് ഇന്നത്തെ ലോകത്തെ ദുരിതങ്ങൾക്ക് കാരണമെന്നും അതിനാലവർക്ക് പരസ്പരവിരുദ്ധങ്ങളായ താല്പര്യങ്ങളുണ്ടെന്നും തൊഴിലാളിക്ക് സംഘടിക്കാൻ കഴിയുമെന്നും അവരുടെ മോചനത്തിനായി സമരം ചെയ്യാനാകുമെന്നും പഠിപ്പിച്ചത് മാർക്സിസ്സമായിരുന്നു. ലിഖിതചരിത്രത്തിലിന്നോളം നിലനിന്ന വർഗ്ഗങ്ങളും വർഗ്ഗതാല്പര്യങ്ങളുമുള്ള സാമൂഹികവ്യസ്ഥ അവസാനിപ്പിച്ച് വർഗ്ഗരഹിതവും സമത്വസുന്ദരമായ ഒരു സമൂഹസൃഷ്ടി സാധ്യമാണെന്നും അതിന് തൊഴിലാളിവർഗ്ഗം നേതൃത്വം നൽകണമെന്നും പഠിപ്പിച്ചത് മാർക്സിസമാണ്.

സമത്വസുന്ദരമായ ലോകത്തെക്കുറിച്ചുള്ള സങ്കല്പം മാർക്സിനുമുമ്പ് ലോകത്ത് ഉണ്ടായിരുന്നുവെങ്കിലും അതിന് മൂർത്തത കൈവന്നത് മാർക്സിസ്സത്തോടെ ആയിരുന്നു എന്ന് നാം ഓർക്കണം. മനുഷ്യസമൂഹത്തിന്റെ അടിസ്ഥാന ഘടനയേയും, നാളിതുവരെയുള്ള വളർച്ചയേയും വിശദീകരിക്കുന്നതിനോടൊപ്പം അതിന്റെ സർവ്വതോന്മുഖമായ വികസനവും ക്ഷേമവും ഐശ്വര്യവും അതോടൊപ്പം പ്രപഞ്ചത്തിൽ

ജീവന്റെ നിലൽപ്പിനാധാരമായ പരിസ്ഥിതിസംരക്ഷണവും ലക്ഷ്യ മാക്കിയുള്ള ശാസ്ത്രീയമായ വേറൊരു തത്വശാസ്ത്രം ഇല്ല എന്ന കാര്യ ത്തിൽ രണ്ടുപക്ഷമില്ല. ലിഖിതചരിത്രത്തിലന്നോളം ബഹുഭൂരിപ ക്ഷം വരുന്ന അദ്ധ്വാനിക്കുന്ന മനുഷ്യരും ചൂഷകവർഗ്ഗത്തിന്റെ നുക ത്തിനടിയിൽ അടിമകളായി, അവകാശബോധമില്ലാതെ, സംഘട നാബോധമില്ലാതെ എല്ലാം സഹിച്ച് ജീവിതം ഹോമിക്കപ്പെട്ടുവാൻ നിർബ്ബന്ധിതരായിരുന്നു. മർദ്ദിതരുടെ ഒറ്റക്കും കൂട്ടായും ഉണ്ടായ പ്രതിഷേധങ്ങളെല്ലാം അടിച്ചമർത്തപ്പെട്ടുകയായിരുന്നു. പ്രതിഷേ ധിച്ചവർ നിഷ്ഠൂരമായി വധിക്കപ്പെട്ടുകയായിരുന്നു. ലോകത്തിന്റെ യഥാർത്ഥ അവകാശി സ്വകാര്യസ്വത്തിന്റെ ഉടമകളാണെന്ന് സ്ഥാ പിക്കപ്പെട്ടിരുന്നു. മതങ്ങൾ ഇത്തരം അവകാശവാദങ്ങളെ പിന്തുണ ക്കുന്ന പക്ഷത്തായിരുന്നു. മുജ്ജന്മസുകൃതമാണ് ഉള്ളവനുണ്ടാകാൻ കാരണമെന്നും കർമ്മദോഷമാണ് ഇല്ലാത്തവനെ സൃഷ്ടിച്ചതെന്നും വിധിച്ച് മതങ്ങൾ വ്യവസ്ഥയെ സാധൂകരിച്ചു. ദുഃഖിതരോട് മരണാന ന്തരം സ്വരഗരാജ്യമുണ്ടെന്ന് പറഞ്ഞ് സാഹിക്കണമെന്ന് പഠിപ്പിച്ചു. എന്നാൽ അദ്ധ്വാനിക്കുന്നവനാണ് ലോകം സൃഷ്ടിക്കുന്നതെന്നും അവ നാണ് ലോകത്തിലെ സകല നേട്ടങ്ങൾക്കും ഉത്തരവാദിയെന്നും അതിനാൽ ലോകം അവർക്കുള്ളതാണെന്നും ആദ്യമായി തെളിയി ച്ചത് മാർക്സായിരുന്നു.

മാർക്സിസ്സത്തിന്റെ അഭാവത്തിൽ മുതലാളിത്തം ചരിത്രത്തിന്റെ അവസാനമാണെന്ന് ഘോഷിക്കപ്പെട്ടുകയും സ്ഥാപിക്കപ്പെട്ടുകയും ലോകക്രമം ഉത്പാദനോപാദികളുടെ ഉടമകൾക്കുമാത്രമായി പരിമി തപ്പെട്ടുത്തുകയും ചെയ്യുമായിരുന്നു. സോവിയറ്റ് യൂണിയന്റെ പതന ത്തിനുപിന്നാലെ ഫ്രാൻസിസ് ഫുക്കുയാമ 'The end of Htsiory and the Last Man'എന്ന ഗ്രന്ഥത്തിലൂടെ ഈ ആശയത്തിന് പ്രചാരം നൽകിയത് നാം കണ്ടതാണ്. മുതലാളിത്തത്തിനും ആഗോളവ ത്കരണത്തിനും ബദലില്ല എന്ന് പ്രഖ്യാപിച്ച് നിയോ-ലിബറലി സത്തിന്റെ 'ടീന'(TINA-There Is No Alternative) എന്ന മുദ്രാവാക്യം ഘോഷിക്കപ്പെട്ടത് കേവലം സോഷ്യലിസത്തിനേറ്റ താത്കാലിക തിരിച്ചടിയുടെ പശ്ചാത്തലത്തിലാണ് എന്ന കാര്യം ശ്രദ്ധേയമാണ്. അന്യത്ര സൂചിപ്പിച്ചതുപോലെ 'അർഹതയുള്ളവയുടെ അതിജീവനം' എന്ന സിദ്ധാന്തം സമൂഹത്തിൽ പ്രാവർത്തികമാക്കുകയും ഫാസിസ്റ്റ് ശൈലിയിൽ ദുർബ്ബലരെ ഒന്നടങ്കം വംശഹത്യക്ക് വിധേ യമാക്കുകയും ചെയ്യപ്പെട്ടുമായിരുന്നു. തൊഴിലാളിവർഗ്ഗത്തിന് വർഗ്ഗ ബോധം സൃഷ്ടിക്കപ്പെട്ടുകയില്ലായിരുന്നു. തൊഴിലാളികൾക്ക് സംഘ ടനാബോധം ഉണ്ടാകുമായിരുന്നില്ല. സമരങ്ങളിലൂടെ അവകാശങ്ങൾ

നേടിയെടുക്കാൻ സാഹചര്യം സൃഷ്ടിക്കപ്പെടുകയില്ലായിരുന്നു. വർഗ്ഗസമരമെന്ന ആശയത്തിന് വ്യാപകമായ സ്വീകാര്യത ഉരുത്തിരിയുകയില്ലായിരുന്നു. ലോകമെങ്ങും അടിച്ചമർത്തലുകൾക്കെതിരേ ഉയരുന്ന സമരങ്ങൾക്ക് ദിശാബോധം ഉണ്ടാകുമായിരുന്നില്ല.

അദ്ധ്വാനവർഗ്ഗജനവിഭാഗങ്ങൾക്കെതിരേ ശക്തമായ അടിച്ചമർത്തലുകൾക്ക് നേതൃത്വം നൽകിയിരുന്ന മുതലാളിത്ത രാജ്യങ്ങൾ മാർക്സിസത്തിന്റെ സാന്നിദ്ധ്യം കൊണ്ടുമാത്രം എത്രയോ മയപ്പെട്ടുകയുണ്ടായി, പൗരാവകാശങ്ങൾ ജനങ്ങൾക്ക് അനുവദിച്ചുകൊടുക്കാൻ ഭരണാധികാരികൾ നിർബന്ധിതരായി. തൊഴിലാളികളെ പച്ചയായി ചൂഷണം ചെയ്യുന്നതിൽനിന്നും പിന്തിരിയാൻ കാരണമായി. പരിമിതമായെങ്കിലും തൊഴിലാളിക്ഷേമനടപടികൾ സ്വീകരിക്കപ്പെട്ടു. നിസ്വവർഗ്ഗത്തിന്റെ അവകാശങ്ങൾ പരിമിതമായെങ്കിലും അംഗീകരിക്കാൻ ഭരണകൂടങ്ങൾ നിർബ്ബന്ധിതമായി.

ചരിത്രപരമായ ഭൗതികവാദത്തിന്റെ ഭാഗമായി സാമൂഹ്യ ഘടന രൂപപ്പെടുന്നതിൽ ഉത്പാദനവ്യവസ്ഥ നിർവ്വഹിക്കുന്ന പങ്ക്, മുതലാളിത്തത്തിന്റെ വളർച്ച, മുതലാളിത്ത സാമ്പത്തിക പ്രതിസന്ധികൾ, വർഗ്ഗചൂഷണം തുടങ്ങി മാർക്സിസം ആവിഷ്കരിച്ചിട്ടുള്ള സിദ്ധാന്തങ്ങൾ വസ്തുതാപരമായി സുവ്യക്തമാണെന്നും സാമൂഹികഘടനയെ ഗുണപരമായി മാറ്റുന്നതിലേക്ക് വെളിച്ചംവീശുന്നതാണെന്നുമുള്ള കാര്യം ആർക്കും നിഷേധിക്കാനാകാത്ത സത്യമായി തുടരുന്നു.

മാർക്സിസ്റ്റ്-ലെനിനിസ്റ്റ് സാമ്പത്തിക പരീക്ഷണങ്ങൾ എല്ലാ അർത്ഥത്തിലും പരാജയമയിരുന്നോ? അല്ലെന്ന് നിസംശയം പറയാം. തിരിച്ചടികളുണ്ടായിട്ടുണ്ട്. ഒരു നൂറ്റാണ്ട് കാലയളവ് ചൂഷണമുക്തമായ സാമൂഹികസൃഷ്ടിക്കായുള്ള ഒരു സമ്പദ്‌വ്യവസ്ഥയെ സംബന്ധിച്ചിടത്തോളം ദീർഘമായ ഒന്നല്ല. വിലയിരുത്തലിനുള്ള സമയപരിധിയല്ല. ഒരു പ്രായോഗിക രീതിശാസ്ത്രം രൂപപ്പെടുന്നത് അനേകം പരാജയങ്ങളിൽ നിന്ന് പാഠം ഉൾക്കൊണ്ട് വികസിച്ചാണ്.

വിപ്ലവങ്ങളുടേയും പ്രതിവിപ്ലവങ്ങളുടേയും പരമ്പരതന്നെ സൃഷ്ടിക്കപ്പെട്ടേക്കാം. തിന്മ സൃഷ്ടിക്കാൻ ക്ലേശമോ കാലയളവോ ആവശ്യമില്ല. എന്നാൽ നന്മയുടെ സൃഷ്ടി ക്ലേശരഹിതമല്ല, ഷിപ്രസാദ്ധ്യവുമല്ല. അതേസമയം അസാദ്ധ്യവുമല്ല. ആവശ്യകതയാണ് പിറവിയുടെ മാതാവ് എന്നത് സുവിദിതമാണല്ലോ. മാത്രമല്ല, ഏതെങ്കിലും ഒരു രാജ്യത്തെ സോഷ്യലിസ്റ്റുവത്കരണത്തിന്റെ പരാജയത്തിൽ നിന്ന് സോഷ്യലിസം അപ്രായോഗികമായ

ഒന്നാണെന്ന് വിലയിരുത്താനാകില്ല എന്ന് ടെറി ഈഗിൾടെൻ ചൂണ്ടിക്കാട്ടുന്നു. "നിസ്സഹയമാം വണ്ണം ഒറ്റപ്പെട്ട ഒരു രാജ്യത്തിന്റെ ഫലങ്ങൾവച്ച് സോഷ്യലിസത്തെ വിലയിരുത്തുകയെന്നത് കുറച്ചു മനോരോഗികളുടെ ഒരു പഠനത്തിൽ നിന്ന് മനുഷ്യരാശിയെക്കുറിച്ചുള്ള നിഗമന ത്തിലെത്തുന്നതുപോലെയാണ്"(Why Marx was right) രേഖപ്പെടുത്തിയിട്ടുള്ളത് എത്രയോ ശരിയാണ്.

മാർക്സിസ്റ്റാചാര്യന്മാർ നിഷ്കർഷിച്ചിരുന്നതുപോലെ അതിനെ ഒരു പ്രയോഗത്തിന്റെ തത്വശാസ്ത്രമായി വികസിപ്പിക്കുന്നതിലുണ്ടായവീഴ്ചയാണ് ഈ തിരിച്ചടികൾക്ക് ഒരു കാരണം. മുൻ അനുഭവത്തിന്റെ അഭാവമാണ് പ്രാക്സിസത്തിന്റെ വീഴ്ചക്കുള്ള മറ്റൊരു കാരണം. അയ്യായിരത്തിലധികം വർഷങ്ങളായി ലോകത്ത് നിലനിൽക്കുന്ന ചൂഷണവ്യവസ്ഥ അവസാനിപ്പിച്ച് മാരകമായ പ്രഹരശക്തി പ്രയോഗിക്കാൻ ശക്തിയുള്ള മുതലാളിത്തത്തെ വെല്ലുവിളിച്ചുകൊണ്ട് ചൂഷണവിമുക്തമായ പുതിയൊരു വ്യവസ്ഥ സ്ഥാപിക്കാൻ ശക്തമായ എതിർപ്പുകൾക്കിടയിൽ ബോധപൂർവ്വം ശ്രമിക്കുമ്പോഴുണ്ടായേക്കാവുന്ന സ്വാഭാവികതിരിച്ചടികളാണിവ. മുതലാളിത്തത്തിന്റെ പ്രഹരശക്തി എത്രയോ കടുത്തതാണ്. സമൂഹത്തിലിന്നേവരെ ഉടലെടുത്തിട്ടുള്ള എല്ലാവിധ പ്രതിലോമ ശക്തികളും ആയുധങ്ങളും കുടിലബുദ്ധികളും പ്രയോഗിക്കാൻ ശക്തരാണവർ. മുമ്പുണ്ടായിരുന്ന സമ്പദ്‌വ്യവസ്ഥകളെല്ലാംതന്നെ ആരും ബോധപൂർവ്വം സൃഷ്ടിച്ചവയായിരുന്നില്ല. ഉൽപ്പാദനബന്ധങ്ങൾക്ക് ഉൽപാദനശക്തിയുടെമേൽ ആധിപത്യമുണ്ട് എന്നത് യാഥാർത്ഥ്യമാണെങ്കിലും അതനുസ്സരിച്ച് സാമൂഹികപരിലർത്തനം നടക്കുന്നതിന് കാലപരിധി ഉണ്ടാകണമെന്ന് ശഠിക്കാനാകില്ല. അതേസമയം ചൈന, ക്യൂബ തുടങ്ങിയ രാജ്യങ്ങൾ ആശങ്കകൾക്കിടയിലും പ്രയോഗത്തിന്റെ തത്വശാസ്ത്രരംഗത്ത് ചുവടുകൾ ഉറപ്പിച്ചിട്ടുണ്ട് എന്നുകാണുന്നത് അഭ്യുദയകാംഷികൾക്ക് പ്രതീക്ഷക്ക് വക നൽകുന്നു. മുതലാളിത്തത്തിന് ബദൽ ഉണ്ട്, ദുരിതങ്ങൾക്ക് അറുതിവരുത്താനാകും എന്ന് തെളിയിക്കപ്പെട്ടുകൊണ്ടിരിക്കുന്നു. അതിനാൽ മാർക്സിസം എല്ലാ അർത്ഥത്തിലും ലോകത്തിന് പ്രതീക്ഷ നൽകുന്നു. കമ്യൂണിസത്തിന് ഭാവിയുണ്ടോ എന്ന ആശങ്കയല്ല, കമ്യൂണിസമില്ലാതെ മാനവരാശിക്ക് ഭാവിയുണ്ടോ എന്നാണ് ചിന്തിക്കേണ്ടത്.

കമ്യൂണിസമല്ലാതെ ബദൽ ഉണ്ടോ?

നല്ലൊരു സാമൂഹിക സൃഷ്ടിക്ക് കമ്യൂണിസമല്ലാതെ ബദൽ സിദ്ധാന്തങ്ങളോ മാർഗ്ഗങ്ങളോ ഉണ്ടോ? മനുഷ്യഭാവനയിലും പ്രായോഗികതലത്തിലും ഏറ്റവും നല്ല സമൂഹത്തെ സൃഷ്ടിക്കുക എന്നതാണ് കമ്യൂണിസം ലക്ഷ്യമാക്കുന്നത്.

ഇരുട്ടിനെ മാറ്റാൻ വെളിച്ചം സൃഷ്ടിക്കുകയല്ലാതെ മറ്റൊരു മാർഗ്ഗം ഇല്ലാത്തതുപോലെയാണിത്. വെളിച്ചത്തിന് ബദലാകാൻ മറ്റൊന്നിനുമാകാത്തതുപോലെ കമ്യൂണിസത്തിനു ബദലാകാൻ വേറെ വ്യവസ്ഥയ്ക്കാകില്ല.

എന്നാൽ ആ വെളിച്ചം സൃഷ്ടിക്കാൻ മാർക്സിസത്തിന് പൂർണ്ണമായി കഴിയണമെന്നുണ്ടെങ്കിൽ വരുത്തേണ്ടതായ പ്രയോഗത്തിന്റെ തത്വശാസ്ത്രമന്തെന്ന്, അതായത് പ്രാക്സിസ് എന്താണെന്ന് നാം കണ്ടെത്തേണ്ടിയിരിക്കുന്നു. സാമ്പത്തിക പശ്ചാത്തലം എത്രതന്നെ അനുഗുണമായാലും മാർക്സിസം-ലെനിനിസം സ്ഥാപിതമാക്കാൻ അവസരം ലഭിച്ച രാജ്യങ്ങളിൽ അത് വിജയകരമാക്കപ്പെടുന്നതിനും സ്ഥാപിതമാകാത്ത രാജ്യങ്ങളിലേക്ക് വ്യാപിപ്പിക്കുന്നതിനും മറ്റുചില ഘടകങ്ങൾ കൂടി ഒത്തുവരേണ്ടതുണ്ടെന്നും മുതലാളിത്തം സ്വാഭാവികപരിണാമത്തിലൂടെ കമ്യൂണിസത്തിലേക്ക് പരിവർത്തനം ചെയ്യപ്പെടുകയില്ലെന്നും ചരിത്രം നമ്മെ ബോധ്യപ്പെടുത്തുന്നു. അവയെന്തെന്ന് പരിശോധിക്കപ്പെടണം.

"പടിഞ്ഞാറൻ ഡെമോക്രസികളിൽ മുതലാളിത്തവും ആഭാസകരമായ ചൂഷണവ്യവസ്ഥയുമാണ് കൊടികുത്തിവാഴുന്നത്. എന്നിട്ടും

ആ രാജ്യങ്ങളിൽ ഒരു സോഷ്യലിസ്റ്റ് വിപ്ലവം നടക്കുന്നില്ല. എന്തുകൊണ്ട്? ഈ ചോദ്യത്തിന് ഇറ്റാലിയൻ കമ്യൂണിസ്റ്റ് വിപ്ലവകാരിയായിരുന്ന അന്റോണിയോ ഗ്രാംഷി സമാധാനം കണ്ടെത്തുന്നത് ഹെജിമനി (Hegemony)യുടെ സ്വത്വവിശ്ലേഷണത്തിൽക്കൂടിയായിരുന്നു. ആധിപത്യം കൈയാളുന്ന മേലാളവർഗ്ഗം സമൂഹത്തെ ചുമ്മാതങ്ങ് ഭരിക്കുകയല്ല; ധാർമ്മികവും (Moral) ധൈഷണികവും (Intellectual) ആയ നേതൃത്വം ഏറ്റെടുത്തുകൊണ്ട് അതിനെ നയിക്കുകയും ചെയ്യുന്നു. ഇതാണ് ഹിഗമെനിയുടെ സ്വഭാവം. അടിച്ചമർത്തലും ചൂഷണവും നടത്തുന്നു. അതേസമയം നല്ലപിള്ള ചമയുന്നു. സാമൂഹികസുസ്ഥിരതയുടേ (Social stabiltiy)യും പൊതുസമ്മതത്തിന്റേയും (Concensus) കാലാവസ്ഥ സൃഷ്ടിക്കാൻ ശ്രമിക്കുന്നു. ഇതൊക്കെ ഹെജിമനിയുടെ തന്ത്രങ്ങളാണ്. നിലവിലുള്ള അധികാരഘടനയുമായി കീഴാളരെ വിളക്കിച്ചേർക്കുക: മേലാളവർഗ്ഗത്തിന്റെ ആശയങ്ങളേയും മൂല്യങ്ങളേയും ലക്ഷ്യങ്ങളേയും സാംസ്കാരികവും രാഷ്ട്രീയവുമായ നില പാടുകളേയും അവരെക്കൊണ്ട് അംഗീകരിപ്പിക്കുക; ഇതൊക്കെയാണ് ഹെജിമനിയുടെ അജണ്ട. അധികാരവർഗ്ഗത്തിന്റെ താത്പര്യങ്ങളെ സമൂഹത്തിന്റെ മൊത്തതാത്പര്യങ്ങളായി നിർവചിക്കുന്നു." (പ്രൊഫ:വി. സുകുമാരൻ-മാർക്സിയൻ സൗന്ദര്യശാസ്ത്രം-നവസിദ്ധാന്തങ്ങൾ-ചിന്ത പബ്ലിഷേർസ്-പേജ്-15).

മുതലാളിത്തം അതിന്റെ ചൂഷണം നിർബാധം തുടരുന്നതിന് വഴിയൊരുക്കുന്ന ഒരു ഘടകം പ്രത്യയശാസ്ത്രമേൽക്കോയ്മ അനുകൂലമായതിനാലാണ്. സോഷ്യലിസ്റ്റ് വിപ്ലവത്തിന്റെ വിദൂര സാദ്ധ്യതയെക്കുറിച്ചുപോലും ജനങ്ങളെ ചിന്തിപ്പിക്കാതിരിക്കുന്നതിനുള്ള അന്തരീക്ഷം സൃഷ്ടിക്കുന്നത് ഇതാണ്.

ഭൗതികപ്രപഞ്ചത്തിലെ മാറ്റമനുസ്സരിച്ചാണ് ആശയപ്രപഞ്ചം രൂപംകൊള്ളുന്നതെന്ന് മാർക്സിസം ചൂണ്ടിക്കാട്ടുന്നു. അതേസമയം ആശയപ്രപഞ്ചം രൂപപ്പെട്ടുകഴിഞ്ഞാൽ അതിനൊരു സ്വതന്ത്രപദവി കൈവരുമെന്നും വിശദീകരിക്കുന്നുണ്ട്. "ഒരു ആശയം ബഹുജനങ്ങളെ ഗ്രസിച്ചുകഴിഞ്ഞാൽ അതൊരു ഭൗതികശക്തിയായി മാറു"മെന്നും മാർക്സ് ഓർമ്മിപ്പിക്കുന്നു. തലകുത്തിർനിത്തപ്പെട്ട ലോകത്തിലെ ആശയപ്രപഞ്ചവും സ്വയം തലകുത്തിനിർത്തപ്പെട്ടതായിരിക്കും. അത്തരം ആശയങ്ങൾക്കും ഭൗതികശക്തിയാകാനാകും. അവ സ്വാഭാവികമായും പ്രതിലോമകരമായ സമൂഹത്തെ മാത്രമേ സൃഷ്ടിക്കുകയും നിലനിർത്തുകയുമുള്ളൂ. എന്നാൽ പ്രതിലോമകരങ്ങളായ സമൂഹത്തിലും സാഹചര്യങ്ങളിലും അവയ്ക്കെതിരെ ചിന്തിക്കുകയും

ആശയങ്ങളും പ്രത്യയശാസ്ത്രങ്ങളും സമരങ്ങളും ഉയർത്തിക്കൊണ്ടു വരികയും ചെയ്താണ് വിപ്ലവപ്രസ്ഥാനങ്ങൾ വളർന്നുവന്നിട്ടുള്ളത് എന്നത് ചരിത്രവസ്തുതയാണ്. അതിനാൽ നേരായ ആശയങ്ങളെ ഉയർത്തിക്കൊണ്ടുവന്ന് അതൊരു ഭൗതികശക്തിയായി പ്രയോജനപ്പെടുത്തി നേരായ ലോകം സൃഷ്ടിക്കുന്നതിനായുള്ള വിപ്ലവത്തിന് പശ്ചാത്തലമൊരുക്കാൻ സാധിക്കുകയും അത് അനിവാര്യവുമാണ്.

അതായത്, ഹെഗിമനി എന്ന പരികല്പനയെ ഗ്രാംഷി പരാമർശിച്ചിട്ടിട്ടില്ലാത്ത മറ്റൊരാശയതലത്തിൽ കമ്യൂണിസ്റ്റുകാർക്കും പ്രയോജനപ്പെടുത്താമെന്നുകാണാവുന്നതാണ്.

സാമ്പത്തിക-രാഷ്ട്രീയ പശ്ചാത്തലം ഉള്ളതുകൊണ്ടുമാത്രം സോഷ്യലിസ്റ്റ് വിപ്ലവം ഉണ്ടാകുകയില്ലെന്നും അവ വിപ്ലവത്തിന് സഹായകമായ അടിത്തറ സജ്ജമാക്കുക മാത്രമാണ് ചെയ്യുന്നതെന്നും സാംസ്കാരിക-ധൈഷണിക മണ്ഡലങ്ങളിലും കമ്യൂണിസ്റ്റാശയങ്ങൾ മേൽക്കൈ നേടാനായാലേ വിപ്ലവത്തിനും വിപ്ലവാനന്തര മുന്നേറ്റങ്ങൾക്കും സമൂഹത്തെ സജ്ജമാക്കാനാകു എന്നും വ്യാഖ്യാനിക്കാവുന്നതും അത് വസ്തുതകൾക്ക് നിരക്കുന്നതുമാണ്. രാഷ്ട്രീയാധിപത്യം നേടുന്നതിനും അതു നിലനിർത്തുന്നതിനും വിപ്ലവപാർട്ടിയുടെ ശാക്തീകരണത്തോടൊപ്പം സാംസ്കാരിക-ധൈഷണികമണ്ഡലങ്ങളിൽ പ്രത്യയശാസ്ത്രമേൽക്കോയ്മ നേടേണ്ടതും അനിവാര്യമാണ്. വിപ്ലവപാർട്ടിയുടെ ശാക്തീകരണവും പ്രത്യയശാസ്ത്രമേൽക്കോയ്മയും പരസ്പരപൂരകങ്ങളായ ഘടകങ്ങളാണ്. പ്രത്യയശാസ്ത്രമേൽക്കോയ്മയുടെ കാര്യത്തിൽ മുതലാളിത്തം ചുരുക്കം ചില സന്ദർഭങ്ങളിലൊഴികെ എക്കാലത്തും മേൽക്കൈ നേടിയിരുന്നു. അത്തരം മേൽക്കൈ ഇപ്പോഴും തുടരുന്നു. സാംസ്കാരിക-ധൈഷണിക ഘടകങ്ങൾക്കും ചരിത്രനിർമ്മിതിയിൽ പരമപ്രധാന സ്ഥാനമുണ്ടെന്നുള്ള ഗ്രാംഷിയുടെ നിരീക്ഷണം പ്രധാനപ്പെട്ടതാണ്.

"തത്വചിന്തകന്മാർ ലോകത്തെ പലതരത്തിൽ വ്യാഖ്യാനിക്കുക മാത്രമേ ചെയ്തിട്ടുള്ളു, എന്നാൽ അതിനെ മാറ്റുകയെന്നതാണ് കാര്യം", എന്ന മാർക്സിന്റെ ഉദ്ബോധനത്തിലും ധൈഷണിക മണ്ഡലത്തിന് ചരിത്രത്തെ മാറ്റുന്നതിനുള്ള കഴിവിനെ എടുത്തുകാട്ടുന്നു.

ഈ പ്രത്യയശാസ്ത്രമേൽക്കോയ്മയാണ് മുതലാളിത്തത്തെ സംരക്ഷിച്ചു നിർത്തുന്ന പ്രധാന ഘടകമെന്ന് കാണാം. അതിനാൽ ഹെജിമനിയെ പുതിയ രൂപത്തിൽ കമ്യൂണിസത്തിന് അനുഗുണമായി രൂപപ്പെടുത്തേണ്ടത് അനിവാര്യമാണ്. വർത്തമാനകാലം

അതാവശ്യപ്പെടുന്നു. എന്തുകൊണ്ട് അത്തരം രൂപപ്പെടുത്തൽ സാധ്യമല്ല ?

മുതലാളിത്തരാജ്യങ്ങളിൽ ബഹുഭൂരിപക്ഷവും പാർലമെന്ററി ജനാധിപത്യ ഭരണക്രമം അംഗീകരിച്ചവയാണ്. മറ്റുള്ളവ, മതപരമായ നിയമങ്ങളുടെ അടിസ്ഥാനത്തിൽ പ്രവർത്തിക്കുന്നവയോ രാജാധിപത്യമോ, രണ്ടും കൂടിയോ ആകാം. ജനാധിപത്യഭരണക്രമം നിലവിലുള്ള രാജ്യങ്ങളിൽ ജനാധിപത്യം, സ്വകാര്യസ്വത്തിനുള്ള സ്വാതന്ത്ര്യം, മതസ്വാതന്ത്ര്യം, ആരാധനാ സ്വാതന്ത്ര്യം തുടങ്ങിയവയുണ്ടെന്ന് പ്രചരിപ്പിക്കപ്പെടുന്നു. മാർക്സിസ്റ്റ്-ലനിനിസ്റ്റ് രാജ്യങ്ങളിൽ ഈ അവകാശങ്ങൾ നിഷേധിക്കപ്പെടുന്നതായും പ്രചരിപ്പിക്കപ്പെടുന്നു. കൂടാതെ മുമ്പ് നാം ചർച്ചചെയ്ത മുലാളിത്തസമ്പദ്‌വ്യവസ്ഥക്ക് ഉണ്ടെന്ന് അവരുടെ വക്താക്കൾ പറയുന്ന ഗുണഗണങ്ങളും പ്രചരിപ്പിക്കപ്പെടുന്നു. ഈ ആശയങ്ങൾ സൃഷ്ടിക്കുന്ന പ്രത്യയശാസ്ത്രമേൽക്കോയമയുടെ പശ്ചാത്തലത്തിലാണ് മുതലാളിത്തം അതിന്റെ വെന്നിക്കൊടി പാറിച്ചുകൊണ്ടിരിക്കുന്നത്.

മുതലാളിത്തത്തിന്റെ ആയുധങ്ങൾ

അടിക്കടിയുണ്ടാകുന്ന മുതലാളിത്ത സാമ്പത്തിക കുഴപ്പം, തൊഴിലാളികളുടെ ജീവിതനിലവാരത്തിലെ തകർച്ചയും അനിശ്ചിതത്വവും, തൊഴിലില്ലായ്മ, ദാരിദ്ര്യം നിരക്ഷരത തുടങ്ങിയ പ്രതിസന്ധികൾ മൂർച്ഛിച്ചുവരികയും മുലാളിത്ത പ്രചാരണങ്ങൾ ഫലമില്ലാതെ വരികയും ചെയ്യപ്പെടുന്ന അവസ്ഥയെ മുന്നിൽ കണ്ട് മുതാളിത്തം നിരവധി ആയുധങ്ങൾ അവരുടെ പ്രത്യയശാസ്ത്രമൂശ യിൽ കരുതിവച്ചിട്ടുണ്ട്. സന്ദർഭാനുസരണം അവ ഒന്നൊന്നായി എടുത്ത് പ്രയോഗിക്കാനാരംഭിക്കുന്നു. മതം, ആത്മീയത, വർഗ്ഗീയത, സങ്കുചിത ദേശീയത, വർണ്ണവെറി, വംശീയത, പ്രലോഭനം, യുദ്ധം തുടങ്ങിയവ മുതലാളിത്തത്തിന്റെ ആവനാഴിയിലെ ആയുധങ്ങളിൽ ചിലതാണ്. എല്ലാ കാലത്തും ചൂഷകവർഗ്ഗം ഇത്തരം അടവുകൾ പയറ്റി വിജയിച്ചിട്ടുണ്ട്. പ്രതിസന്ധി ഘട്ടങ്ങളിൽ ഇവയിലേതെ ങ്കിലുമോ ആവശ്യാനുസരണമുള്ളവയോ സന്ദർഭത്തിനനുസ്സരിച്ച് എടുത്ത് പ്രയോഗിക്കപ്പെടുന്നു. ഈ കെണിയിൽ വീഴുന്ന തൊഴി ലാളിവർഗ്ഗം തുടർച്ചയായി പരാജയമടയുന്നു. സ്വന്തം ശവക്കുഴി സ്വയംതോണ്ടുന്നതിനുള്ള സാഹചര്യമൊരുക്കപ്പെടുന്നു. ജീവിത ദുരിതവും അറ്റമില്ലാതെ തുടരുന്നു. ഇതാണ് വികസിത-വികസ്വര രാജ്യമെന്യേ ഇന്ന് അനുഭവിച്ചുകൊണ്ടിരിക്കുന്നത്. മതപരമായ നിയമങ്ങളുടെ അടിസ്ഥാനത്തിലുള്ള രാജ്യങ്ങളിലാകട്ടെ, ചോദ്യം ചെയ്യാനുള്ള എല്ലാ അവകാശങ്ങളും അന്ധമായ മതാരാധനയിലും ഈശ്വാരാധനയിലും ആചാരങ്ങളിലും വിശുദ്ധഗ്രന്ഥങ്ങളിലുള്ള

വിശ്വാസങ്ങളിലും സ്വയം തന്നെ മുക്കിക്കളയുകയും മരണശേഷമുള്ള സ്വർഗ്ഗാരോഹണവും അവിടത്തെ സുഖസൗകര്യങ്ങളെക്കുറിച്ചുള്ള പൊള്ളയായ സ്വപ്നങ്ങളിലും സംതൃപ്തിയടയാനും വ്യക്തികൾ പ്രേരിതമാകുന്നു. മേൽപ്പറഞ്ഞവയൊന്നും തന്നെ വിജയിക്കാനാകാത്ത സാഹചര്യമുണ്ടായാൽ മുതലാളിത്തം അതിന്റെ അവസാനത്തെ ആയുധമായ ഭീഷണിയും ഉന്മൂലനവും എന്ന മാർഗ്ഗം പ്രായോഗിച്ചേക്കും.

വ്യക്തികളുടേയും സമൂഹത്തിന്റേയും സാംസ്കാരിക-ധൈഷണിക മണ്ഡലങ്ങളിൽ സമർത്ഥമായി സ്വാധീനമുറപ്പിച്ചാണ് ഇന്ന് മുതലാളിത്തം നിലനിൽക്കുന്നതെന്ന് കാണാം. ഈ സാഹചര്യത്തെ മുറിച്ചുകടക്കുന്നതിന് കമ്യൂണിസ്റ്റാശയങ്ങളെ പ്രചണ്ഡമായ പ്രചാരണത്തിലൂടെ ജനഹൃദയങ്ങളിലെത്തിക്കുക എന്ന കടമ നാം ഏറ്റെടുക്കേണ്ടിയിരിക്കുന്നു. ആധുനികമായ എല്ലാ സാധ്യതകളേയും പ്രയോജനപ്പെടുത്താനാകണം. കലാ-സാഹിത്യമേഖലകളുടെ പ്രാധാന്യം തിരിച്ചറിഞ്ഞ് ഇടപെടേണ്ടിയിരിക്കുന്നു. വർഗ്ഗബോധം വളർത്തി ചൂഷണത്തിനെതിരേയുള്ള സമരങ്ങൾ നയിക്കുന്നതിന് ഐക്യബോധമുള്ള വിപ്ലവപാർട്ടി കെട്ടിപ്പടുക്കുകയാണ് ഇവയിൽ ഏറ്റവും പ്രാധാന്യമർഹിക്കുന്ന ഘടകം.

മുതലാളിത്ത പ്രത്യയശാസ്ത്രമേൽക്കോയ്മയെ സഹായിക്കുന്ന ശക്തമായ ഒരു മേഖല മതവും ആത്മീയതയുമാണ്. സുപ്രധാനമായ ഈ വിഷയത്തിൽ കമ്യൂണിസത്തിന്റെ ഭാഗത്തുനിന്ന് ദാർശനികമായ ഒരു പുനഃപരിശോധന നടത്തേണ്ടതുണ്ട് എന്നു നാളിതുവരെയുള്ള മാർക്സിസ്സത്തിന്റെ പ്രയോഗത്തിന്റേയും വിജ്ഞാന വിസ്ഫോടനത്തിന്റേയും വെളിച്ചത്തിൽ ബോധ്യമാകുന്നതാണ്. വൈരുദ്ധ്യാത്മക ഭൗതികവാദം രൂപംകൊണ്ടിട്ട് ഒന്നര നൂറ്റാണ്ട് കഴിഞ്ഞിരിക്കുന്നു. ഇതിന്റെ ഭാഗമായ ഭൗതികവാം ഭാഗികമായെങ്കിലും നടപ്പാക്കാൻ ശ്രമിച്ച രാജ്യങ്ങളിലോ മറ്റുരാജ്യങ്ങളിലോ അധിവസിക്കുന്ന ജനങ്ങളെ മതം, ആത്മീയത തുടങ്ങിയ വിഷയങ്ങളിൽ നിന്ന് മുക്തമാക്കാനായിട്ടില്ല. അഭൂതപൂർവ്വമായ പ്രപഞ്ചവിജ്ഞാനവും കണ്ടുപിടുത്തങ്ങളും നടന്ന കാലഘട്ടമാണ് കടന്നുപോയത്. ജനമനസ്സുകളിൽ ശാസ്ത്രബോധം വളർത്തി ഇവ ഉച്ചാടനം ചെയ്യപ്പെടുന്നതിനുള്ള ശ്രമം വിജയിച്ചിട്ടില്ല. എന്നാൽ ശാസ്ത്രബോധം വളർത്തുന്നതിനായുള്ള ശ്രമം തുടരേണ്ടതുണ്ട് എന്ന കാര്യത്തിൽ തർക്കമില്ല. അതേസമയം, പൊതുവിൽ സമൂഹത്തിന് ദോഷം ചെയ്യാത്തതും വിമോചനാത്മകമായ ഘടകങ്ങളെ കണ്ടെത്തി കമ്യൂണിസ്റ്റ് സാമൂഹിക ക്രമം

സൃഷ്ടിക്കാനനുഗുണമായ സാംസ്കാരിക-ധൈഷണിക പശ്ചാത്തല മൊരുക്കാൻ കഴിയുമെന്നും അതനിവാര്യമാണെന്നും കാണാനാകും. ലാറ്റിനമേരിക്കൻ രാജ്യങ്ങളിൽ ക്രിസ്തുമതത്തെ ഗുണപരമായി പരിവർത്തനപ്പെടുത്തി വളർന്നുവന്നിട്ടുള്ള വിമോചനദൈവശാസ്ത്രവുമായി (Liberation theology) സഹകരിക്കുന്ന മാതൃകയിൽ ഇതരമതങ്ങളിലും ഇത്തരം നിലപാടുകൾ സാധ്യവും ആവശ്യവുമാണ്. കൂടാതെ, മതങ്ങൾ പൊതുവിൽ ഉയർത്തിക്കാട്ടുന്നതും ചൂഷണസമൂഹത്തിൽ പ്രായോഗികമാക്കാൻ സാധിക്കാത്തതെന്നു തെളിയിക്കപ്പെട്ടിട്ടുള്ളതുമായ ധാർമ്മിക സന്ദേശങ്ങൾ കമ്യൂണിസ്റ്റ് സമൂഹത്തിൽ പ്രാവർത്തികമാക്കാൻ ശ്രമിക്കുന്നത് ജനങ്ങളിൽ സമൂഹത്തിനുവേണ്ടി ജീവിക്കുന്നതിനും അദ്ധ്വാനിക്കുന്നതിനും പ്രേരണനൽകുന്നതും ഉത്തരവാദിത്വബോധം സൃഷ്ടിക്കുന്നതിന് സഹായകമാകുന്നതും അതേസമയം ചൂഷണമുക്തസമൂഹത്തിൽ പ്രായോഗികമാക്കാൻ കഴിയുന്നതുമാണ്. അതോടൊപ്പം ഭൗതികവാദത്തിന്മേൽ പൊളിച്ചെഴുത്ത് അനിവാര്യമാണെന്ന് ആധുനിക ഭൗതികവിജ്ഞാനത്തിന്റേയും സോവിയറ്റ് യൂണിയനിലേയും മറ്റ് സോഷ്യലിസ്റ്റ് രാജ്യങ്ങളിലേയും ജനതയുടെ ജീവിതാനുഭവങ്ങളുടേയും പ്രതികരണങ്ങളുടേയും വെളിച്ചത്തിൽ പഠിക്കുമ്പോൾ ബോധ്യമാകുന്നതാണ്.

ഭൗതികപ്രപഞ്ചത്തിന് ഒന്നിലധികം തലങ്ങൾ (Diomensions) ഉണ്ടെന്നതാണ് വസ്തുത. ദ്രവ്യം അഥവാ പദാർത്ഥം കൊണ്ടാണ് പ്രപഞ്ചവും അതിന്റെ ഭാഗമായ മനുഷ്യനുൾപ്പെടേയുള്ള ജീവജാലങ്ങളും ഉണ്ടായിട്ടുള്ളത് എന്ന ഭൗതികവാദനിലപാടും, ചരിത്രപരമായ ഭൗതികവാദമനുസ്സരിച്ച് സമൂഹം വികസിച്ചതുസംബന്ധിച്ച സിദ്ധാന്തങ്ങളും കമ്യൂണിസ്റ്റ് സാമൂഹ്യവ്യവസ്ഥ സ്ഥാപിക്കപ്പെടേണ്ടതിന്റെ അനിവാര്യതസംബന്ധിച്ചുമുള്ള മാർക്സിയൻ നിലപാടുകളും വസ്തുതാപരമാണ്. തദനുസ്സരണമായി ഡാർവിന്റെ പരിണാമസിദ്ധാന്തം ഉൾക്കൊണ്ടിട്ടുണ്ടിട്ടുള്ളതും യുക്തിപരം തന്നെയാണ്. എന്നാൽ, ദ്രവ്യം രൂപംകൊണ്ടതുസംബന്ധിച്ചും അതിന്റെ സ്വാഭാവത്തിലുള്ള സങ്കീർണ്ണതകളെക്കുറിച്ചും ഇന്ന് ഭൗതികശാസ്ത്രത്തിന് ലഭ്യമായ അറിവിന്റെ അടിസ്ഥാനത്തിൽ ഭൗതികവാദത്തിന്മേൽ പ്രത്യയശാസ്ത്രപരമായ പുതിയ നിലപാടുകൾ അനിവാര്യമാണോ എന്ന വിഷയം ചർച്ചയ്യേണ്ടതല്ലേ. പ്രാചീനകാലംമുതൽക്കേ ആത്മീയവാദികൾ പ്രചരിപ്പിച്ചുവരുന്ന പ്രപഞ്ചത്തിന്റെ ഭൗതികാതീതമായ അവസ്ഥ എന്ന വിശ്വാസത്തെ സാധൂകരിക്കുന്ന അറിവുകളാണ് പ്രപഞ്ചത്തിന്റേയും പദാർത്ഥത്തിന്റേയും ഉൽപ്പത്തിയേയും അവയുടെ

സങ്കീർണ്ണതകളേയും കുറിച്ച് ആധുനിക ശാസ്ത്രതത്ത്വങ്ങളായ ബിഗ്ബാംഗ് തിയറി, ക്വാണ്ടം മെക്കാനിക്സ്, Particle Physics അഥവ High Energy Physics എന്നിവ അനാവരണം ചെയ്യുന്നതെന്ന് ഇന്ന് അന്വേക്ഷണകുതുകികളായ സൂക്ഷ്മദൃക്കുകൾ സ്വാഭവികമായും ചിന്തിക്കുന്നു. ചരിത്രനിർമ്മിതിയിൽ മനുഷ്യാദ്ധ്വാനത്തിന്റെ പങ്ക് നിരാകരിക്കുകയും കേവലാത്മാവിന്റെ നിയന്ത്രണത്തിന് വിധേയമാണ് ചരിത്രപുരോഗതിയെന്ന് വിലയിരുത്തുകയും ചെയ്തതാണ് മാർക്സ് ഹെഗലിനെ തിരുത്താൻ കാരണം, ഇക്കാര്യത്തിൽ ഹെഗൽ തികച്ചും തെറ്റായിരുന്നു. മാർക്സ് ശരിയുമായിരുന്നു. എന്നാൽ ഭൗതികാതീതാവസ്ഥ അഥവാ കേവലാവസ്ഥ എന്ന തലം പ്രപഞ്ചത്തിനുണ്ട് എന്ന കാര്യം മേൽ ശാസ്ത്രസിദ്ധാന്തങ്ങളുടെ വെളിച്ചത്തിൽ അനാവരണം ചെയ്യപ്പെടുകയാണെന്നത് പ്രബലമായ ഒരു യുക്തിവിചാരമായി വളർന്നുകഴിഞ്ഞിട്ടുണ്ട്, പ്രപഞ്ചത്തിന്റെ ഈ തലത്തെ മാർക്സിസം നിരാകരിക്കുന്നു. അവ പരിഗണിക്കപ്പെടുന്നതുകൊണ്ട് മാർക്സിസ്സത്തിലെ ചരിത്രപരമായ ഭൗതികവാദത്തിനോ വർഗ്ഗസമരസിദ്ധാന്തത്തിനോ കമ്യൂണിസ്റ്റ് സാമൂഹ്യസൃഷ്ടി എന്ന സ്വപ്നത്തിനോ കോട്ടം തട്ടുന്നില്ല. എന്നുമാത്രമല്ല, അവ പരിപോക്ഷിപ്പിക്കപ്പെടുകയുമാണ്. പുതിയ കണ്ടുപിടുത്തങ്ങളുടെ വെളിച്ചത്തിൽ പുതിയ നിലപാടുകൾ സ്വീകരിക്കുകയെന്നതാണ് മാർക്സിസ്റ്റ് നിലപാട്. കമ്യൂണിസത്തെ നൂറുശതമാനവും ഭൗതികവാദപരമായ ഒരു സിദ്ധാന്തമാക്കിയത് മാർക്സ് ആണ്. എന്നാൽ, കമ്യൂണിസം ഭൗതികവാദപരമാകണമെന്നത് അനിവാര്യമായ ഒന്നല്ല.

ചൂഷണത്തിന് സഹായകമായ പശ്ചാത്തലം സൃഷ്ടിക്കുന്നതിന് എല്ലാകാലത്തും ഏറ്റവും നല്ല ഉപാധിയായി ചൂഷക -പുരോഹിതവർഗ്ഗം മതത്തേയും ആത്മീയതയേയും തെറ്റായി ഉപയോഗിച്ചിട്ടുണ്ട്. മാർക്സിസ്സത്തിലെ ഭൗതികവാദം ആധുനികകാലത്തേക്കും ഈ ചൂഷണം തുടരുന്നതിന് ചൂഷകവർഗ്ഗത്തിന് ആയുധമാക്കപ്പെടുന്നതിന് സഹായകമായി. അതിനെ മറികടക്കുന്നതിന് ഇതാണ് ശരിയായ ബദൽ എന്നു കാണണം. എന്നാൽ കമ്യൂണിസ്സം ഭൗതികവാദപരമായതുകൊണ്ട് മാത്രമല്ല മതവും മുതലാളിത്ത ശക്തികളും അതിനെ എതിർക്കുന്നത്. ഭൗതികവാദനിലപാട് ഉപേക്ഷിച്ചാൽ ഇക്കൂട്ടർ പൂർണ്ണമായും സഹകരിക്കുമെന്നും അർത്ഥമാക്കേണ്ടതില്ല. എതിർപ്പിനുള്ള ശക്തമായ ഒരു വാദമുഖം കെട്ടിയടക്കപ്പെടുകയും ജനങ്ങൾ വഞ്ചിക്കപ്പെടുന്നതിൽനിന്നും മുക്തമാകുകയും ബഹുജനങ്ങളുടെ അഭൂതപൂർവ്വമായപിന്തുണ ലഭിക്കുകയും ചെയ്യുന്നതിന് സാഹചര്യമൊരുക്കപ്പെടുമെന്നത് നിസ്സാരകാര്യമല്ല

കമ്യൂണിസത്തെ അമർച്ച ചെയ്യുന്നതിനും അതിന്റെ പ്രചാരണത്തെ തടയുന്നതിനും മുലാളിത്തത്തിന് അവസരമുണ്ടാകുന്നവിധത്തിൽ ഭൗതികവാദത്തെ പോസ്റ്റ് ലെനിനിസ്റ്റ് ഭരണാധികാരികളും ചിന്തകരും കൈകാര്യം ചെയ്തു. അന്യത്ര ചർച്ചചെയ്തതു പോലെ മാർക്സിയൻ സാമ്പത്തികശാസ്ത്രം പ്രാവർത്തികമാക്കുന്നതിന് മനനഃശ്ശാസ്ത്രപരമായ ഉൾപ്രേരകങ്ങളുടെ അഭാവം, മുതലാളിത്ത ഉത്പാദനവ്യവസ്ഥയിലുണ്ടായ സങ്കീർണ്ണമായ ദ്രുതപരിണാമങ്ങളെ വിലയിരുത്തുന്നതിനും തദനുസൃതമായ നിലപാടെടുക്കുന്നതിനുമുള്ള ശേഷിയില്ലായ്മ, പുതിയ ഉല്പാദനബന്ധങ്ങളുടേയും വിവരസാങ്കേതികവിദ്യകളുടേയും പശ്ചാത്തലത്തിൽ സാംസ്കാരിക ബോധമണ്ഡലങ്ങളിൽ ഇടപെടുന്നതിലും വർഗ്ഗസമരം സംഘടിപ്പിക്കുന്നതിലും വന്ന വീഴ്ച, കമ്യൂണിസ്റ്റ് പാർട്ടികളെ വിടാതെ പിന്തുടരുന്ന സ്റ്റാലിനിസ്റ്റ് മനോഭാവം, സാർവ്വ ദേശീയവീക്ഷണത്തിന്റെ അഭാവം, അഭിപ്രായഭിന്നതകൾ, അധികാരമോഹം തുടങ്ങിയവയും കമ്യൂണിസ്റ്റ് വ്യാപനത്തെ മന്ദീഭവിപ്പിക്കുന്നതിനും മാർക്സിസം ലക്ഷ്യമാക്കിയുള്ള രാജ്യങ്ങളുടെ തകർച്ചയ്ക്കും വഴിതെളിക്കുന്നതിനും നിലവിലുള്ള പ്രതിസന്ധിക്കുമുള്ള പ്രധാന കാരണങ്ങളാണെന്ന് ബോധ്യപ്പെടേണ്ട കാലം അതിക്രമിച്ചിരിക്കുന്നു.

മാർക്സിസത്തിന്റെ പുനർനിർമ്മാണം

ഇതുവരെ നാം ചർച്ചചെയ്തതിൽനിന്നും തത്ത്വശാസ്ത്രത്തിന്റെ പ്രയോഗത്തിലുള്ള പാളിച്ചകൾ മറികടക്കുന്നതിന് പുതിയ പ്രയോഗത്തിന്റെ തത്വശാസ്ത്രം ആവിഷ്കരിക്കുന്നതിൽ പരാജയപ്പെട്ടതാണ് ഈ പിന്നോട്ടടിക്ക് പ്രധാന കാരണമെന്ന് വ്യക്തമാകുന്നു.

"മാർക്സിസം സ്വയം സമ്പൂർണ്ണമാക്കപ്പെട്ട കുറേ സിദ്ധാന്തങ്ങളും കണ്ടെത്തലുകളുമല്ല. അതൊരു വികാസപ്രക്രിയയാണ്. മാർക്സിന്റെ ചിന്തതന്നെ അദ്ദേഹത്തിന്റെ ജീവിതകാലം മുഴുവൻ അടിക്കടി വികസിച്ചുകൊണ്ടിരുന്നു. മാർക്സിസത്തിൽ മികച്ച ഉത്തരങ്ങളുണ്ടെന്ന തിൽ സംശയമില്ല. എന്നാൽ പലപ്പോഴും നമ്മൾ അഭിമുഖീരിക്കുന്ന സവിശേഷ പ്രശ്നങ്ങൾക്കുള്ള യഥാർത്ഥ ഉത്തരങ്ങൾ മാർക്സിസ ത്തിൽ ഉണ്ടാകണമെന്നില്ല. മാർക്സിന്റേയും ലെനിന്റേയും കാലശേഷം സാഹചര്യം മാറിയെന്നതാണ് അതിന്റെ ഒരു കാരണം. എന്നാൽ പറയാൻ കഴിയാതെ പോയതോ പറയാതെ പോയതോ ആയ ഈ കാര്യങ്ങളും നമുക്ക് പ്രധാനപ്പെട്ടവതന്നെയാണ്." (Revolutionaries-Eric Hobsbawm).

മുൻവിധിയോടെയല്ലാത്തതും കാലികവും ശാസ്ത്രീയവുമായ പുനർനിർമ്മാണമാണ് മാർക്സിസ്സമിന്ന് ആവശ്യപ്പെടുന്നത്. മാർക്സി സ്സത്തിൽ ഒരു ഗുണപരവും ക്രിയാത്മകവുമായ പുനർനിർമ്മാണം (Positve up Cotsnruction) നടത്തേണ്ടത് കാലഘട്ടത്തിന്റെ ആവശ്യ മാണ്. മാർക്സിസ്സത്തെ അടിസ്ഥാനമാക്കി തത്വശാസ്ത്രപരമായും പ്രാ യോഗികമായും ലെനിൻ നൽകിയ സംഭാവനകളാണ് അതിനെ

ലോകത്ത് ശ്രദ്ധേയമായൊരു പ്രത്യയശാസ്ത്രമാക്കി മാറ്റിയത്. അതേ ത്തുടർന്നാണ് മാർക്സിസം-ലെനിനിസ്സമായി വളർന്നതും ലോകശ്ര ദ്ധനേടിയതും ലോകത്തിന്റെ എല്ലാ ഭാഗത്തും എത്താനിടയായതും. സോവിയറ്റ് യൂണിയന്റെ മാതൃക സ്വീകരിച്ചവയായിരുന്ന മറ്റ് പുതിയ സോഷ്യലിസ്റ്റുരാജ്യങ്ങളും. എന്നാൽ ഈ പ്രത്യയശാസ്ത്രത്തിന് രണ്ടാം ഘട്ട Positve up Cotsnruction ഉണ്ടായില്ല, മാർക്സിസം-ലെനി നിസ്സത്തിൽ നിന്നും വളരാൻ സാധിച്ചില്ല എന്ന കാണാവുന്നതാണ്. (മാവോയിസ്സവും മറ്റും ലെനിനിസ്സത്തിന്റെ പ്രാദേശിക വകഭേദങ്ങ ളാണ്). പ്രയോഗത്തിലൂടെയും പുതിയ സിദ്ധാന്തങ്ങളുടെ ആവി ഷ്കാരത്തിലൂടേയും ആധുനികകാലത്തെ മാർക്സിസം കാലവിളംബം കൂടാതെ രൂപപ്പെടേണ്ടത് ലോകജനതയുടെ ഉത്ക്കർഷത്തോടെയു ള്ള അതിജീവനത്തിന് അനിവാര്യമാണ്. അതിന് മാമൂലുകൾക്കപ്പു റമുള്ള പുതിയ വഴികളിലൂടെ സഞ്ചരിക്കാൻ തയാറാകേണ്ടതുണ്ട്.

മുതലാളിത്തം ലോകത്തെ സർവമേഖലകളേയും രോഗഗ്രസ്തമാ ക്കുകയും അസ്വസ്ഥമാക്കുകയും ദുരിതമയമാക്കുകയും ഭൂമിയെത്തന്നെ നാശത്തിന്റെ വക്കോളമെത്തിച്ചിരിക്കുകയും ചെയ്തുകൊണ്ടിരിക്കുന്ന ഇന്ന് ഇത്തരമൊരു സൈദ്ധാന്തികമായ ആശയസംവാദത്തിന് ആരംഭം കുറിക്കേണ്ടത് അനിവാര്യമാണ്.

ഗ്രന്ഥസൂചി

കാൾ മാർക്സ്, എംഗൽസ് കൃതികൾ

ലെനിൻ സമാഹൃത കൃതികൾ

എന്താണ് മാർക്സിസ്സം-എൻ.ഇ. ബാലറാം

ദർശനത്തെപ്പറ്റി-ഇ.എം.എസ്.

മാർക്സിസ്സം ഒരു പാഠപുസ്തകം-ഇ.എം.എസ്

മതവും വർഗ്ഗീയതയും ആഗോളവത്ക്കരണകാലത്ത്-സീതാറാം യച്ചൂരി

മാർക്സിയൻ സൗന്ദര്യശാസ്ത്രം- നവസിദ്ധാന്തങ്ങൾ-പ്രൊഫസർ വി.സുകുമാരൻ

ഗ്രാംഷിയൻ വിചാരവിപ്ലവം-ഇ.എം.എസ്

അന്റോണിയോ ഗ്രാംഷി-ദർശനത്തിന്റെ പൊരുൾ-ഷിജു ഏലിയാസ്

why Marx was right-Terry Eagleton

ഇന്നു തന്നെ കെട്ടിപ്പടുക്കുക 21-ാം നൂറ്റാണ്ടിലെ സോഷ്യലിസം-മൈകക്കേൽ ലെബോവിത്സ്

മുകളിൽ നിന്നുള്ള വിപ്ലവം-സോവിയറ്റ് തകർച്ചയുടെ അന്തർനാടകങ്ങൾ-ഡേവിഡ് എം കോട്സ്, ഫ്രെഡ് വെയർ

www.ingramcontent.com/pod-product-compliance
Lightning Source LLC
LaVergne TN
LVHW040746051026
849519LV00007BA/2459
9789390535293